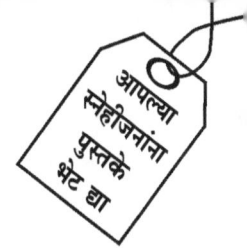

I0649711

वि. स. खांडेकर

वनदेवता

मेहता पब्लिशिंग हाऊस

VANDEVATA by V. S. KHANDEKAR

वनदेवता : वि.स. खांडेकर / रूपककथा

Email : author@mehtapublishinghouse.com

© सुरक्षित

मराठी पुस्तक प्रकाशनाचे हक्क मेहता पब्लिशिंग हाऊस, पुणे

प्रकाशक : सुनील अनिल मेहता, मेहता पब्लिशिंग हाऊस,
१९४१, सदाशिव पेठ, माडीवाले कॉलनी, पुणे - ४११०३०.

मुखपृष्ठ : चंद्रमोहन कुलकर्णी

प्रकाशनकाल : १९६० / ऑगस्ट,१९९७ / फेब्रुवारी, २००९ /
ऑगस्ट, २०१६ / पुनर्मुद्रण : ऑक्टोबर, २०१७

P Book ISBN 9788171616909
E Book ISBN 9789386342676
E Books available on : play.google.com/store/books
www.amazon.in/b?node=15513892031

दवबिंदूपासून शुक्राच्या चांदणीपर्यंत
आणि
कृष्णेच्या घाटावरील वृंदावनापासून
समुद्राकडे टक लावून पाहणाऱ्या कोकणातल्या टेकडीपर्यंत
माझ्या सर्व मूक मित्रांस

दोन शब्द

गेल्या दहा-बारा वर्षांत मी लिहिलेली रूपककथा, काव्यकथा, गद्यकाव्य अशी एकंदर पंचाहत्तर प्रकरणे 'वनदेवते'त समाविष्ट झाली आहेत. 'कलिका', 'मृगजळातल्या कळ्या' व 'सोनेरी सावल्या' या पुस्तकांचे हे नवे भावंड आहे.

या संग्रहात मुख्यत: एका विशिष्ट पद्धतीची कथा आली आहे या प्रकाराला मी पहिल्यापासून रूपककथा म्हणत आलो आहे. अर्थात हे नामकरण माझ्यासारख्या अपंडिताने केले होते. पुढे अनेक विद्वानांनी या नावावर आक्षेप घेतला. डॉ. प्र. ना. कवठेकर यांनी या प्रकारच्या कथेसंबंधी एक पुस्तक लिहून रूपककथेऐवजी ध्वनिकथा ही संज्ञाच कशी शास्त्रशुद्ध आहे, हे दाखविले. माझा याबाबतीत काहीच आग्रह नसल्यामुळे मी त्यांच्या 'ध्वनिकथा' या पुस्तकाला प्रस्तावनाही लिहिली. पण अजून लेखक व वाचक या कथेला रूपककथाच म्हणत आहेत! एखाद्या बाईला बेबी हे बाळपणीचे लाडके नाव जन्मभर चिकटून बसते ना? 'रूपककथा' या नावाचीही तशीच स्थिती झालेली दिसते!

'रूपककथा' या संज्ञेत नीतिकथा, ध्वनिकथा, प्रतीककथा, दृष्टांतकथा या सर्वांचा मी समावेश करीत आलो आहे. मात्र 'परीकथा' (fairy tale) व 'अद्भुतकथा' (fantasy) या गोष्टी रूपककथेहून निराळ्या आहेत, असे मला वाटते. गद्यकाव्याचे रूपककथेच्या तोंडवळ्याशी असलेले साम्य कुणालाही सहज दिसण्याजोगे आहे.

या संग्रहात समाविष्ट झालेल्या लेखनप्रकाराचे नाव काहीही असो, त्याची गोडी काही नावावर अवलंबून नाही. काजूला शेंगदाणा म्हणणे किंवा काळ्या द्राक्षाला करवंद म्हणून संबोधणे व्यापाऱ्याच्या दृष्टीने तोट्याचे आहे. पण नाव बदलले, तरी खाणाराच्या दृष्टीने त्याच्या गोडीत काही अंतर पडत नाही!

वि. स. खांडेकर

कोल्हापूर
३०-९-६०
(विजयादशमी)

अनुक्रमणिका

प्रदक्षिणा

चारी बाजूंनी लोकांचे थवेच्या थवे देवालयाकडे येत होते. जणूकाही निरनिराळ्या दिशांनी समुद्राला येऊन मिळणाऱ्या नद्याच!

आज देवाच्या प्रदक्षिणेचा दिवस होता.

ती गर्दी पाहून एक भिकाऱ्याचे पोर आशाळभूतपणाने देवळाकडे आले.

देवळाचा कळस सूर्यकिरणांत चमकत होता. एखाद्या सम्राटाच्या मुकुटातल्या देदीप्यमान रत्नासारखा.

त्या पोराने क्षणभरसुद्धा त्या कळसाकडे कुतूहलाने पाहिले नाही. देवालयाच्या महाद्वारातून माणसे मुंग्यांसारखी आत जात होती. साखरेचे कण जवळ असल्याशिवाय मुंग्या गर्दी करीत नाहीत, एवढे त्या पोराने पाहिले होते.

त्याने प्रत्येकापुढे हात पसरला. पण त्याचा हात रिकामाच राहिला.

एक तेज:पुंज संन्यासी कर्कश स्वराने संस्कृत श्लोक पुटपुटत त्याच्या अंगावरून गेला.

एक लावण्यलतिका नर्तिका त्याच्याकडे पाहिले न पाहिलेसे करीत आत अदृश्य झाली. जाता-जाता तिच्या पायांतले पैंजण मात्र जोराने वाजले.

श्रीमान आणि विद्वान, व्यापारी आणि शेतकरी, रंभा आणि कुब्जा त्याच्या अंगावरून जणूकाही माणसांचा समुद्र गर्जत जात होता. त्या समुद्राच्या अगणित लाटा हसत-नाचत आल्या आणि हसत-नाचत गेल्या. तो मात्र तिथे कोरडाच उभा होता!

शेवटी महाराजांची स्वारी आली. पोराच्या डोळ्यांत सारी आशा गोळा झाली. पण राजाधिराजांचे लक्ष देवाकडे लागले होते. त्यांनी महाद्वाराच्या अलीकडेच डोळे मिटून भगवंताला वंदन केले. त्या ध्यानमग्न स्थितीतच ते आत गेले.

आता त्या पोराला राहवेना. गर्दीतून आत जाणाऱ्या एका लहान मुलाच्या हातांतल्या खाऊवर त्याने झडप घातली. घारीने हार पळवावा, तसा खाऊ घेऊन तो पळत सुटला.

इतक्यात आत शिंगे वाजली. त्या पळणाऱ्या पोराचे कुतूहल जागृत झाले.

आपल्या अंगावरच्या लक्तरांत तो खाऊ कसाबसा लपवून ते महाद्वारातून आत शिरले.

आत काय चालले आहे, ते त्याला कळेना. कुणीतरी मधमाश्यांची असंख्य पोळी डिवचली होती. त्यातून बाहेर पडलेल्या लाखो माश्या गुणगुणत सर्वत्र फिरत होत्या.

पुन्हा शिंगे वाजली.

जनसमूहात एकदम स्तब्धता पसरली. समुद्राचे सरोवर झाले. देवाची उत्सवमूर्ती रथात ठेवली गेली. सर्वांनी मस्तके नम्र करून देवतेचा जयजयकार केला. प्रदक्षिणेचा रथ ओढणाऱ्या भक्तांनी हास्ययुक्त मुद्रांनी आपल्या सेवेला प्रारंभ केला.

पण रथ काही केल्या जागेवरून हलेना. ओढणारे लज्जित झाले. बघणारे चकित झाले. आपल्या शक्तीचा अभिमान बाळगणारे अनेक लोक पुढे आले. ते रथ ओढू लागले. पण तो तसूभरसुद्धा पुढे येईना. जणूकाही कर्णाच्या रथाप्रमाणे त्याचेही चाक पृथ्वीने गिळले होते.

मधमाश्या घोंगावू लागल्या. समुद्र क्षुब्ध झाला.

'मोठं दुश्चिन्ह आहे हे!' जिकडेतिकडे कुजबुज सुरू झाली.

पुढारी पुढे आला. त्याने हात जोडले. राजाने, संन्याशाने, नर्तिकेने, पंडितांनी, शेटसावकारांनी, साऱ्या साऱ्या भक्तांनी हात जोडले. त्या पोरालाही हात जोडावेसे वाटले. पण ते जोडणे त्याला शक्य नव्हते. अंगावरल्या लक्तरांत लपवून घट्ट धरून ठेवलेला तो खाऊ—

हात जोडल्यावर तो कुठे ठेवायचा?

तो एकटाच हात न जोडता उभा राहिला.

एखाद्या खोल खोल गुहेतून आवाज यावा, तसे रथातून शब्द ऐकू येऊ लागले,

'पापाच्या पर्वतानं रथाची वाट अडविली आहे. कुणीतरी पातक्यानं माझ्या या पवित्र मंदिरात प्रवेश केला आहे. पुढं येऊन तो आपलं पाप कबूल करील, तरच रथाचा मार्ग मोकळा होईल.'

सारे लोक एकमेकांकडे टकमक पाहू लागले.

महाराजांनी देवाच्या गळ्यात घातलेल्या पेंडक्यातली काही मोती पुजाऱ्याने परवाच पळविली होती. तो सभय दृष्टीने मूर्तीकडे पाहू लागला.

'तहाच्या कागदाची किंमत कोऱ्या चिटोऱ्याइतकीसुद्धा नसते' असे म्हणून शेजारच्या दुर्बल राष्ट्रावर आक्रमण करण्याची योजना राजाने आज दुपारीच निश्चित केली होती! तो गोंधळून मूर्तीकडे पाहू लागला.

संन्याशाची नजर मघापासून रथाऐवजी नर्तिकेवर खिळली होती. त्याने डोळे मिटून घेतले.

देवापुढे नृत्य करण्याकरिता आलेली नर्तिका आजूबाजूच्या तरुणांना नेत्रकटाक्षांनी घायाळ करण्यात दंग झाली होती. ती कातर दृष्टीने देवाकडे पाहू लागली.

शास्त्रग्रंथांत प्रक्षिप्त श्लोक घुसडणारे पंडित, गोरगरिबांकडून हवे तितके व्याज उकळणारे सावकार, सोन्यात हीण मिसळणारे सुवर्णकार— सारे सारे गडबडून गेले! जो तो दुसऱ्याकडे पाहत होता. त्या दुसऱ्याने झटकन पुढे व्हावे आणि पापाची कबुली देऊन रथाचा मार्ग मोकळा करावा, अशी इच्छा करीत होता.

पण कुणीही पुढे येईना.

संन्याशापासून नर्तिकेपर्यंत आणि राजापासून पंडितापर्यंत सारी माणसे भयभीत झाली.

आता जणूकाही समुद्रमंथन सुरू झाले. सारी माणसे पुन्हापुन्हा हात जोडून रथाकडे पाहू लागली. करुणवाणीने देवाची प्रार्थना करू लागली.

त्या प्रचंड जनसमूहात हात जोडले नव्हते फक्त एकाने— त्या भिकारी पोराने!

निरभ्र आकाशातून मेघगर्जना व्हावी, तसा रथातून आवाज आला—

'रथ न हलणं अतिशय अशुभ आहे. आज रथ हलला नाही, तर उद्या पाऊस पडणार नाही. पुढं भयंकर दुष्काळ पडेल. लाखो लोकांना तडफडत मरावं लागेल. तुमच्यापैकी जो पापी असेल, त्यानं या क्षणी पुढं यावं. त्यानं पापाची कबुली दिली, तरच आज रथ हलेल! सारे, सारे सुखी होतील.'

तो मुलगा तीरासारखा त्या गर्दीत घुसला. तुटणाऱ्या ताऱ्याच्या वेगाने तो रथासमोर येऊन उभा राहिला. आपली फाटकी पैरण उघडी करून दाखवीत तो उद्गारला,

"देवा, हा खाऊ मघाशी मी चोरला. सकाळपासून उपाशी होतो मी! म्हणून चोरला! मी पापी आहे!"

दुसऱ्याच क्षणी जागेवरून रथ हलला. प्रदक्षिणा सुरू झाली. मात्र मूर्तीच्या डोळ्यांतून अश्रू वाहू लागले. सारे उद्गारले,

"देवाच्या डोळ्यांतून आनंदाश्रू गळत आहेत!"

ते दुर्लभ पवित्र तीर्थ घेण्याकरिता ते अहमहमिकेने पुढे सरसावले.

राजा हसला. संन्यासी आनंदला, नर्तिकेने नखऱ्याने नृत्याला प्रारंभ केला.

त्या प्रचंड जनसमूहात फक्त एकच जीव हसत नव्हता— तो मुलगा. तो पुन्हापुन्हा व्याकूळ दृष्टीने पाहत होता. आता देवाला कसले दु:ख होत आहे, हे त्याला कळेना!

■

आत्मा

राखेच्या भल्यामोठ्या ढिगातून एकदम काहीतरी चमकले. मेघमालेतून वीज चमकावी, तसे!

झोपलेल्या ढिगाला त्या चमकण्याची जाणीव झाली. किलकिल्या डोळ्यांनी त्याने विचारले,

‘‘कोण, कोण आहे ते? माझ्या समाधीचा भंग कोण करतंय?’’

‘‘मी- मी- अग्नीचा एक कण!’’

‘‘अग्नी?’’

‘‘हो, अग्नी!’’

‘‘दूर हो. हे पापी प्राण्या, माझ्यापासून दूर हो. आमचं घराणं राखेचं आहे. आमची परंपरा शांतीची आहे. आम्ही अहिंसेचे उपासक आहोत. जाळणं हा शब्दसुद्धा आमच्या कोशातून आम्ही काढून टाकणार आहो!’’

‘‘हिंसा करण्याची शक्तीच ज्याच्या ठिकाणी नाही, त्यानं अहिंसेचं पुराण—’’

‘‘चूप! आमच्या डोक्यावर कुणी पाय दिला, तरी आम्ही त्याला कसलाही चटका देत नाही. अग्नी अत्याचारी आहे. तो पोळतो, जाळतो. चल, चालता हो. आपलं तोंड काळं कर—’’

तो कण हसत उद्गारला,

‘‘मला तर देवानं चमकायला शिकवलं आहे. मग मी कसं काळं तोंड करणार?’’

राखेचा ढीग चिडला. त्याने आपले अंग घुसळले. तो अग्निकण त्याच्या एका थरात दिसेनासा झाला.

थोड्या वेळाने वरच्या राखेने हाक मारली,

‘‘अरे, एक अग्नीच्या कणा—’’

आतून कुणीच ओ दिली नाही!

पुन्हा वरच्या राखेने हाक मारली,

"अरे, ए शहाण्या कणा—"

आतून शब्द आले,

"काय, रे?"

"काय करतोहेस तू?"

"मी शांतीची उपासना करीत आहे."

"छान! छान!"

"पण, मित्रा, एक गोष्ट लक्षात ठेव. माझ्या या उपासनेत कुणाचाही व्यत्यय येता कामा नये! कुठून तरी एखादा अग्नीचा कण येईल आणि उगीच टुरटुर करायला लागेल—"

ढीग हसत उद्गारला,

"त्याची काळजी करू नकोस तू! मी आहे इथं! तुझी शांतीची उपासना निर्वेध चालू दे."

■

स्त्री आणि पुरुष

मोठा सुंदर दिसे तो पतंग. एखाद्या प्रफुल्ल कमळासारखा. त्याच्या विविध रंगांच्या मोहक छटा पाहून फुलपाखरेसुद्धा मनात झुरू लागली असती!

—आणि त्याच्याशी रंगसंगती साधणारी त्याची ती नाजूक, लवचीक लाजरी दोरी! जणूकाही बिसतंतूंचीच बनविली होती ती!

मधूनमधून वायुलहरी येत, पतंगाच्या कानाशी लागत आणि गात गात दूर निघून जात. त्याला त्या गाण्याचा अर्थ बिलकूल कळत नसे, पण त्यात काहीतरी विलक्षण गोडवा भरला आहे, असा त्याला भास होई. त्याचे हृदय फडफडू लागे, तडफडू लागे!

मग त्याच्या मनात येई, आपल्या गळ्याभोवती पडलेला हा रेशमी करपाश प्रीतीचा नाही; तो आसक्तीचा आहे! गरुडाप्रमाणे गगन गाठण्याची शक्ती आपल्या अंगी आहे. स्वर्गातले अमृत पृथ्वीवर आणण्याचे सामर्थ्य आपल्या पंखांत आहे. पण ही दोरी— ही नाजूक तात परमेश्वराने आपल्या गळ्याला कशाला लावली?

स्त्री पुरुषाच्या बाहुपाशात सुखावते आणि त्याच्या छातीवर मस्तक ठेवून विसावते, असे जग मानते!

पण जग किती भोळे आहे! स्त्री पुरुषाच्या छातीवर मस्तक ठेवते, ते त्याच्या हृदयात काय चालले आहे, हे सहजासहजी स्वत:ला कळावे, म्हणून!

पतंगाच्या मनातली चलबिचल दोरीला अशीच कळली! ती खिन्नपणाने स्वत:शीच हसली आणि उद्गारली,

"पुरुष हा नित्य नवं फूल मागणारा भ्रमर आहे, हेच खरं!"

एके दिवशी एखाद्या अल्लड प्रेमिकेप्रमाणे तिच्याभोवती पिंगा घालीत पतंग गुणगुणला,

"लाडके, तू माझी आहेस; मी तुझा आहे. मी राजा, तू राणी. मी आत्मा, तू शरीर. तुझ्या जिवावर मी आकाशात उंच उंच भराऱ्या मारणार आहे. तू सदैव माझी साथ करशील ना? वावटळ येवो, वादळ येवो, काही होवो, आपण एकमेकाला कधीही सोडायचं नाही— परस्परांपासून कधीही दूर व्हायचं नाही."

एखाद्या मुग्ध प्रेयसीप्रमाणे पतंगाच्या स्कंधावर लाडकेपणाने आपले मस्तक घाशीत दोरी कुजबुजली,

"माझ्या राजा, मी कध्धी कध्धी तुला सोडणार नाही हं. जन्मोजन्मी आपण एकत्र राहू, एका दृष्टीनं पाहू, एका सुरात गाऊ, एका पुरात नाहू..."

पतंग उडू लागला. समुद्रात वर-खाली होणाऱ्या चिमुकल्या नौकेप्रमाणे तो दिसत होता. दोरी झरझर आपल्या बाहुपाशातून त्याला मुक्त करीत होती; तो सरसर वर चढत होता.

मधेच त्याने मुरडून आपल्या प्रियतमेकडे एक प्रेमपूर्ण कटाक्ष फेकला. नाजूक भुजलता उंचावून हसत हसत ती त्याला खुणावीत होती,

"परत ये, परत ये."

पतंग हसत पुटपुटला,

"भित्री कुठली!"

आता पतंग उंच उंच गेला. पश्चिमेकडे लहानमोठे ढग रंगपंचमी साजरी करीत होते. ढगांबरोबर क्रीडा करण्याची तीव्र इच्छा त्याच्या मनात निर्माण झाली. तो आणखी वर जाण्याची धडपड करू लागला.

पण त्याला वर जाता येईना. तो जागच्या जागी घुटमळू लागला. भोवळ आल्याप्रमाणे त्याने एक-दोन गिरक्यासुद्धा खाल्ल्या.

हा अनुभव त्याला जितका नवीन, तितकाच विचित्र होता. वारा मघासारखाच झुळझुळ वाहत होता. ढग मघासारखेच नाना प्रकारचे रंग मिसळून ते एकमेकांच्या अंगावर उधळीत होते. तो खेळ पाहण्याकरिता पश्चिमेकडे कुणाचे तरी लाडके डोळे लुकलुकू लागले होते. कुणीतरी लाजरी अप्सरा असावी ती! स्वर्गाच्या गवाक्षातून हळूच डोकावून पाहणारी—

चोरपावलांनी त्या अप्सरेपुढे जाऊन उभे राहावे, या साऱ्या ढगांपेक्षा आपण किती सुंदर दिसतो, हे तिला विचारावे—

पतंगाच्या मनात अशा किती किती इच्छा क्षणार्धात निर्माण झाल्या, पण तो जागच्या जागी खिळला होता. त्याला एक अंगुलीभरही वर जाता येईना.

त्याने रागाने मागे वळून पाहिले. होय - तीच ती चांडाळीण—

त्याची प्रेयसी त्याला मागे ओढीत होती. ती म्हणत होती,

"माझ्या राजा, पुरे, पुरे आता. थोडा तरी खाली ये, रे. जरा माझ्याजवळ ये, कुठं चालला आहेस तू? माझ्या जिवाला कसं टांगल्यासारखं झालंय. माझी ही ओढाताण तुला दिसत नाही का रे? तुझ्यासाठी हे माझं आतडं कसं पिळवटून—"

तिला पुढे बोलवेना.

आकाशाच्या गवाक्षातून मघाची क्रीडा पाहणाऱ्या अप्सरेच्या उन्मादक कटाक्षांचे चिंतन करीत पतंग किंचाळला,

"सोड, सोड मला!"

"मी तुझी ना रे?" तिने लाडिकपणाने प्रश्न केला.

तो उपहासाने उद्गारला,

"तू माझी आहेस. पण कोण?"

"राणी!"

विकट हास्य करीत तो उत्तरला,

"राणी? छे! दासी!"

जिव्हारी बाण लागलेल्या हरिणीसारखी तिची देहलता थरथर कापू लागली. पण लगेच आपले शरीर आणि मन सावरीत ती म्हणाली,

"माझ्या राजा, तू नि मी एकमेकांसाठी जन्माला आलो आहो. तू असा मला सोडून जाऊ लागलास, तर - केवळ माझ्या सुखासाठी मी हे सांगत नाही रे! तुझ्या कल्याणासाठी माझ्या राजा, तुझ्यासाठी! तू राजा, मी राणी - तू आत्मा, मी शरीर!"

"बस्स कर तुझी बडबड! मला या स्वर्गातल्या अप्सरेचं चुंबन हवंय! ते मी घेणार! तिला माझ्या बाहुपाशात कवटाळून घेऊन मग मी पृथ्वीवर उतरणार! तुला तिचे पाय चुरायला लावणार... सोड माझ्या पायांची मिठी... नाही सोडीत?... नाही?..."

त्याने सारी शक्ती एकवटून तिला लाथ मारली. ती दूर दूर फेकली गेली.

आता तो स्वतंत्र झाला होता. आपण क्षणार्धात स्वर्गाच्या द्वारात जाऊन उभे राहू, असे त्याला वाटत होते. पण दुसऱ्याच क्षणी त्याचे हृदय कंपित झाले. वर जाण्याऐवजी तो गिरक्या खात खाली येऊ लागला होता. काही केल्या त्याला आपला तोल सावरता येईना. अनेक मोठ्या माशांनी लहान माशाला घेरावे आणि त्याचे चावे घ्यायला सुरुवात करावी, तसा भास त्याला होऊ लागला.

भयभीत होऊन त्याने आपले डोळे मिटून घेतले. त्याच्या शरीराला क्षणोक्षणी जखमांच्या अधिक अधिक वेदना होत होत्या. चिमण्या कोकरावर तुटून पडणाऱ्या लांडग्याप्रमाणे वाटणारा चावरा वारा— पदोपदी आपल्या हातांतले भाले त्याच्या अंगात खुपसणारी क्रूर झाडे— उपहासाने हसणारे पृथ्वीवरले असंख्य दगड— या सर्वांची जाणीव त्याच्या मनाला होत होती. पण त्यांच्याकडे डोळे उघडून पाहण्याचे सामर्थ्य मात्र त्याच्या अंगी नव्हते.

शेवटी छिन्नभिन्न स्थितीत तो कुठेतरी येऊन पडला. बऱ्याच वेळाने त्याने भीत भीत डोळे उघडून अवतीभोवती पाहिले. जिकडेतिकडे काळाकुट्ट अंधार पसरला

होता. त्याने आपली दृष्टी वर वळविली. ज्या अफाट काळ्या डोहाच्या तळाशी तो पडला होता, त्याच्या काठावर शुभ्र चिमुकली पुष्पे उमलली होती.

मघाच्या त्या रंग खेळणाऱ्या मेघांचा मागमूससुद्धा कुठे दिसत नव्हता. आणि ती मोहक डोळ्यांची अप्सरा? तो तर केवळ आभास—

चुरगळलेल्या देहाने आणि मरगळलेल्या मनाने तो कितीतरी वेळ तसाच पडून राहिला.

मध्यरात्र झाली. कुणाची तरी अस्पष्ट चाहूल ऐकू येऊ लागली. वेताळाची स्वारी... भुताखेतांचा नाच...

पतंगाचे जखमी शरीर शहारले!

तो कान देऊन ऐकू लागला. हळूहळू त्याला ते शब्द ऐकू येऊ लागले,

"माझ्या राजा— कुठं आहेस 'रे' तू? — कुठं, कुठं शोधू तुला? अजून आपण— आपण दोघे एकच आहोत, रे! पण... मी तुझी राणी ना रे? मग मला सोडून... राजा... राजा... माझ्या राजा... तुझी राणी तुला हाक मारीत आहे—"

आपल्या प्रेयसीच्या हाकेला ओ देण्याची तीव्र इच्छा त्याच्या मनात निर्माण झाली. पण त्याच्या तोंडातून शब्दच उमटेना!

■

द्राक्षे

त्या मळ्यातल्या द्राक्षवेलींना लटकणारे घोस मोठे मनोहर दिसत होते.

आकाशाच्या अंगणात ओघळून पडलेली अगणित नक्षत्रे कुणीतरी नाजूक हाताने वेचून हे घोस गुंफले असावेत, असा भास होत होता. ते नाजूक हात पहाटेच पाऊल न वाजविता पूर्वेच्या दारात येऊन उभ्या राहणाऱ्या उषेशिवाय दुसऱ्या कुणाचे असणार?

मळ्याच्या मार्गाने जाणारी तीन माणसे त्या सुंदर घोसांकडे पाहत उभी राहिली.

एक होता आठ-दहा वर्षांचा मुलगा.

दुसरा होता पंचवीस-तीस वर्षांचा तरुण.

तिसरा होता साठ-सत्तर वर्षांचा वृद्ध.

मुलगा उद्‌गारला,

''माझ्या तोंडाला असं पाणी सुटलंय! ही द्राक्षं जर मला कुणी काढून दिली, तर हा हा म्हणता ती फस्त करीन मी!''

त्याचे शब्द तरुणाने ऐकले. ते आपण पूर्वी कुठेतरी ऐकले आहेत, अशी त्याची खात्री झाली. पण ते कुठे ऐकले आहेत, हे त्याला काही केल्या आठवेना!

तो त्या मुलाकडे वळून म्हणाला,

''बाळ, लहान आहेस तू अजून. ही सुंदर द्राक्षं काय नुसती खाऊन संपवायची? अं हं!''

तो अर्धवट स्वत:शीच बोलू लागला,

''सौंदर्याला परमेश्वरानं भंगुरतेचा शाप दिला असेल! पण मनुष्य त्या सौंदर्याला उ:शाप देऊ शकतो. कला सौंदर्य अमर करते.''

तो क्षणभर थांबला. मग हिरव्यागार, फिकट हिरव्या, फिकट पिवळ्या अशा त्या सुंदर द्राक्षांकडे पाहत म्हणाला,

''या द्राक्षांचं चित्र काढायला माझा हात कसा उत्सुक झाला आहे! रंग... रंग हवेत मला... कुणीतरी रंग आणून द्या मला!''

त्याचे हे सारे बोलणे वृद्धाच्या कानांवर पडले. ते आपण पूर्वी कुठेतरी ऐकले

आहेत, अशी त्याची खात्री झाली. पण ते कुठे ऐकले आहेत, हे काही केल्या त्याला आठवेना. तो त्या तरुणाकडे वळून म्हणाला,

"गृहस्था, अजून तू तरुण आहेस. सुंदर द्राक्षांचं चित्र काढून तुला काय मिळणार आहे? जगात अजून पुष्कळ दिवस तुला काढायचे आहेत. अनेक संकटांना तुला तोंड द्यायचं आहे. जीवनाच्या प्रवासात तुझे पाय रक्तबंबाळ होतील. त्या वेदना विसरण्याकरिता माणसानं जवळ एखादं औषध बाळगलं पाहिजे.''

तो वृद्ध काय सांगत आहे, हे त्या तरुणाला नीट कळेना.

त्या वृद्धाने तरुणाला खूण करून अगदी जवळ बोलावले आणि त्याच्या कानात तो कुजबुजला,

"द्राक्षांची उत्तम दारू होते!''

■

शिखर

सकाळची सोनेरी सूर्यकिरणे हसत-नाचत पूर्वेच्या पडद्याआडून पुढे आली.

पर्वताच्या पायथ्याशी उभ्या असलेल्या बालकाचे डोळे आनंदाने चमकले. इतका वेळ त्या पर्वताचे ते उंच उंच शिखर त्याला एखाद्या कमळकळीप्रमाणे भासत होते. ती कळी आता क्षणार्धात निद्रेतून जागी झाली. तिच्या उमलत्या पाकळ्या मोहक गीत गाऊ लागल्या. त्या गीतातल्या शब्दांचा अर्थबोध त्याला काही केल्या होईना. पण त्याचे मोहक सूर त्याला त्या शिखराकडे बोलावू लागले. खडकावरून पटापट उड्या मारीत तो डोंगर चढू लागला.

एकदम एक संन्यासी हसत हसत त्याच्या वाटेत येऊन उभा राहिला. कपाळाला आठ्या घालून बालक थांबला. मात्र संन्याशाच्या मुद्रेवरले वत्सल स्मित पाहून आपला राग शब्दांनी व्यक्त करण्याचा धीर त्याला झाला नाही.

संन्यासी म्हणाला,

‘‘वत्सा, प्रत्येक प्रवाशाला या पर्वताच्या पलीकडंच जायचं असतं. अखिल प्राणिमात्राचं विश्रांतिस्थान आहे ते. त्याला वळसा घालून जाणाऱ्या या पाऊलवाटेनं माझ्याबरोबर तू चल. या वाटेवर काटेकुटे नाहीत, खाचखळगे नाहीत, वेडेवाकडे खडक नाहीत...’’

‘‘समोरचं सोनेरी शिखर नाही आणि त्या शिखरावरली मधुर गीत गाणारी परीही नाही...’’ तुच्छतेने बालक उद्गारला.

संन्याशाच्या डोळ्यांत अश्रू उभे राहिले. बालकाला वाटले—

दुबळी माणसे अशीच रडवी असतात.

तो झरझर पर्वताची चढण चढू लागला. जणूकाही एखादा चेंडूच उंच उंच उड्या घेत ते शिखर गाठायला निघाला होता.

मधेच एका वेड्यावाकड्या खडकाची त्याला मोठी ठेच लागली; पण त्या ठेचाळलेल्या बोटाचे रक्त पुसायलाही तो खाली वाकला नाही. त्या रक्ताकडे पाहून तो हसला आणि स्वतःशीच पुटपुटला :

‘‘प्रीतीचा रंग लाल असतो, असं कवी म्हणतात, ते काही खोटं नाही.’’

त्याने शिखराकडे पाहिले. आता तिथे त्याला परीचे पंख दिसत नव्हते. त्या परीची अप्सरा झाली होती. तिच्या अंगावरले तलम वस्त्र वायुलहरींशी लपंडाव खेळत होते. सोनेरी शिखरावर उभी असलेली आणि माणिकमोत्यांनी नटलेली ती अप्सरा मघाचेच मधुर गीत गात होती. त्या गीतातल्या शब्दांचा अजूनही त्याला अर्थबोध होत नव्हता. मात्र ते मोहक सूर आता मादक झाले होते.

उंच उंच खडकांची स्वत:च्या रक्तबिंदूंनी पूजा करीत तो वर जाऊ लागला.

एकदम एक स्त्री त्याच्या वाटेत येऊन उभी राहिली.

दात-ओठ खात तो थांबला. त्याने तिच्या चेहऱ्याकडे निरखून पाहिले. दवबिंदूंनी ओलावलेल्या फुलांप्रमाणे तिचे डोळे दिसत होते. आणि तिचे केस? काळाला काय विचित्र लहर आली होती. एखाद्या कोष्ट्याने काळ्या आणि पांढऱ्या धाग्यांनी वस्त्र विणायला सुरुवात करावी, तसा तिच्या मस्तकावरला केशकलाप दिसत होता.

ती करुण स्वराने म्हणाली,

"तरुण मनुष्या, मागं फिर... आल्या पावली परत चल. तुझं... माझं... प्रत्येकाचं... विश्रांतिस्थान या पर्वताच्या पलीकडं आहे. तिकडं जायची एक साधी, सरळ पाऊलवाट डोंगराच्या पायथ्याशी आहे. मी वेडी होते! म्हणून ती पाऊलवाट सोडून या शिखराच्या मोहानं वर धावत सुटले! पण हे पाहा... अकाली कोमेजलेलं माझं हे यौवन... माझ्या या भग्न आशा..."

त्या युवकाने तिच्या अंगावरला चिंध्या झालेला शालू पाहिला, तिच्या हातांतली पिचलेली काकणे बघितली. तो स्वत:शीच हसत म्हणाला,

"भित्री माणसं अशीच रडगाणी गात असतात!"

त्याने पुढे जाण्याकरिता पाऊल उचलले. पण त्या स्त्रीने त्याच्या खांद्यावर आपला हात ठेवून त्याला थांबविले. तिचा तो स्पर्श... एकदम त्याला आपल्या आईच्या वत्सल स्पर्शाची आठवण झाली.

त्याने समोर पाहिले.

शिखरावरच्या अप्सरेचे लावण्य आता अधिकच खुलून दिसत होते.

त्या स्त्रीचा खांद्यावरला हात जोराने झिडकारून देऊन तो शिखराच्या दिशेने धावू लागला.

अंगाला निखारे डसू लागले. पाय रक्तबंबाळ झाले. डोळे धुळीने भरून गेले. खडे कडे वाट अडवू लागले. चढता चढता मांड्यांत गोळे भरले. घशाला कोरड पडली. कुठेही पाणी दिसेना. शिखरावरली अप्सरा आता हसेना. वारा एखाद्या वेड्या माणसासारखा हवे ते बरळत त्या शिखराभोवती धिंगाणा घालीत होता. शेकडो तलवारींची पाती एकदम तळपावीत, तसे सूर्यकिरण त्या शिखरावर लखलखत होते.

त्याने उजवे पाऊल शिखरावर ठेवले, तेव्हा त्याचे शरीर एखाद्या चोळामोळा झालेल्या फुलाप्रमाणे मलूल होऊन गेले होते. शिखरावरल्या त्या अप्सरेच्या मांडीवर मस्तक ठेवून विश्रांती घ्यावी, म्हणून त्याने सभोवती पाहिले. त्या अरुंद शिखराभोवती जिकडेतिकडे खोल खोल दऱ्या पसरल्या होत्या. त्या दऱ्यांतून मृगजळाची एक भलीमोठी नदी वाहत होती. त्या नदीत ती अप्सरा जलविहार करीत आहे, असा भास त्याला झाला. त्याने तारस्वराने हाक मारली,

"प्रियतमे–"

पर्वताच्या पाषाणांतून त्या संबोधनाचा कठोर प्रतिध्वनी तेवढा उमटला.

आता क्षणभरसुद्धा उभे राहण्याचे त्राण त्याच्या अंगी नव्हते. विश्रांती घेण्याकरिता तो त्या शिखरावर डोके टेकू लागला.

आपल्याला मागून कुणीतरी ढकलीत आहे, असा भास त्याला झाला.

मागे वळून पाहण्याची त्याच्या मनात तीव्र इच्छा उत्पन्न झाली, पण त्याच्या शरीरात तेवढीसुद्धा शक्ती उरली नव्हती.

मागून उपहासाचे हास्य ऐकू आले. त्या हास्यापाठोपाठ त्याच्या कानांवर शब्द पडले,

"इथं काय काम आहे रे तुझं थेरड्या? या शिखरावर एका माणसापुरतीच जागा असते, हे ठाऊक नाही वाटतं तुला? मला सारखी खुणा करीत असलेली ती इथली अप्सरा तुझ्यासारख्या म्हातारड्याच्या समोर प्रकट होऊन तुला थोडी आलिंगन देणार आहे ती! चल, चालता हो इथनं!"

आपल्याला कुणीतरी शिखरावरून पलीकडच्या खोल खोल दरीत ढकलून देत आहे, असे त्याला वाटले. त्याने भीतीने डोळे घट्ट मिटून घेतले. मग जिवाच्या आकांताने तो ओरडला,

"वाचवा, कुणीतरी वाचवा मला!"

खालच्या दरीतून संन्याशाचा प्रेमळ स्वर त्याला ऐकू आला :

"वत्सा, घाबरू नकोस!"

कुणीतरी आपल्या खांद्यावर हात ठेवला आहे, असा त्याला भास झाला.

त्याने डोळे उघडून पाहिले. अकाली वृद्ध झालेली ती तरुणी त्याच्या लोळागोळा झालेल्या शरीरावर अश्रूंचा अभिषेक करीत होती. शिखरावरच्या अप्सरेहूनही ती सुंदर आहे, असे वाटून तो स्वत:शीच हसला.

■

मदनाचा पुतळा

कलावती.

लाडावलेली, एकुलती एक मुलगी.

साधी मुलगी नव्हे, राजकन्या! त्यात निसर्गाने आपली सर्व सौंदर्यसंपदा मुक्तहस्ताने तिला दिलेली. जणूकाही तिचे स्मित पाहताच तो विरघळून गेला होता आणि पावलोपावली कद्रूपणाने वागणाऱ्या त्याच्या आत्म्यात कुबेराचा संचार झाला होता!

कलावतीने यौवनाच्या प्रदेशात पाऊल टाकले. कळी फुलू लागली. तिच्या सुगंधाने सारे जग वेडे झाले. पुष्करिणीत फुललेल्या कमळाकडे या कमलाक्षीने पाहिले, की ती बिचारी पंकजे लज्जेने संकोच पावू लागत; अगदी माथ्यावर सूर्य असला, तरी! आपल्या लाडक्या हरिणीशी गुजगोष्टी करता करता ही मृगनयना तिच्याकडे रोखून पाहू लागली, की पारध्याचा बाण जिव्हारी लागल्याचे दुःख त्या मुक्या प्राण्याला होई.

कलावतीचं लावण्य हा त्या राज्यातल्या सर्व कवींच्या कौतुकाचा विषय झाला. ते गाऊ लागले.

अप्सरांनी हिचे दास्य करावे, हिला पाहून साक्षात रतीने संन्यासिनी व्हावे!

वैभव अष्टौप्रहर धुंद असते. यौवन सदैव अंध असते. स्तुतीच्या शब्दाशब्दांत हलाहलाचे कुंभ भरलेले असतात. पण जीवनाचा अनुभव नसलेल्या अल्लड कलावतीला या गोष्टींची कल्पना नव्हती.

तिने स्वयंवर मांडले. अनुरूप असा पती मिळावा, म्हणून एक लोकविलक्षण पण तिने शोधून काढला.

नगरातल्या चौकाचौकांत दवंडी पिटली गेली. राज्यातल्या गावागावांत माणसे कुतूहलाने तिच्या पणाची चर्चा करू लागली. कवी, वीर, धनिक निराश होऊन गेले. कलावतीने जाहीर केले होते :

''एका वर्षात सर्वांत सुंदर असा मदनाचा पुतळा जो तयार करील, त्यालाच मी माळ घालीन.''

काळपुरुषाच्या पापण्यांची उघडझाप सारखी सुरू होती. हा हा म्हणता वर्ष संपले. स्वयंवराचा दिवस उजाडला. मंडपात विविध पुतळ्यांची गर्दी झाली. सारे शिल्पकार उत्कंठित मनाने राज्यकन्येची मार्गप्रतीक्षा करू लागले.

कलावती हातांत वरमाला घेऊन ते पुतळे पाहू लागली. तिची सखी प्रत्येक पुतळ्याचे वर्णन करीत होती.

प्रथमदर्शनी ते सारे पुतळे तिला सारखेच सुंदर वाटले. थोड्या वेळाने प्रत्येक पुतळ्याची वैगुण्ये तिच्या लक्षात येऊ लागली,

'हा रेखीव, पण निर्जीव आहे... तो सुंदर, पण कामुक वाटतो...'

तिचे मन एखाद्या नाजूक ताजव्याप्रमाणे हेलकावे खात स्वत:शीच म्हणू लागले.

शेवटच्या पुतळ्याजवळ ती आली. विचित्र म्हणून राजसेवकांनी त्याला ती जागा दिली होती. कलावतीने त्याच्याकडे पाहिले मात्र! तिची दृष्टी तिथे खिळून राहिली. इतर पुतळ्यांप्रमाणे त्याचे डोळे मोहक नव्हते. ते तसे असणे शक्यच नव्हते. शिल्पकाराने त्याला अंधळा बनविले होते. तो अंध मदन धनुष्याला बाण लावून तो सोडण्याच्या पवित्र्यात उभा होता!

कलावतीने सर्व शिल्पकारांकडे पाहिले. तीन तरुण तिच्या डोळ्यांत भरले. एकाचे पाणीदार डोळे, दुसऱ्याचे पिळदार दंड, तिसऱ्याचे जणूकाही चुंबनाकरिता आतुर झालेले ओठ— या तिघांपैकी हा पुतळा कुणी तयार केला असावा, याचा तर्क करण्यात ती गुंग होऊन गेली. तिच्या सखीने तिला डिवचले. ती भानावर आली. विवाह-माला हातांत घेऊन ती भूमीकडे सलज्ज पाहत उभी राहिली.

कुणीतरी जवळ येऊ लागले. त्या तीन देखण्या पुरुषांपैकी तो अंधळा पुतळा तयार करणारा तरुण कोण असावा, हे मान वर करून पाहण्याची तीव्र इच्छा तिला झाली. पण आता तीच एखाद्या पुतळ्यासारखी निश्चल झाली होती.

समोर येऊन उभ्या राहिलेल्या पुरुषाच्या गळ्यात जवळजवळ डोळे मिटूनच तिने माळ घातली. क्षणभराने तिच्या दृष्टीपुढचे धुके पांगले, तिच्या अर्धवट वर झालेल्या नजरेला एक अकाली प्रौढ झालेला गंभीर मुद्रेचा पुरुष दिसला. त्याच्या ओठांवर स्मित होते. पण ती स्मितरेषा किती पुसट होती! त्या स्मितापेक्षा त्याच्या डोळ्यांत तरंगणारे कारुण्यच अधिक प्रभावी होते.

तिने अडखळत प्रश्न केला,

"तुम्ही... तुम्ही तो सुंदर पुतळा केलात?"

त्याने हसत मान हलविली.

त्याचे ते हसणे एखाद्या पिशाचासारखे वाटले तिला!

"तुम्ही... तुम्ही..." ती पुन्हा पुटपुटली.

त्याने पुन्हा हास्य केले.

सारी शक्ती एकवटून ती उद्गारली,

''असं निर्दय होऊ नका. क्रूरपणानं माझी अशी थट्टा करू नका.''

तिने हात जोडले.

तो गंभीर मुद्रेचा तरुण शांतपणाने म्हणाला,

''तो पुतळा मीच केला आहे.''

ती चिडून उद्गारली,

''शक्य नाही.''

लगेच इतर शिल्पकार उभे होते तिकडे वळून ती म्हणाली,

''या... या तिघा तरुणांपैकी कुणीतरी तो...''

गळ्यातल्या माळेच्या फुलांशी नाजूकपणाने खेळत तो उत्तरला,

''राजकन्ये, तू पण लावलास, तेव्हा त्या तिघांइतकाच मी मोहक दिसत होतो. पण गेल्या वर्षात या पुतळ्याखेरीज मी दुसऱ्या कशाचंच चिंतन केलं नाही. ध्यानी, मनी, स्वप्नी मला तू दिसत नव्हतीस; त्या पुतळ्याचंच दर्शन होत होतं! मदनाच्या ज्या स्वरूपाचा साक्षात्कार जगात प्रत्येकाला होतो, ते मला दगडातून प्रकट करायचं होतं.''

राजकन्येने त्या पुतळ्याकडे पाहिले आणि हात जोडून ती त्याला म्हणाली,

''नाथ, दासीला क्षमा करा. ती आजपर्यंत अंधळी होती. आता कुठं तिला प्रकाश दिसू लागला आहे!''

■

फुगा

आपल्या मोहक गुलाबी रंगाकडे पाहता पाहता फुग्याच्या मनात आले. माझी अंगकांती पाहून अरुणसुद्धा लज्जित होईल. आता मोठमोठे कवी माझ्यावर काव्ये रचू लागतील. त्यातला एखादा कवी माझ्याकडे पाहून म्हणेल,

"महालात उशाखाली हात घेऊन वल्लभाची वाट पाहणाऱ्या रमणीच्या गालाशी हा रात्रभर गुलगुल गोष्टी करीत होता काय? प्रियकराच्या अतृप्त चुंबनांनी पुन्हापुन्हा लाल होणाऱ्या तिच्या गालांच्या स्पर्शामुळे याला हा मोहक रंग प्राप्त झाला असेल काय?"

स्वतःच्या गोल, सुंदर डौलदार आकृतीकडे पाहत पाहत तो पुटपुटला,

"विश्वातल्या साऱ्या ग्रहगोलांचा राजा आहे मी! त्यातला शुक्र पहाटेच्या वेळी फार सुंदर दिसतो, म्हणे! पण माझ्या सौंदर्याची सर त्याला कधीतरी येईल काय?"

आनंदाच्या धुंदीत फुग्याने आपले डोळे मिटून घेतले.

त्याच्या मिटलेल्या डोळ्यांपुढे एक निराळीच सृष्टी उभी राहिली. त्याला वाटू लागले :

माझे शरीर किती निर्मळ आहे! माझा आत्मा सदैव किती उच्च वातावरणात तरंगत असतो! सर्वश्रेष्ठ आणि सनातन अशा संस्कृतीचा मी प्रतिनिधी आहे. प्राचीन काळी वायुभक्षण करून राहणारे ऋषिमुनी होते ना? त्यांचा आधुनिक अवतार माझ्या रूपाने प्रकट झाला आहे!

फुग्याची ब्रह्मानंदी टाळी लागली.

इतक्यात एक टाचणी त्या वाटेने नाचत नाचत आली.

स्वस्थ पडलेला आणि भोपळ्यासारखा दिसणारा तो फुगा पाहून टाचणी उद्गारली,

"हा कोण बाई जडभरत?"

फुगा आपल्या सौंदर्याच्या, श्रेष्ठत्वाच्या आणि पावित्र्याच्या धुंदीत गुंग होता. त्याला टाचणीचे शब्द ऐकू गेले नाहीत.

टाचणी नाचत नाचत पुढे जाऊ लागली. जाता जाता तिचा धक्का फुग्याला

लागला. क्षणार्धात त्याचे अंग सुरकुतू लागले. त्याचे यौवन दहा-पाच पळांत पार लोप पावले. त्याचा रंग हा हा म्हणता काळवंडला. एखादे कोमेजून गेलेले फूल दिसते ना? तसा तो दिसू लागला.

नाचत नाचत पुढे जाणाऱ्या टाचणीकडे पाहत फुगा किंचाळला,

"मोठी दुष्ट आहे ही टाचणी! या हडळीच्या वाटेला कुणी जाऊ नका. ही कैदाशीण केव्हा कुणाचा जीव घेईल, याचा नेम नाही. हिला संस्कृती कशाशी खातात, तेसुद्धा ठाऊक नाही! हिचा मार्ग हा नरकाचा रस्ता आहे!"

टाचणीने ते शब्द ऐकले. ती स्वतःच्या चिमुकल्या देहाकडे पाहून हसली आणि नाचत नाचत पुढे जाऊ लागली.

■

सुख

गोपाळ एक साधासुधा माणूस होता. जणूकाही रानात फुललेलं एक फूल. स्वत:चा रंग आणि सुगंध त्याचा त्यालाही ठाऊक नव्हता.

मात्र या फुलाला राहून राहून वाटे : एखाद्या जलाशयाच्या काठी आपण उमललो असतो, तर निदान आपले प्रतिबिंब तरी आपल्याला दिसले असते. त्या प्रतिबिंबाच्या दर्शनाने आपले मन प्रफुल्लित झाले असते. पण एवढे साधे सुखसुद्धा आपल्या नशिबी नाही!

तो जीवनाविषयी नकळत उदास होऊ लागला. चिरचिऱ्या बनला.

—आणि एके दिवशी त्याच्या जिव्हारी लागणाऱ्या चार गोष्टी लागोपाठ घडल्या.

खिन्न मनाला विरंगुळा मिळावा, म्हणून त्याने एक काव्याचे पुस्तक वाचायला घेतले. त्यातली एक कविता त्याला फार फार आवडली. तिचा भावार्थ असा होता :

'बागेत कवीची प्रियतमा बसली आहे. तो चोरपावलांनी तिच्यामागे जाऊन उभा राहतो आणि एकदम तिचे डोळे मिटतो. ती दचकते; पण लगेच 'इश्श' म्हणून लाजते. तिच्या गालावर वर्षा ऋतूतील सायंकाल अवतरते...'

ही कविता वाचताना त्याला वाटले, आपणही असेच काहीतरी करावे. तो पाऊल न वाजविता स्वयंपाकघरात गेला. त्याची बायको कांदे चिरीत बसली होती. तिच्या डोळ्यांतून इतके पाणी वाहत होते की, ती एखाद्या करुण नाटकातील नायिकाच आहे, असा त्याला क्षणभर भास झाला. तो हळूच तिच्यामागे जाऊन उभा राहिला. त्याने पटकन तिचे डोळे झाकले. चिडलेल्या मांजरीच्या स्वरात ती किंचाळली,

"हा काय मेला चावटपणा? माझा हात कापेल ना विळीवर!"

गोपाळाचा मोठा विरस झाला. शून्य मनाने तो आपल्या खोलीत परत आला. इतक्यात बाहेर कुणीतरी आपली चौकशी करीत आहे, असे त्याला वाटले. शेजारच्या बिऱ्हाडातल्या मनुष्याने उत्तर दिले,

"गोपाळ? मला नाही ठाऊक! तुमचा गोपाळ एवढा प्रसिद्ध मनुष्य असता, तर या भिकारड्या खुराड्यात कशाला राहिला असता तो?"

आलेला मनुष्य गोपाळाचा बालमित्र होता. मोठ्या अडचणीत सापडला होता तो! म्हणून गोपाळाचा शोध करीत तो आला होता.

बालमित्राने आपल्यावरले संकट गोपाळाला सविस्तर वर्णन करून सांगितले. त्याच्या उपयोगी पडावे, अशी तीव्र इच्छा गोपाळाच्या मनात निर्माण झाली. पण... पैसे काही पावसाप्रमाणे आभाळातून पडत नाहीत किंवा गवताप्रमाणे पृथ्वीतून वर येत नाहीत. त्याला पैसे द्यायचे, म्हणजे बायकोचे दागिनेच विकले पाहिजेत! पण ते - ते अशक्य होते. बालमित्राला रिक्त हस्ताने परत पाठवून गोपाळाने आपल्या खोलीचे दार लावून घेतले. उशीत डोके खुपसून तो स्फुंदू लागला. अश्रू हेच गरिबाचे कायमचे सोबती आहेत, असे त्याला वाटले.

पण त्याला रडण्याचेसुद्धा सुख मिळू नये, अशीच दैवाची इच्छा असावी. कुणीतरी जोराजोराने त्याच्या खोलीचे दार ठोठावू लागले.

कपाळाला आठ्या घालीत गोपाळ उठला. त्याने दार उघडले. लग्नाच्या वेळी ज्याच्याकडून त्याने कर्ज काढले होते, तो सावकार दारात उभा होता.

तो पैसे मागायला आलेला पाहून गोपाळाचा संताप अनावर झाला. व्याजासकट त्याची पैन् पै त्याने कधीच फेडली होती, असे असून—

गोपाळाला एकदम आठवण झाली— बायकोला माहेरी पोहोचविण्याच्या गडबडीत सावकाराकडून कर्जाचा कागद परत घ्यायला आपण विसरलो होतो...

तो गोंधळला. पण लगेच त्याच्या मनात आले,

'परमेश्वर काही झोपलेला नाही. आपण दोघंही देवळात जाऊ— देवापुढं काही खोटं बोलायची सावकाराला छाती होणार नाही.'

त्याला प्रत्यक्ष अनुभव आला, तो मात्र अगदी उलटा!

गोपाळाने हात जोडजोडून देवाला प्रार्थना केली,

"हा लुच्चा मला फसवितोय, देवा, त्याला चांगली शिक्षा कर. मी तुझ्या नावानं खडीसाखर वाटीन. पुराणात प्रत्येकवेळी सज्जनांच्या साहाय्याला तू धावून गेला आहेस. मग आजच—"

पण देवाचे पाषाणहृदय त्याच्या या शब्दांनी द्रवले नाही. सावकाराने त्याला हसत प्रश्न केला,

"आहे ना कर्ज कबूल!"

देवाचा अतिशय राग आला गोपाळाला. फुलांनी झाकलेल्या त्या समोरच्या दगडावर डोके आपटून प्राण द्यावा, असा विचार त्याच्या मनात आला. पण तो अमलात आणण्याचा त्याला धीर झाला नाही.

वावटळीत उडणारे पीस भिरभिरत दूर दूर जावे, त्याप्रमाणे भ्रमिष्ट मन:स्थितीत भटकत भटकत तो समुद्रकिनाऱ्यावर आला. संध्याकाळ झाली होती. साऱ्या जगाच्या तापाने त्रस्त होऊनच की काय, संतापलेल्या सूर्याने पाण्यात उडी टाकली. तो पुन्हा वर आला नाही. खऱ्या सुखाचा जगात हा एकच मार्ग आहे, असे गोपाळाला वाटले.

काळोख पडला, तरी त्या निर्मनुष्य वाळवंटातून उठावे, असा विचार त्याच्या मनात येईना.

समुद्राचा वेदघोष अविरत सुरू होता. तारांच्या फुगड्या अखंड चालल्या होत्या. समोरच्या विशाल काळ्यानिळ्या महालात हसत प्रवेश करावा आणि तुषारांच्या पुष्पमाळा गळ्यात घालून आपल्या मंचकावर गाढ निद्रा घेत पडावे, या कल्पनेने गोपाळाच्या मनाचा कोपरा न् कोपरा व्यापून टाकला.

तो उठला. इतक्यात चार चित्रविचित्र आकृती लगबगीने त्याच्या भोवती येऊन उभ्या राहिल्या. पहिलीने लगेच बसकण मारून वाळूत आपल्या बोटाने काहीतरी काढायला सुरुवात केली. गोपाळाने भीत भीत तिला विचारले,

"काय आहे हे?"

आकृती उत्तरली,

"माझं नाव अमर करणार आहे मी. हजारो वर्षं झाली दररोज रात्री इथं येऊन माझं नाव मी लिहीत बसतो आणि दररोज या वेड्या समुद्राच्या मूर्ख पोरी ते पुसून टाकतात. पण एक दिवस असा येईल..."

पुढे अवाक्षरही न बोलता ती आकृती आपल्या लेखनात निमग्न झाली.

इतक्यात दुसरी आकृती वाळूत गडबडा लोळत स्फुंदस्फुंदून रडू लागली.

गोपाळाला राहवेना. तो तिच्याजवळ गेला आणि म्हणाला,

"काय होतंय तुला?"

आपले डोळे पुशीत ती आकृती म्हणाली,

"या वेळी इथं भेटायचं माझ्या प्रियकरानं मला वचन दिलं आहे. हजारो वर्षं झाली. दररोज या वेळी मी इथं येते आणि त्याची वाट बघत बसते. पण... पण एक दिवस असा येईल, की..."

इतक्यात तिसरी आकृती समुद्राकडे धावत निघाली. गोपाळाला तिच्या धावण्याचा हेतू कळेना. तो तिच्या मागोमाग पळत सुटला. त्याने तिचा हात धरताच ती उद्गारली,

"वेड्या, मी जीव द्यायला नाही जात. या समुद्रात मोठी संपत्ती साठवून ठेवली आहे. कुणीतरी रात्री अपरात्री चोरून नेईल, म्हणून पहारा करायला इथं दररोज येतो. हजारो वर्षं झाली या गोष्टीला! लाटांवर कसली तरी सावली हलल्यासारखी दिसली

मला. तो चोर असेल, असं वाटून मी धावायला लागलो. पण खरं सांगू तुला? या धावपळीमुळे मी अगदी वैतागून गेलो आहे, मात्र एक दिवस असा येईल, की ही सारी संपत्ती मला घरी नेता येईल. मग पुन्हा काही मी इथं—''

इतक्यात चौथी आकृती घाईघाईनं पुढे आली आणि गोपाळाचा हात धरून म्हणाली,

''त्या वेड्याचं काय ऐकत बसला आहेस! समुद्रात कधी संपत्ती असते का? तिथं प्रत्यक्ष परमेश्वर वास करतो. हजारो वर्षं झाली. शेषशय्येवर भगवान विष्णू झोपले आहेत. केव्हातरी त्यांची झोप संपेल. मग ते या दासाला अचानक दर्शन देतील. म्हणून मी इथं दररोज रात्री येत असतो. येईल, असा एक दिवस येईल, की—''

त्या चार आकृती त्याच्याभोवती कडे करून उभ्या राहिल्या आणि म्हणाल्या,

''आज आपण पाच झालो. मोठी आनंदाची गोष्ट आहे ही!''

त्यांच्याकडे वळूनसुद्धा न बघता गोपाळ समुद्राकडे पाठ फिरवून धावू लागला. आपण एक हरणाचे पाडस आहो आणि कुठल्या तरी गर्द अरण्यात शेकडो शिकारी कुत्री आपला पाठलाग करीत आहेत, असा त्याला एकसारखा भास होत होता. नगरातला पहिला दिवा दिसला, तेव्हा तो विसावा घेण्याकरिता थांबला.

समुद्रात बुडणाऱ्या सूर्यापेक्षा तो दिवा सहस्र पटींनी तेजस्वी आहे, असे त्याला वाटले.

लहानपणी आईच्या मांडीवर बसून तो दीपज्योतीला नमस्कार करीत असे. तसाच त्याने आताही केला.

∎

वास्तववाद

राजधानीत सर्व पंडितांचे संमेलन भरले होते. नाना रंगांच्या व नाना आकारांच्या कमळांनी सरोवर सुशोभित दिसावे, तशी त्या पंडितसमुदायामुळे राजसभा शोभायमान होत होती. प्रभातकाली विविध विहंगमांच्या स्वरांनी भरून गेलेल्या विशाल वृक्षाप्रमाणे ते सभागृह त्या पंडितांच्या संमिश्र स्वरांनी परिपूरित होत होते.

एका वर्तुळात वेदान्तचर्चा चालली होती, तर दुसऱ्या वर्तुळात काव्यचर्चेला रंग भरला होता. इथे वैदिक ऋचांचे पठण चालले होते, तर तिथे प्रेमगीतांचे कूजन ऐकू येत होते. एका कोपऱ्यात स्त्रीच्या नेत्रकटाक्षांतल्या विषाचे वर्णन करणाऱ्या कवीभोवती श्रोते गोळा झाले होते, तर दुसऱ्या कोपऱ्यात तिच्या अधरांतल्या अमृताचे वर्णन करणाऱ्या कवीभोवती मंडळी गर्दी करीत होती.

सूर्याने श्रांत होऊन विसाव्याकरिता संध्यामंदिरात प्रवेश केल्याचे, पाहून दिवसभर साहित्यसंग्रामात भाग घेऊन थकलेले तीन पंडित विश्रांतीकरिता उठले.

तिघेही पट्टीचे टीकाकार म्हणून गाजले होते.

संमेलनाच्या शेवटी राजाकडून प्रत्येकाला समान पारितोषिक मिळणार, अशी सर्वांची खात्री होती.

साहित्यचर्चेत त्या तिघांचे तीन पंथ होते. पण आता नगराबाहेर पडल्यावर त्या तिघांना एकच राजमार्ग स्वीकारावा लागला. ते तिघे बरोबर चालत होते; पण परस्परांशी एक अक्षरदेखील बोलत नव्हते. जणू तीन पुतळ्यांनाच अकस्मात चैतन्य प्राप्त होऊन ते चालू लागले होते; पण त्यांना वाचा मात्र मिळाली नव्हती!

चालता चालता ते नगरापासून थोड्या अंतरावर असलेल्या एका सुंदर तलावापाशी आले. त्या तळ्यात जिकडेतिकडे कमळेच कमळे दिसत होती. जणू लाजऱ्या, हसऱ्या बालकांचे संमेलनच भरले होते तिथे.

मिटू लागलेल्या त्या कमळांकडे पाहता पाहता पहिला पंडित म्हणाला,

"कमळाला सरोज म्हणून संबोधणारा पहिला मनुष्य किती शहाणा असला पाहिजे!"

दुसरा पंडित खवचटपणाने उद्‌गारला,

“तुमच्याइतकाच!”

पहिला पंडित भडकून उद्‌गारला,

“जरा तोंड आवरून बोला.”

“तोंडाला कुलूप घालायचं असतं मूर्खांनी. शहाण्यांनी नाही. अहो महाशय, तुमची पहिली चूक या तळ्याला सरोवर समजणं ही आहे. डुक्कर कितीही माजला, म्हणून काय त्याला कोण हत्ती म्हणतो?”

“हे पाहा, माझ्यापाशी शास्त्राधार आहे. चला, या पावली परत चला. म्हणजे कोश दाखवून...”

“हं! तो कोशही तुमच्यासारख्या कल्पनावादी शहाण्यानंच केला असेल! अहो महाराज, सरोज हा फार संदिग्ध शब्द आहे! सरस् म्हणजे पाणीही होतं आणि सरोवरही होतं. वास्तव कधी असं संदिग्ध नसतं. म्हणून अंबुज हाच शब्द कमळाला योग्य आहे. अंबुज शब्द ज्यानं प्रथम वापरला...”

तिसरा पंडित मधेच ऐटीने म्हणाला,

“तुम्ही दोघंही सारखेच शहाणे आहा! कमळ हे सरोजही नाही आणि अंबुजही नाही. ते सरोवरात जन्माला येत नाही आणि पाण्यातही जन्माला येत नाही. तुम्ही दोघंही कल्पनावादी लोक आहात. काहीतरी अर्धंमुर्धं पाहायचं आणि त्याच्या आधारानं हवेत मनोरे उभारायचे, हा तुमचा उद्योग! तुम्हाला खऱ्याखुऱ्या वास्तवाची काही कल्पना आहे का? तळ्यात उतरून तुम्ही कधी एखादं कमळ काढलं आहे? अहो, कमळ हे खरोखर पंकज आहे. चिखलात त्याचा जन्म होतो.”

पहिला ओरडला,

“छे! नुसत्या चिखलात कधी कमळ निर्माण झालं आहे का? सरोज हाच शब्द बरोबर आहे.”

दुसरा किंचाळला,

“छट्! पाणी नाही मिळेल, तिथं कमळ कसं निर्माण होईल? अंबुज हाच शब्द योग्य आहे.”

तिसऱ्याने गर्जना केली,

“चिखलावाचून कमळ नाही! पंकज हाच शब्द उचित आहे!”

हा हा म्हणता तिघे हमरीतुमरीवर आले. बराच वेळ त्या तिघांची मारामारी सुरू होती! ती कमळांना पाहवेना. त्यांनी डोळे मिटून घेतले.

अंधार पडला, तरी ही पंडितत्रयी परत आली नाही, म्हणून तिला शोधायला

राजसेवक आले. त्यांना तिघेही पंडित तळ्याच्या काठावर कपडे फाटलेले, केस विस्कटलेले आणि अंगावर ठिकठिकाणी ओरखडे निघालेले अशा स्थितीत आढळले. या सज्जन पंडितांवर कुणीतरी भुरट्या चोरांनी हल्ला केला असावा, अशी समजूत करून घेऊन ते त्यांना अतिथिगृहाकडे नेण्याच्या व्यवस्थेला लागले!

■

वाढदिवस

एकदा एक भिकारी भीक मागत मागत राजधानीत आला. त्याने कधी राजा पाहिला नव्हता. राजवाडा पाहिला नव्हता. फिरत फिरत तो राजवाड्यापाशी आला. त्या दिवशी त्याची झोळी जवळजवळ भरत आली होती. तिच्यात तांदूळ होते. जोंधळे होते, सत्तू होते, गहू होते.

त्याला वाटले,

'अजून झोळीत दोन-तीन मुठी धान्य राहील. ते राजापाशीच का मागू नये? त्याच्या संग्रही कदाचित आपण कधीही न पाहिलेले धान्य असेल. ते आपल्याला पाहायला मिळेल, खायला मिळेल. शिवाय 'महाराज, महाराज, महाराज' म्हणून देशातले सारे लोक ज्याचे नाव आदराने उच्चारतात, तो कसा आहे, हेही आपल्याला सहजासहजी दिसेल!'

पण प्रवेशद्वाराशीच रक्षकांनी त्याला रोखून धरले.

भिकारी हसत सुटला. या लोकांना वेड तर लागले नाही ना, असा विचार त्याच्या मनात आला.

तो प्रमुख रक्षकाला म्हणाला,

''भाई, पागल आणि गुन्हेगार मोकाट सुटू नयेत, म्हणून पागलखाना आणि तुरुंग यांच्या दारांवर रक्षक ठेवतात, असं मी ऐकलं होतं. राजवाड्यात त्यांची काय जरूर आहे? की कारभाराच्या सोयीसाठी राजानं तुरुंग आणि पागलखाना हे हल्ली राजवाड्यातच आणून ठेवले आहेत?''

बोलता बोलता भिकाऱ्याने त्या रक्षकाच्या खांद्यावर हात ठेवला.

जणूकाही तो महारोग्याचा हात आहे, असे मानून त्याने तो झटकन दूर केला!

चार फटके देऊन त्या भिकाऱ्याला हाकलून देण्याची रक्षकांच्या त्या नायकाला तीव्र इच्छा झाली. हाताखालच्या लोकांना तो तशी आज्ञा करणार, तो स्वत: राजाच तेथे आला.

राजा दरबाराला जायला निघाला होता. राजाला पाहण्याची भिकाऱ्याची इच्छा ऐकताच तो म्हणाला,

"चल माझ्याबरोबर."

आजचा दरबार राजाच्या वाढदिवसानिमित्त भरला होता. राजा सिंहासनावर जाऊन बसला. भिकाऱ्याला त्याने आपल्या जवळच्या आसनावर बसण्याची खूण केली. सारी सभा चकित होऊन पाहू लागली. वर्षाकालातल्या मेघांच्या गडगडाटाला लाजवील, असा टाळ्यांचा कडकडाट सभागृहात झाला.

राजापुढे एकामागून एक उंची उपायने येऊ लागली. डोळे दिपविणारी रत्ने, एकदा तरी स्पर्श करून पाहावा, असे वाटायला लावणारी वस्त्रे, नाना तऱ्हांच्या आणि नाना आकारांच्या असंख्य वस्तूंचे संमेलनच जणूकाही आज तिथे भरले होते.

भेटी देण्याचा समारंभ संपला.

राजाने भिकाऱ्याकडे पाहिले. सुंदर सरपोसांनी झाकलेल्या विविध वस्तूंवरून भिकारी पुन:पुन्हा आपली दृष्टी फिरवीत होता.

राजा हसत भिकाऱ्याला म्हणाला,

"तुला काय हवं, ते माग."

—तत्काळ भिकारी त्या साऱ्या उंची सुंदर, वस्तूंकडे टक लावून पाहत उभा राहिला. एखाद्या प्रणयी पुरुषाने आपल्या प्रेयसीचे लावण्य नखशिखांत न्याहाळावे, तसे त्याचे ते पाहणे साऱ्या सभाजनांना वाटले.

"माग, हवं ते माग!" राजा उद्‌गारला.

भिकारी स्तब्ध होता.

"माग, मित्रा, माग. या सुंदर वस्तूंपैकी कोणतीही..."

भिकाऱ्याच्या ओठांची हालचाल झाली. आता तो काही बोलणार, असे वाटताच राजा एकदम दचकला.

"मागू? हवं, ते मागू?" भिकाऱ्याने गंभीर स्वराने प्रश्न केला.

राजा मनात गडबडला. वाढदिवसाची भेट म्हणून आलेल्या साऱ्या वस्तूंकडे भिकारी मघापासून अधाशी नजरेने पाहत होता. या साऱ्या उंची मूल्यवान वस्तू त्याने मागितल्या, तर? आणि एवढ्या वस्तूंनीच त्याचे समाधान होईल, याची खात्री काय? बोलूनचालून भीक मागणारा माणूस! हा प्राणी कधीतरी उंची झुळझुळीत वस्त्र नेसला असेल काय? मुकुट राहू द्या, पण हाताच्या बोटात अंगठी घालण्याची संधीसुद्धा त्याला कधी मिळाली नसेल! या उपाशी आणि अधाशी माणसाने आपले सारे राज्य मागितले, तर?

राजा काहीच बोलत नाही, असे पाहून भिकारी पुन्हा उद्‌गारला,

"मागू? मागू, महाराज?"

सारी सभा तटस्थ झाली. सभेतले पंडित मनात म्हणत होते,

'महाराजांनी उगीच शब्द दिला या वेड्याला. पूर्वी बळीनं वामनाला असंच वचन

दिलं; त्या वचनाच्या पायी त्याला स्वत:ला पाताळात गाडून घ्यावं लागलं!'

राजाचे डोळे लकाकले. सभा अधिकच उत्सुक झाली.

राजा हसत म्हणाला,

''मित्रा, तुझ्या कुटुंबात किती मंडळी आहेत?''

''मला कुटुंबच नाही, महाराज!''

''माझी स्थिती तुझ्या अगदी उलट आहे. सारी प्रजा हे माझं कुटुंब आहे. कुणी कुबेराची संपत्ती मला दिली, तरी या कुटुंबातल्या प्रत्येकाच्या वाट्याला कवडी कवडी तरी येईल की नाही, याची मला शंका आहे. म्हणून वाढदिवसाच्या निमित्तानं मी हे नजराणे स्वीकारीत आहे,''

राजा थांबला. भिकारी गोंधळला.

राजा पुढे बोलू लागला,

''माझ्या या मोठ्या कुटुंबाकरिता मिळेल तेवढी संपत्ती मला हवीच आहे. मित्र म्हणून आज तूसुद्धा मला काहीतरी भेट द्यायला हवीस! खरं की नाही?''

भिकाऱ्याच्या मुद्रेवर कारुण्याची छाया पसरू लागली.

त्याने खाली मान घातली.

थोड्या वेळाने मान वर करून त्याने राजाकडे अश्रुपूर्ण नेत्रांनी पाहिले.

भिकाऱ्यापुढे दोन्ही हात पसरून राजा उद्गारला,

''दे, मित्रा, मला वाढदिवसाची भेट दे. कसलीही... काहीही...''

भिकाऱ्याच्या डोळ्यांतून सिंहासनापुढे पसरलेल्या उंची गालिच्यावर अश्रुबिंदू ठिबकू लागले.

राजा स्मित करीत म्हणतच होता,

''दे मित्रा, मला वाढदिवसाची भेट दे.''

भिकाऱ्याचे डोळे एकदम चमकले.

एकाच वेळी तो हसत होता आणि रडत होता. एखाद्या विजयी सेनापतीप्रमाणे तो डौलाने पुढे झाला आणि खांद्याला अडकविलेली झोळी त्याने राजाच्या हातात रिती करायला सुरुवात केली.

राजाची ओंजळ शिगोशीग भरली.

पण भिकारी थांबला नाही.

धान्य ओघळून खाली गळू लागले.

सारी सभा विस्मयचकित झाली. आपण एखादे अद्भुत स्वप्न पाहत आहो, असेच प्रत्येकाला वाटत होते.

रिकामी झालेली झोळी खाकेला लावून भिकारी जायला निघाला. झपाझप पावले टाकीत तो सभागृहाच्या प्रवेशद्वारापर्यंत आला.

साऱ्या लोकांचे डोळे त्याच्यावर खिळून राहिले.

कंपित स्वराने राजाने हाक मारली,

"मित्रा-"

भिकारी थांबला, मागे वळून तो राजाकडे पाहू लागला.

राजा उद्गारला,

"मित्रा, तुला काय हवं, ते तू सांगितलं नाहीस मला! माझी परतभेट न घेताच, माझा राजवाडा न पाहताच तू निघालास!"

एखाद्या रूपगर्वितेप्रमाणे साऱ्या सभाजनांकडे तीव्र कटाक्ष टाकीत भिकारी परतला. तो पुन्हा सिंहासनासमोर येऊन उभा राहिला. सर्वांचे प्राण कानांत गोळा झाले.

पण भिकाऱ्याचे ओठ हलले नाहीत. त्याने खाकेची झोळी काढली आणि ती राजाच्या उजव्या खांद्याला लावली.

सारी सभा भयभीत झाली.

राजा एखाद्या पाषाणमूर्तीप्रमाणे स्तब्ध होता.

भिकारी राजाला म्हणाला,

"महाराज, आपलं कुटुंब फार मोठं आहे. खाली पडलेल्या या धान्याचा त्याला थोडा ना थोडा उपयोग होईल. ते ठेवण्यासाठी ही झोळी मी मघाशीच आपल्याला द्यायला हवी होती. पण माणसाचं मन मोठं लोभी असतं. मी धान्य दिलं. पण झोळीचा मोह मला काही आवरता आला नाही."

भिकारी सभागृहाबाहेर जाऊन दिसेनासा होईपर्यंत सारे लोक त्याच्याकडे निश्चल दृष्टीने पाहत होते.

तो दिसेनासा झाल्यावर त्यांनी राजाकडे पाहिले.

राजा सिंहासनावरून खाली उतरला होता. अश्रुपूर्ण नेत्रांनी गालिच्यावर पसरलेल्या धान्याच्या कणांकडे पाहत होता. पाहता पाहता त्याने भक्तिभावाने आपले हात जोडले.

■

दु:ख

मी अतिशय अस्वस्थ झालो. जगात जिथे पाहावे, तिथे एकच दृश्य मला दिसत होते. मोठा मासा लहान माशाला गिळून टाकीत होता.

मी ज्ञानवृद्ध धर्मपंडितांकडे गेलो. माझे दु:ख त्यांना सांगितले. त्यांनी माझ्याकडे विचित्र दृष्टीने पाहिले. ती दृष्टी पुटपुटत होती. पागलखान्यातून पळून आलेला हा कुणीतरी वेडा असावा!

माझ्यापुढे जीर्ण पोथ्यांचे ढीग रचीत ते उद्गारले,

''या पोथ्या वाच, म्हणजे तुझं समाधान होईल. अरे वेड्या, जग निर्माण झाल्यापासून हेच चाललंय! या जगरहाटीतली चूक शोधून काढणं, म्हणजे परमेश्वराला महामूर्ख मानण्यासारखं आहे!''

त्यांना वाईट वाटू नये, म्हणून त्या पोथ्या मी चाळून पाहिल्या. पण माझ्या काळजात रुतून बसलेले काट्याचे टोक बोथटले नाही. उलट, त्याला कसला तरी विषार माखला गेला आहे, असा भास मला झाला.

त्यांचा निरोप घेऊन मी शास्त्रज्ञांकडे गेलो. माझे हृदय मी त्यांच्यापुढे उघडे केले.

ते माझ्याकडे रोखून पाहू लागले. चंद्रावरून किंवा मंगळावरून आलेला हा कुणीतरी प्राणी आहे, असे त्यांना वाटले असावे! आकृत्या आणि आकडे यांनी भरलेले अनेक जाडजूड ग्रंथ माझ्या अंगावर फेकीत ते उद्गारले,

''हे वाचून पाहा. म्हणजे तुला पडलेलं कोडं क्षणार्धात सुटेल. मोठ्या माशानं लहान माशाला गिळावं, हा सृष्टीचा न्यायच आहे!''

त्यांच्या समाधानाकरिता ती पुस्तके मी चाळून पाहिली. पण ती काही माझे समाधान करू शकली नाहीत.

पारध्याच्या भयाने धावणाऱ्या हरणासारखा मी वणवण फिरलो. झोपडीपासून राजवाड्यापर्यंत, देवळापासून स्मशानापर्यंत सर्वत्र मी भटकलो. प्रत्येकाला मी हा एकच प्रश्न विचारला. सर्वांनी मला सहानुभूतीने वागविले, पण वेड्यात काढले!

एका मानसशास्त्रज्ञाने मला सल्ला दिला,

"अंतर्मनातल्या अतृप्त इच्छेमुळे तू असा वेड्यासारखा वागत आहेस. खरं सांगायचं, तर मासे किती रुचकर लागतात, हे चाखून पाहायची तीव्र इच्छा तुला झाली आहे. पण तुझे सारे संस्कार या आहाराविरुद्ध आहेत. म्हणून हा प्रश्न तुला एखाद्या भुतासारखा भेडसावीत आहे. मित्रा, एकदा मनाचा धडा कर आणि मासे खा. म्हणजे लहान आणि मोठे असे दोन्ही प्रकारचे मासे तू मिटक्या मारीत खाऊ लागशील. मग त्यातला कोण कुणाला खातो, हा प्रश्न किती मूर्खपणाचा आहे, हे तुझ्या लक्षात येईल.''

एक कामशास्त्रज्ञ माझ्या कानात कुजबुजला,

"वेड्या, तुझं लग्नाचं वय होऊन गेलं आहे. म्हणून हा विचित्र भास तुला एकसारखा होत आहे. स्त्रीचे डोळे माशासारखे असतात, असं तू लहानपणी काव्यात वाचलं होतंस ना? तेच तुझ्या मनात खोल खोल दबा धरून बसलं आहे. मित्रा, एखादी सुंदर स्त्री शोधून काढ आणि तिला घेऊन बोहल्यावर चढ. तिच्या डोळ्यांत लहान मासे आणि मोठे मासे गुण्यागोविंदाने एके ठिकाणी नांदत आहेत, हे पाहिलंस, म्हणजे तुला होणारा भास हा हा म्हणता नाहीसा होईल.''

कुणी सल्ला दिला,

"तुझ्या डोळ्यांपुढं काही ध्येय नाही, म्हणून हे असं होतंय. ध्येयवादी हो.''

कुणी उपदेश केला,

"अरे वेड्या, तुझ्या मनात ज्या कल्पना येत आहेत, त्या काव्याला फार अनुकूल आहेत. तू कवी हो.''

कुणी काही, कुणी काही सांगितले. उपदेशाइतकी स्वस्त वस्तू जगात दुसरी कुठलीच नसते!

पण माझ्या मनाची तळमळ तशीच राहिली. मी जगाला कंटाळलो, आत्महत्येचे विचार माझ्या मनामध्ये वारंवार येऊ लागले.

एके दिवशी संध्याकाळी फिरत फिरत मी मनुष्यवस्तीपासून दूर दूर गेलो. पश्चिमेकडे मोठा वणवा पेटल्याचा भास झाला. तरी मी चाललो होतो. तो वणवा विझला. सगळीकडे काळे कोळसे दिसू लागले. तरी मी पुढेच चाललो होतो. मधेच मला वाटले, अजून तो वणवा पुरता विझला नसावा! या काळ्याकुट्ट कोळशातूनही त्याच्या ठिणग्या चमकत आहेत.

मी एका उघड्या माळावर आलो. तिथे एक बालक आकाशाकडे दृष्टी लावून गाणे म्हणत बसले होते.

मी हळूच त्याच्याजवळ गेलो. त्याचे गाणे आता मला स्पष्ट ऐकू येऊ लागले.

त्यातल्या एका शब्दाचाही अर्थ मला कळला नाही, पण त्याच्या गोड सुरांनी माझे प्रक्षुब्ध मन हळूहळू शांत होऊ लागले.

माझी चाहूल लागताच ते बालक उठले, माझ्याकडे धावत आले आणि मला मिठी मारून म्हणाले,

"गोष्ट सांगा, मला नवी गोष्ट सांगा. कित्ती कित्ती दिवसांत नवी गोष्ट सांगितली नाही मला कुणी."

मी खाली बसलो. माझ्या मांडीवर मस्तक ठेवून आकाशाकडे पाहत पडलेल्या त्या बालकाला मी कथा—कथा कसली? माझी व्यथा— सांगू लागलो.

"एक होता मोठा समुद्र. त्यात खूप खूप मासे होते. काही लहान, काही मोठे. एके दिवशी तिथल्या एका मोठ्या माशाचं एका लहानग्या माशाशी भांडण झालं. तो त्या छोट्या माशाला कडकडून चावला. त्याचं रक्त त्याला मोठं गोड लागलं. त्यानं हसत हसत तोंड उघडून त्याला गिळून टाकलं."

"त्या दिवसापासून त्या समुद्रात एकसारखा गोंधळ सुरू झाला. उठल्या सुटल्या प्रत्येक मोठा मासा आपल्यापेक्षा लहान असलेल्या माशाला गिळून टाकू लागला."

बोलता बोलता मी थांबलो.

त्या बालकाने उत्सुकतेने प्रश्न केला,

"पुढं काय झालं?"

मी विषण्ण मनाने म्हणालो,

"काही नाही!"

माझ्याकडे चकित दृष्टीने पाहत ते बालक उद्‌गारले,

"असं कसं होईल?"

मी उत्तर दिले,

"ते मोठे मासे कुणाचंच ऐकत नाहीत!"

ते बालक ताडकन उठले आणि माझे बोट धरून मला उठवीत म्हणाले,

"चला, आपण जाऊ या त्या समुद्राकडे. तिथं गेल्यावर तुमच्याकडे बोट दाखवून मी त्या मोठ्या माशांना म्हणेन, 'हे माझ्यापेक्षा कित्ती मोठे आहेत. पण हे काही मला त्रास देत नाहीत. मला कुणी खायला आलं, तरी मी यांच्या पाठीमागं जाऊन लपेन. तुम्हीसुद्धा असंच वागायला हवं!"

त्याचे ते शब्द ऐकता ऐकता माझ्या डोळ्यांत अश्रू उभे राहिले.

लगेच ते बालक डबडबलेल्या डोळ्यांनी माझ्याकडे पाहू लागले. सद्‌गदित स्वराने त्याने मला प्रश्न केला,

"तुम्ही का रडता?"

माझ्या अश्रूंचे कारण मला त्याला सांगता येईना. ज्यांच्याकडे मी आतापर्यंत गेलो होतो, ते सारे शास्त्रज्ञ, धर्मपंडित आणि मोठमोठे लोक माझ्या डोळ्यांपुढे उभे राहिले होते. एकेकाळी ते या बालकासारखेच असले पाहिजेत, या कल्पनेने माझे मन व्याकूळ झाले होते!

■

शांती

हळूहळू काळ्या ढगांतून सूर्यबिंब वर येऊ लागले.

ते पाहून एखादी कवयित्री उद्गारली असती,

'काल संध्याकाळी सागरात बुडालेला सुवर्ण-कलश हातांत घेऊन रजनी वर आली. पण रत्नाकराच्या तळाशी गेलेला तो कलश शोधता शोधता तिच्या अंगावरले हिऱ्यामोत्यांचे अलंकार गळून पडले. ते शोधायला ती पुन्हा सागरात गेली आहे आणि तिने वर आणलेला हा सुवर्ण-कलश लाटांवर डौलाने तरंगत आहे.'

या रमणीय दृश्याने आनंदित झालेल्या एखाद्या बालकाला वाटले असते :

'नंदनवनातल्या सुंदर आम्रवृक्षाचा पाडाला आलेला एक आंबा गळून घरंगळत खाली पृथ्वीवर येत आहे!'

पण याच देखाव्याने एखाद्या वृद्धाच्या मनात असा तरंग उद्भवला असता,

'यौवनातल्या मधुर आणि मादक स्वप्नात गुरफटून राहिलेला मानवाचा आत्मा आता जागृत होऊन आपलं शुद्ध स्वरूप प्रकट करू लागला आहे.'

अरण्यातल्या नदीच्या प्रवाहात सूर्याला अर्घ्यदान देत उभ्या असलेल्या त्या साधूच्या मनात मात्र यापैकी कुठलीच कल्पना आली नाही. तोंडाने गायत्री मंत्राचा जप करीत असताना तो मनातल्या मनात प्रार्थना करीत होता,

'हे प्रभो, तू प्रकाशमय आहेस. पृथ्वीवरल्या अंधकाराचा प्रत्येक दिवशी तुझ्या कृपेने लोप होतो. पण त्याच पृथ्वीवर वावरणाऱ्या प्राण्यांच्या मनात जो अंधार पसरला आहे, तो तू केव्हा दूर करणार? प्राणिमात्रातला परमेश्वर प्रत्येकाला केव्हा दिसू लागणार? दयाघना, जगातला हा अशांतीचा वणवा तूच शांत करू शकशील. माझं तप घे, माझं सुख घे, माझा स्वर्ग घे; पण या जगात शांतीचं साम्राज्य पसरेल, असं काहीतरी कर. सिंहाच्या पाठीवर सशानं खेळावं, गरुडाच्या कुशीत सापानं झोपावं, आर्यांच्या गळ्यात गळा घालून अनार्यांनी नांदावं, एवढीच माझी इच्छा आहे!'

याच वेळी एक घार आपल्या घरट्यातून त्या सूर्यबिंबाकडे डोकावून पाहत होती. ते बिंब पाहून ती आनंदित झाली. बहुधा तिला कोंबडीच्या कोवळ्या लुसलुशीत पिलाची आठवण झाली असावी!

तिचे एकुलते एक पिल्लू हळूच मागून येऊन तिच्या कुशीत लाडालाडाने आपले मस्तक लपवीत होते. वात्सल्याने मागे वळून तिने त्याच्या चिमण्या चोचीत आपली चोच घातली आणि ती म्हणाली,

"राजा, तुला खाऊ आणायला जायची वेळ झाली. जाते हं मी! काल तू घरट्याबाहेर जायला अगदी अधीर झाला होतास. म्हणून तुला सांगते, अजून तुझे पंख दुबळे आहेत. या समोरच्या निळ्या हसऱ्या आभाळात एक दुष्ट चेटकीण लपून बसलेली असते. ती तुझ्यासारख्या पिलांना हळूच खुणावते, नि त्यांना भुलवून घरट्याबाहेर नेते. किलबिल किलबिल करीत ती तुला गाणी म्हणून दाखवील. ढगांच्या हत्तींवर आणि घोड्यांवर तुला बसविते, असं आमिष दाखवील; पण लक्षात ठेव, लहान पिलांना मारून त्यांचं कोवळं मांस खाणारी राक्षशीण आहे ती! माझ्या गळ्याची शपथ आहे तुला! काही झालं तरी आपल्या घरट्यातून बाहेर पडू नकोस! माझ्या छकुल्यासाठी आज मी काय आणणार आहे सांगू? एक सुंदर सापाचं पिल्लू!"

"पिल्लू?" त्या चिमण्या जीवाने प्रश्न केला.

"हो! सापाच्या पिलाचं मांस किती गोड असतं, म्हणून सांगू? छे! सांगून ते तुला कधीच कळायचं नाही. आज तू ते खाल्लंस, म्हणजे—"

त्याने पुन्हा प्रश्न केला,

"त्या सापाच्या पिलाला आई असते ना?"

घारीने मान डोलवली.

"मग त्याला तू मारून आणलंस, तर ती रडत बसेल की!"

"माझं बछडं किती साधंभोळं आहे गं बाई! अरे वेड्या, सापाची जात निराळी आणि आपली जात निराळी! आपलं आणि सापाचं वैर आहे."

"वैर म्हणजे काय गं?"

"घार ही सापाचा शत्रू आहे, समजलास?"

"पण शत्रू म्हणजे काय?"

"शत्रू म्हणजे— ज्याला आपण ठार मारायचं असतं, तो!"

"का मारायचं त्याला?"

"आपल्याला खायला मिळावं, म्हणून!"

"आपण दुसरं काहीतरी खाऊ."

"वेडा कुठला! आपल्या अरण्यात तो एक साधू राहतोय ना? त्याचाच मुलगा व्हायचास तू! चुकून माझ्या पोटी जन्माला आलास!" असे हसत हसत म्हणत आणि त्याच्या चोचीवर मायेने चोच घाशीत, घार घरट्याबाहेर पडली. तिने पंख पसरले. ती झेपावत खाली चालली. जणूकाही स्वर्गातून डुलत डुलत उतरणारे विमानच!

याच वेळी एक भिल्ल हातात तिरकमठा घेऊन झोपडीबाहेर पडत होता. आपल्या एकुलत्या एक लाडक्या मुलाचा मुका घेऊन तो म्हणाला,

"पोरा, रानांतली रंगीबेरंगी फुलं गोळा करायला काल तू दूर दूर भटकत होतास. तसं कुठं जायचं नाही हं आज! रानातल्या जाळ्यांत जीवजिवाणू लपून बसलेलं असतं. माणसाला ते केव्हा चावेल, याचा नेम नाही!"

"पण, बाबा—"

"पण नाही नि बिण नाही. काल आभाळात एक घार फिरत होती. ती पाहून हे पाखरू मला खेळायला हवं, असा तू हट्ट धरून बसला होतास. आज तुला घारीचं पिल्लू आणून देणार आहे मी! पहिलं काम ते! मग दुसरी शिकार!"

मुलाने विचारले,

"त्या पिलाला आई असते ना?"

"अरे वेड्या, या जगात आईशिवाय कुणीच जन्माला येत नाही!"

"मग मला ते पिल्लू नको, बाबा! तुम्ही त्याला धरून आणलंत, म्हणजे त्याची आई तिकडं रडत बसेल. काल मी हरवलो होतो, तेव्हा आई रडायला लागली नव्हती का?"

त्याच्या पाठीवरून प्रेमाने हात फिरवीत पिता उद्गारला,

"या अरण्यात तो एक साधू राहतोय ना? त्याचाच मुलगा व्हायचास तू! चुकून माझ्यासारख्या शिकाऱ्याच्या पोटी तुझा जन्म झाला. अरे वेड्या, पाखराची जात निराळी आणि माणसाची जात निराळी! हं चल, लाग तुझ्या तिरकमठ्यानं खेळायला!"

पोराचे खांदे गदगदा हलवून आणि त्याच्या गालाला गाल लावून शिकारी झोपडीबाहेर पडला. आपला तिरकमठा सरसावून तो झपझप चालू लागला. जणूकाही आपल्या मातृभूमीच्या रक्षणासाठी लढाईवर जायला निघालेला शूर सैनिकच!

याच वेळी एक सर्पीण एका जाळीच्या आड आपल्या पिलाशी गुलुगुलु बोलत होती.

पिल्लू म्हणत होते,

"आई, उन्हं किती वर आली बघ! चल, आपण आपल्या बिळात झोपायला जाऊ या!"

आई रागाने म्हणाली,

"अं हं! इतक्यात जायचं नाही. जरा थांब. तो शिकारी रोज या वाटेनंच जातो. त्याचा कडकडून चावा घेतल्याशिवाय मला चैन पडायचं नाही."

"पण आई, काल त्याचा पाय तुला चुकून लागला असेल! एवढं काय मनात ठेवायचं ते? मी नाही का तुझ्या अंगावर हवा तसा लोळत?"

"वेडं रे वेडं! छबड्या, आपल्या या अरण्यात तो साधू राहतोय ना? त्याचाच मुलगा व्हायचास तू! चुकून माझ्या पोटी जन्माला आलास!

पिल्लू म्हणाले,

"पण तू त्या शिकाऱ्याला चावून ठार मारलंस, तर त्याचा तो मुलगा रडत बसेल ना?"

"खुशाल बसू दे. आपल्याला काय करायचंय त्याच्याशी? सापाची जात निराळी नि माणसाची जात निराळी!"

इतक्यात समोरच्या गर्द झाडीतला पाचोळा वाजू लागला. पाचोळ्याचा चुर्र चुर्र असा आवाज ऐकताच सर्पीण पिलाला म्हणाली,

"अगदी लवकर परत येते हं मी! इथंच सांभाळून राहा, राजा! या जाळीच्या बाहेर कुठ्ठं कुठ्ठं जाऊ नकोस!"

अजूनही पाचोळा चुर्र चुर्र वाजतच होता. पिलाला प्रेमाने कुरवाळून सर्पीण जाळीतून बाहेर पडली. जणूकाही वेडीवाकडी वळणे घेत सागराकडे धावणारी नदीच!

शिकारी घारीचे घरटे हुडकीत निघाला. लपतछपत सर्पीण त्याचा पाठलाग करू लागली. मधेच तिने वर पाहिले. एक घार तीक्ष्ण दृष्टीने पृथ्वीकडे पाहत आभाळात गिरक्या घेत होती. सर्पिणीच्या अंगावर काटा उभा राहिला. ती चटकन जवळच्या जाळीत जाऊन लपली.

थोड्या वेळाने ती बाहेर आली. तेव्हा घार दूर दूर तरंगत जात होती.

तिने इकडेतिकडे पाहिले. शिकारी कुठेच दिसेना! रागारागाने फूत्कार सोडीत ती त्याचा माग काढू लागली.

तिचे पिल्लू तिच्या मागोमाग निघाले होते. पण त्याची तिला दादच नव्हती. शिकाऱ्याचा मुलगाही बापाच्या पाठोपाठ झोपडीबाहेर पडला होता. उडण्याचा मोह अनावर होऊन घारीचे पिल्लूही घरट्यापासून दूर दूर जात होते. आईबापांनी उपदेश करावा आणि त्यांच्या अपत्यांनी तो न ऐकता स्वच्छंदाने वागावे, ही जीवनाची रीतच आहे!

शिकारी आभाळ टेहळीत होता. पाहता पाहता त्याला ते घारीचे पिल्लू दिसले. लगेच त्याने नेम धरला. तिरकमठ्यावरून बाण सुटला!

त्याच क्षणी सर्पिणीने त्याच्या पायाचा कडकडून चावा घेतला.

दुसऱ्याच क्षणी तिच्या पिलावर घारीने झडप घातली.

शांतीचा परम उपासक असलेला तो साधू सूर्याला सहस्र अर्घ्य देऊन ईशचिंतन करीत आपल्या पर्णकुटीकडे परत येऊ लागला होता. 'बाबा, बाबा,' असा करुण आक्रोश त्याच्या कानांवर पडताच त्याने आपले पाऊल त्या दिशेला वळविले. दुरून

त्याला जे दृश्य दिसले, ते पाहून आपली सारी तपश्चर्या आज फळाला आली, असे त्याला वाटले, प्राणिमात्राने वैर विसरून मित्रमित्र म्हणून राहावे, ही आपली प्रार्थना परमेश्वराने आज ऐकली, असा त्याला भास झाला. घार व साप यांच्या जवळ एक मुलगाही दिसत होता. सर्पिणीला घारीची भीती वाटत नाही, माणसाला सापाचे भय वाटत नाही आणि माणूस पाहून घार भयभीत होत नाही! किती सुंदर आणि मंगल दृश्य! केवढा हा आपला विजय! आभाळाकडे डोळे लावून आणि भक्तिभावाने हात जोडून तो साधू उद्‌गारला,

"प्रभो, धन्य आहे तुझी लीला!"

तो थोडा पुढे आला. एकदम शहारला. त्याच्या दृष्टीला तीन प्रेते पडली— एक माणूस, एक घारीचे पिल्लू आणि एक सापाचे पिल्लू!

त्याच्या हातातला कमंडलू खाली गळून पडला. आता त्याला वर आभाळाकडे पाहण्याचा धीर होईना! खाली मान घालून तो पृथ्वीकडे पाहू लागला. त्याच्या डोळ्यांतून टप टप टिपे गळू लागली.

■

काळ

कुणीतरी लगबगीने बागेत आले. प्रफुल्ल पुष्पे परडीत पडू लागली. परडी भरली. कुणीतरी बागेतून जाऊ लागले.

जाता जाता ती फुले वेलीवरल्या कळ्यांकडे तुच्छतेने पाहत म्हणाली,

"पाहिलंत आमचं वैभव? नाहीतर तुम्ही! तुमच्याकडे ढुंकूनसुद्धा पाहिलं नाही!"

देवघरात प्रवेश करताच मूर्तीवरून काढून बाजूला ठेवलेल्या फुलांची आणि त्यांची दृष्टभेट झाली.

त्या निर्माल्याकडे तिरस्काराने पाहत ती प्रफुल्ल पुष्पे हसली आणि उद्गारली,

"अरे चोरांनो! आमची सोंगे घेऊन देवघरात शिरला होता, होय? सोंग साधणं सोपं आहे! पण— तुम्हाला ना रूप, ना रंग, ना गंध! या देवघरात काय काम आहे तुमचं? चला. चालते व्हा इथनं!"

दुसरा दिवस उजाडला.

देवाच्या दारातच आत येणाऱ्या फुलांची आणि बाहेर जाणाऱ्या निर्माल्याची गाठ पडली. निर्माल्याची मुद्रा कोमेजून गेली होती. आत येणाऱ्या फुलांची दृष्टी चुकवून बाहेर जायची इच्छा होती त्याची! पण त्या फुलांनी त्याला अडविले. धुंद दृष्टीने त्याच्याकडे पाहत ती प्रफुल्ल पुष्पे उपहासाने म्हणाली,

"ओळख विसरलात, वाटतं? कालच आमचा निरोप घेऊन आला होता तुम्ही! तुमचं वैभव पाहायला आलोय आम्ही मुद्दाम इथं!"

निर्माल्याने काहीच उत्तर केले नाही. खाली मान घालून तो मुकाट्याने बाहेर पडला.

परडीतली फुले पुढे झाली. मूर्तीजवळ आली.

मूर्तीच्या मुद्रेवर करुणापूर्ण स्मिताची सूक्ष्म छटा चमकून गेली.

घड्याळ

एका सुंदर खोऱ्यात अगदी एकीकडे बसलेले चिमुकले खेडे होते. लौकिक व्यवहारापासून दूर जाऊन ध्यानधारणा करीत बसलेल्या तपस्व्यासारखे ते भासे. शहरातली एखादी सुधारणा झिरपत झिरपत तिथे येई. नाही, असे नाही. पण अजून तिथल्या जीवनाची चाकोरी जुनीच होती. धरती ही गावाची माता आणि पाऊस हा त्याचा पिता. पाखरांचे गाणे आणि नदीतले नहाणे. फुलांत दागिने, तर शेतांत खजिने. संध्येचा गुलाल आणि सूर्याचे घड्याळ!

पण जीवनाची रहाटी मोठी विलक्षण आहे. साप कधी सरळ सरपटत जातो का? नदी कधी वळणे न घेता वाहते का? जीवनही तसेच आहे.

शहर पाहायला गेलेला एक तरुण शेतकरी एके दिवशी एक घड्याळ घेऊन आपल्या खेड्यात परत आला. ते घड्याळ पाहायला त्याच्या घरी सारे गाव लोटले. काळोख पडला, तरी माणसे येतच होती. देवदर्शन करून घड्याळ पाहायला आलेली काही माणसे त्या तरुणाला म्हणाली,

"वेड्या, उगीच पाण्यात पैसा घातलास तू! आपल्यासारख्या खेडवळांना कशाला हवीत असली महागडी यंत्रं? सूर्याबरोबर आपला दिवस उगवतो आणि त्याच्याबरोबरच तो मावळतो."

तो तरुण त्या म्हाताऱ्यांच्या म्होरक्याला मोठ्या ऐटीने म्हणाला,

"इथंच चुकतंय आपलं, आजोबा! पिढ्यान् पिढ्या सूर्यावर भरवसा ठेवून आपण काम करीत आलो. त्यामुळे आपलं किती आयुष्य फुकट गेलं, याचा तुम्ही हिशेब केलाय का? सूर्य काय, कधी सहाला उगवतो, कधी साताला तोंड दाखवतो. कधी लवकर झोपतो, कधी खूप वेळ जागत बसतो! म्हणून हे घड्याळ मी मुद्दाम विकत घेतलं. मोठं अजब यंत्र आहे हे, आजोबा! पूर्वीची घड्याळं ठोके देत होती, गजर करीत होती; पण हे बेटं माणसाशी बोलत सुटतं. माणसाला असला दुसरा दोस्त मिळायचा नाही जगात."

बोलता बोलता घड्याळाकडे अभिमानाने पाहत तो उद्गारला,

"अरे बाप रे, नऊ वाजले!"

लगेच घड्याळ बोलू लागले,

"नऊ वाजले, नऊ वाजले. उठा, चला. उठा, पळा. लवकर-लवकर झोपा. नाहीतर उठायला उशीर होईल.''

हे शब्द ऐकताच ती म्हातारी माणसं चकित झाली. लगेच ती पटापट उठली. मात्र जाता जाता मोठ्या भक्तिभावाने त्या घड्याळाला नमस्कार करायला ती विसरली नाहीत.

माजघरात शांतपणाने बोलत बसणाऱ्या त्या घड्याळाचे शेतकऱ्याने पहिल्यापहिल्यांदा फार कौतुक केले. पण कौतुक हे मोहक रंगाचे भरजरी वस्त्र असले, तरी त्याचा रंग नेहमीच कच्चा असतो. नव्या घड्याळाच्या बाबतीत त्या शेतकऱ्याचे असेच झाले. खूप किंमत देऊन विकत आणलेली वस्तू म्हणून पहिल्यांदा तो टक लावून त्याच्याकडे पाहत उभा राही. त्याला किल्ली द्यायला उशीर झाला, तर मूल उपाशी राहिले, म्हणून चुकचुकणाऱ्या आईसारखी त्याची मन:स्थिती होई.

पण काळ प्रत्येक कळीचे निर्माल्य करून टाकतो. ते घड्याळ इतके बोलके नसते, तर बरे झाले असते, असे हळूहळू त्याला वाटू लागले. आपल्या लहानग्या मुलाची चिमुकल्या हातांची मिठी दूर करून पहाटे उठायचे त्याच्या जिवावर येई. आपल्या पाडसाची झोपमोड होईल, असे भय त्याला वाटे; पण पाच वाजले की घड्याळ ओरडत सुटे,

"उठा, उठा. पाच वाजले. आभाळातला सूर्य फार आळशी आहे, अजून उठला नाही तो! चला, उठा, कामाला लागा.''

दिवसभर ते घड्याळ असे बोलत सुटे. शेतकऱ्याच्या म्हाताऱ्या बापाला, कष्टाळू बायकोला आणि लहान लहान मुलांना सदैव सावध करण्यात त्याला मोठा आनंद वाटे.

एके दिवशी तो शेतकरी घामाने निथळतच घरी आला. लगेच त्याची कारभारीण गूळपाणी घेऊन पुढे झाली. 'हुश्श' करून खाली बसत आणि तिच्याकडे पाहत तो म्हणाला,

"अरे बाप रे, काय भयंकर ऊन आहे हे!''

त्याची बायको काहीतरी बोलणार, तोच घड्याळ हसून म्हणाले,

"वेडा आहेस तू. आता फक्त दहा वाजून तेरा मिनिटं झाली आहेत. फार तर पाच-दहा सेकंद अधिक झाले असतील. दहा वाजता कधी भयंकर ऊन असतं काय?''

हे शब्द ऐकताच त्या शेतकऱ्याला असा राग आला! त्याला वाटले, उठावे आणि ते घड्याळ कुठेतरी बाहेर फेकून द्यावे! पण तसे केले, तर बायको आपल्याला हसेल, म्हणून तो गप्प बसला. मात्र गूळपाण्याची चव चाखता-चाखता त्या घड्याळाकडे पाहून दोन-तीनदा त्याने दातओठ चावले.

मध्यरात्री अंधारात तो हळूच उठला आणि चोरपावलांनी माजघरात आला. पाहतो, तो घड्याळापाशी दोन अस्पष्ट आकृती उभ्या आहेत. पुढे होऊन त्याने पाहिले. एक होती त्याची बायको आणि दुसरे होते त्याचे वडील. त्याला पाहताच बायको रुसक्या स्वरात पुटपुटली,

"तुम्ही कशाला आलात इथं? हे मेलं घड्याळ उकिरड्यावर फेकून देणार होते मी! काळोख पडला आणि तुम्ही घरी आला नाही, म्हणजे माझ्या मनाला हजार विंचू डसतात. मग सारखी पुढल्या दारी येरझारा घालू लागते. ते पाहून हे द्वाड घड्याळ हसतं आणि म्हणतं, 'वेडी कुठली! अशी काय मोठी रात्र झालीय! फक्त सात वाजून वीस मिनिटं! फारफार तर पाच-दहा सेकंद अधिक झाले असतील. अशी अधीर व्हायला तू काही नवी नवरी नाहीस!"

त्याचे वडील कापऱ्या स्वरात उद्गारले,

"सूनबाई, तू कशाला हात लावतेस या हलकटाच्या अंगाला? माझ्या म्हाताऱ्या मनगटातली ताकद दाखवतो मी त्याला! हरामखोर कुठलं! रात्री खोकूनखोकून झोप येईनाशी झाली, म्हणजे मी अंथरुणावरून उठतो नि माजघरात फेऱ्या घालू लागतो. ते बघितलं, की हे नीच घड्याळ हसून म्हणतं, 'म्हातारेबुवा, पडा मुकाट्यानं अंथरुणावर. अहो, ज्याला मरणाची चाहूल लागली आहे, त्याला झोप कशी येणार? आता कुठं दोन वाजून पाच मिनिटं झाली आहेत. फार तर पाच-दहा सेकंद अधिक झाले असतील. सूर्याच्या रथाला सातच घोडे आहेत, आजोबा, शंभर नाहीत!"

तिघेही घड्याळाचे उच्चाटन करायला पुढे सरसावले
इतक्यात ते घड्याळ हसून म्हणाले,

"तुम्ही उगीच झोपमोड करून घेतलीत आपली! आता कुठं बारा वाजून तेरा मिनिटं झाली आहेत. फार तर पाच-दहा सेकंद अधिक झाले असतील. आता स्वस्थ झोपा आणि सकाळी मला जी काही शिक्षा करायची असेल, ती करा. तुमच्यासारख्या मूर्खांच्या घरात राहायची मला तरी कुठं हौस आहे?"

सकाळी उठताच बायको नवऱ्याला म्हणते,

"इतके पैसे देऊन घड्याळ आणलंत ते काय फेकून द्यायला? असू देत घरात."

तिचा नवरा आपल्या बापाला म्हणाला,

''आपण घड्याळ फेकून दिलं, तर लोक हसतील आपल्याला. तेव्हा...''

बाप उद्‌गारला,

''तेच म्हणत होतो मी!''

घड्याळाने हसत-हसत सहाचे ठोके दिले आणि ते म्हणाले,

''मित्रहो, एक गोष्ट लक्षात ठेवा. मध्यरात्री माणसाच्या मनातली भुतं जागी होतात!''

■

मावळता सूर्य

'वेडा! वेडा!' चोहीकडून हा एकच शब्द आणि त्याचे प्रतिध्वनी माझ्या कानांवर पडत आहेत. आकाश, पृथ्वी, डोंगर, दरी, वृक्ष, वेली ही सर्व मला उपदेश करीत आहेत,

'मागं फीर, वेड्या, अजून मागं फीर!'

किती उंच शिखर आहे हे! जणू उग्र तपश्चर्या करणाऱ्या पर्वताने उभारलेला आपला बाहूच!

हे शिखर दुर्गम आहे, हे मी बाळपणापासून ऐकत आलो आहे. पण आज... आता... या क्षणी मला ते गाठलेच पाहिजे. माझ्या लेखी प्रत्येक क्षण मोलाचा आहे.

पायांनो, उगीच रक्ताचे अश्रू गाळू नका. ज्याला आपल्या आत्म्याशी प्रामाणिक राहायचे आहे, सत्याची प्रतिष्ठा पायाखाली तुडविण्यापेक्षा जगात अधिक मोठे पाप नाही, अशी ज्याची श्रद्धा आहे, प्रीतीची अमरता हाच खरा स्वर्ग आहे, अशी ज्याची मनोदेवता सांगत आहे, त्याने मावळत्या सूर्याला अर्घ्यदान करण्याकरिता जिवाचे रान केलेच पाहिजे.

सावल्या वर पळापळाला अधिक काळसर होत आहेत. मघाशी समोर हसत उभे असलेले, एखाद्या बालकाप्रमाणे आपला चिमुकला हात हलवून 'ये, ये' म्हणणारे ते शिखर आता नीट दिसतसुद्धा नाही. काजळी धरलेल्या नंदादीपाच्या अंधूक प्रकाशात देवाची मूर्ती स्पष्ट दिसू नये, तशी माझी स्थिती झाली आहे!

पण मला चढत राहिलेच पाहिजे, शिखर गाठलेच पाहिजे. तिथूनच मावळत्या सूर्याचे शेवटचे पवित्र दर्शन मला होईल.

उगवत्या सूर्याला अर्घ्यदान करायला सारे जग एका पायावर तयार असते!

पण हा मावळता सूर्य आहे. म्हणूनच या मार्गावर मी एकाकी आहे!

पुढे जाऊ की मागे फिरू? शेजारच्या दरीतून मधुर, पण अस्फुट स्वर येत आहे,

'वेड्या, मागं फीर. शिखरावरून तू परतशील, तेव्हा जिकडंतिकडं काळोख पडलेला असेल! पायांखालची वाट तुला पुसटपणेसुद्धा दिसणार नाही. एक पाऊल

चुकले, तर तू खोल खोल दरीत पडशील. मी वनराणी तुला सांगतेय. या भयंकर दरीत पाच चेटकिणींनी मला कोंडून ठेवले आहे. या तुरुंगातून जिवाच्या आकांताने मी ओरडत आहे, ऐक, वेड्या; ऐक.'

'त्या चेटकिणी शिखरावर फिरायला गेल्या आहेत, मावळत्या सूर्याचा मृत्यू पाहायला. त्याचा लाल रंग डोळे भरून पाहिला... की लुसलुशीत तान्ह्या मुलाचं रक्त प्याल्याइतकं समाधान होतं, असं त्या मला दररोज सांगतात. त्यांच्या हातांत तू सापडलास तर— मागं फीर, माझ्या राजा, अजून मागं फीर.'

वनराणी, तुझ्या निरपेक्ष वात्सल्याबद्दल मी कृतज्ञ आहे. पण मी मागे फिरू शकत नाही. ही माझी ओंजळ पाहिलीस का? ती अश्रूंनी भरली आहे. किती जपून मी हे अश्रू आणले आहेत. त्या अश्रूंचे अर्घ्य अर्पायला मी निघालो आहे.

होय, या मावळत्या सूर्याला अर्घ्यदान करायला मी निघालो आहे. या शेवटच्या क्षणी पृथ्वीवरून त्याचे दर्शन मला कसे होणार? म्हणून मी शिखराकडे धाव घेत आहे.

मृत्यूच्या दारात उभ्या असलेल्या सूर्याची पूजा करायला मी का धावत आहे, हे कुणालाच कसे कळत नाही? हे आकाश, ती पृथ्वी, हा डोंगर, ती दरी, हे वृक्ष, वेली ही सारीच कशी भावनाशून्य झाली आहेत!

याच सूर्याने मला सकाळी निद्रेतून जागे केले. याच सूर्याने आपला सोनेरी हात पाठीवरून फिरवून माझ्या आत्म्याचा उत्साह द्विगुणित केला. याच सूर्याने माझ्या भोवती रुसून बसलेल्या पुष्पसृष्टीला हसायला लावले. धूसर चांदण्यातल्या स्वप्नाळू प्रीतीपेक्षा निर्मल प्रकाशातली वास्तव प्रीती हाच जीवनाचा खराखुरा आधार आहे ती, हे याच सूर्याने मला शिकविले. खरे काव्य स्वप्नरंजनात नसते, ते सक्रिय जीवनात असते, ही जाणीव याच सूर्याने मला करून दिली.

हे सारे मी कसे विसरू?

आधीच उशीर झाला आहे. जाऊ द्या, माझ्या ज्ञात आणि अज्ञात मित्रमैत्रिणींनो, मला जाऊ द्या. कदाचित मी शिखरावर पोहोचण्यापूर्वीच सूर्यास्त होऊन जाईल. मला जाऊ द्या. अडवू नका.

कदाचित घाईघाईने शिखर गाठताना माझा पाय घसरून मी दरीत पडेन? पडलो, तर पडलो! आपण मावळत्या सूर्याची जागा घ्यावी आणि अस्ताला जाणाऱ्या सूर्याच्या प्रकाशाने आपले अर्घ्य व्हावे, यापेक्षा जगात अधिक भाग्याची दुसरी कुठली गोष्ट आहे?

■

वर

एक होता राजा. त्याला दोन राण्या होत्या. पहिली होती अतिशय सुंदर, दुसरी होती चारचौघींसारखी. पण दोघीही त्याला सारख्याच आवडत.

एके दिवशी एक ऋषिमहाराज राजवाड्यात आले. मोठी उग्र तपश्चर्या केली होती त्यांनी. राजाच्या दोन्ही राण्या त्यांची सेवा करू लागल्या. अगदी मनोभावाने.

मुनिमहाराज त्यांच्या सेवेने प्रसन्न झाले. त्यांनी पहिल्या राणीला सांगितले,
"तुला काय हवं, ते माग."
ती उत्तरली,
"आपल्या कृपेनं मला सारं काही मागण्यापूर्वीच मिळालं आहे!"
त्यांनी दुसऱ्या राणीला प्रश्न केला, "तुझी काय इच्छा आहे!"
ती उत्तरली,
"आपली सेवा माझ्या हातून सदैव घडावी! यापेक्षा अधिक काही नको मला!"
ऋषींची स्थिती मोठी चमत्कारिक झाली. दोघींपैकी कुणीच काही मागेना! आपल्या दैवी शक्तीचा इथे काहीच उपयोग नाही, हे पाहून ते खट्टू झाले. शेवटी ते दुसरीला म्हणाले,
"तुम्ही दोघी सारख्याच गुणी आहात. पण देवानं तुला हिच्याइतकं रूप दिलं नाही, फार मोठी चूक आहे ही देवाची! ती आम्ही सुधारली नाही, तर आमच्या एवढ्या मोठ्या तपश्चर्येचा उपयोग काय?"

ऋषींच्या तप:प्रभावाने दुसरी राणी पहिलीइतकीच सुंदर दिसू लागली. साहजिकच राजा तिचे अधिक कौतुक करू लागला.

एके दिवशी ऋषिमहाराज आपली प्रात:काळची ध्यानधारणा संपवून डोळे उघडून पाहतात, तो पहिली राणी आपल्यासमोर हात जोडून उभी आहे!
ऋषी म्हणाले,

"वत्से, बोल. काय बोलायचं असेल, ते बोल!"

खाली पाहत ती पुटपुटली,

"त्या दिवशी आपण मला एक वर देणार होता ना?"

ऋषींनी हसत मान हलवली.

"तो मागायला मी आले आहे. माझ्या सवतीपेक्षा अधिक सुंदर करा मला!"

"तथास्तु!"

त्याच दिवशी आपली सायंकालीन ध्यानधारणा संपवून ऋषी डोळे उघडून पाहतात, तो दुसरी राणी आपल्यापुढे हात जोडून उभी आहे!

ऋषी म्हणाले,

"वत्से, सांग. काय सांगायचं असेल, ते सांग."

खाली पाहत ती म्हणाली,

"त्या दिवशी आपण मला एक वर देणार होता ना?"

ऋषींनी हसत मान हलवली.

"तो मागायला मी आले आहे. माझ्या सवतीपेक्षा अधिक सुंदर करा मला!"

"तथास्तु!"

तिची पाठ फिरली, न फिरली, तोच मुनिमहाराजांनी आपले मृगासिन गुंडाळले आणि कुणालाही न सांगता ते राजवाड्यातून दूर दूर अरण्यात निघून गेले. ∎

किनारा

समुद्र संतापाने गर्जत होता. वेडेवाकडे हातवारे करीत होता. एखाद्या राक्षसाने रागारागाने लहान टेकड्या उचलाव्यात आणि त्या भराभर दूर फेकून द्याव्यात, तशा सर्वत्र उठणाऱ्या आणि फुटणाऱ्या लाटा भासत होत्या.

आपल्या हजारो हातांनी किनाऱ्याला जोरजोराने मागे लोटीत तो ओरडला,

"दूर हो. माझ्या वाटेतून दूर हो.''

"तुझी वाट? कुठं आहे ती? इथं तर कुठलीच वाट मला दिसत नाही.''

"महामूर्ख आहेस तू. पराक्रम जिथं आपलं पाऊल टाकतो, तिथं क्षणार्धात राजमार्ग निर्माण होतो. तू क्षणभर दूर हो. मग एका घटकेत साऱ्या पृथ्वीवर माझं राज्य सुरू होतं की नाही, ते पाहा. जिकडंतिकडं पाणीच पाणी—''

समुद्राच्या विकट हास्याने किनाऱ्याच्या अंगावर शहारे उभे राहिले. तो त्याला उत्तर देणार, इतक्यात मागून कुणाचा तरी कोमल बाहुपाश त्याच्या गळ्यात पडला. त्याचे अंग रोमांचित झाले. त्याने वळून पाहिले.

ती पृथ्वी होती. परमेश्वराने पृथ्वीचा विवाह सूर्याशी लावला आहे, ती आपल्या पतीभोवती सदैव प्रदक्षिणा घालीत असते आणि या पतिभक्तीमुळेच तिला नित्य विविध वैभवे प्राप्त होतात, असे किनारा ऐकत आला होता. या लावण्यवतीने आपल्या गळ्यात असे का पडावे, हे त्याला कळेना!

पण तो पापभीरू होता. पृथ्वीच्या मादक स्पर्शाने अंगावर उभे राहिलेले रोमांच त्याच्या आत्म्याला टोचू लागले. त्याने तिला दूर लोटण्याचा प्रयत्न केला. पण तिची मिठी त्याला काही केल्या सोडविता येईना.

ती त्याच्या कानात कोकिळेच्या स्वराने कुजबुजली,

"प्रियकरा, माझं मन त्या सूर्यावर नाही. ते तुझ्यावर आहे. म्हणून तर तुला सोडून मी कधी अंतराळात जात नाही. पण तू फार फार भोळा आहेस! रमणीच्या प्रेमाची भाषा तुला कळत नाही. याउलट समुद्रावर मला विजय मिळवायचा आहे. माझी सारी रत्नं त्यानं चोरून नेली आहेत. ती मी परत आणणार आहे. या अफाट पाण्याच्या जागी जिकडंतिकडं जेव्हा जमीनच जमीन दिसू लागेल...''

तिचे विकट हास्य ऐकून कुणीतरी राक्षशीण हसत आहे असा किनाऱ्याला भास झाला. काय करावे, हे त्याला कळेना. व्याकूळ दृष्टीने वर पाहून तो पुटपुटला,

"हे प्रभो, मी काय करू?"

समुद्र एखाद्या माजलेल्या हत्तीप्रमाणे त्याला धडका देत होता. पृथ्वी एखाद्या कामातुर रमणीप्रमाणे त्याला बिलगत होती.

भीती आणि आसक्ती त्याला आपापल्या बाजूला ओढू लागल्या.

जिवाचे कान करून तो ऐकत होता. पण त्याला नुसते परमेश्वराचे हसणे ऐकू आले.

तो पुन्हा व्याकूळ स्वराने उद्‌गारला,

"देवा, मी काय करू?"

परमेश्वर हसत म्हणाला,

"तू काही करू नकोस."

"म्हणजे?"

"तू जिथं आहेस, तिथंच राहा."

"किती दिवस?"

"चिरकाल!"

"का?"

"कारण तुझ्यावरच समुद्र आणि पृथ्वी यांचं अस्तित्व अवलंबून आहे. त्यांचं सारं सौंदर्य, सारं वैभव तू त्या दोघांच्या मध्ये उभा आहेस, तोपर्यंतच टिकून राहील. पण हे उघडं सत्य त्यांना दिसत नाही. महत्त्वाकांक्षा आणि सूडबुद्धी ही अशीच अंधळी असतात. साऱ्याच वासना अंधळ्या असतात. त्यांना कुणीतरी नियंता लागतो. मात्र त्या नियंत्याच्या वाट्याला सदैव उपेक्षा आणि निर्भर्त्सना येतात. त्याच्या अंधाऱ्या आयुष्यात फक्त एकच अंधूक चांदणी लुकलुकत असते."

"ती कोणती?"

"आपल्या आधारावर ईश्वर उभा आहे, ही श्रद्धा!"

समुद्र जोरजोराने धडका देऊ लागला. पण किनारा जणूकाही दधिची झाला होता. शेवटी निराश होऊन अतृप्त समुद्र उद्‌गारला,

"वेड्याला कधीच आपलं हित कळत नाही."

पृथ्वी पुन:पुन्हा किनाऱ्याची चुंबने घेऊ लागली. पण किनारा जणूकाही शुकमुनी झाला होता. अतृप्त पृथ्वी निराश होऊन पुटपुटली,

"शुद्ध पाषाण आहे हा! गंधवतीच्या प्रीतीची पारख याला कशी होणार?"

■

प्रेषित

स्वर्गात परत आलेल्या पहिल्या प्रेषिताला पोटाशी धरून परमेश्वर म्हणाला,
''आता मानवी जगाची काही काळजी करण्याचं कारण नाही मला! होय ना?''

परमेश्वराच्या प्रेमळ बाहुपाशातून मुक्त होत आणि धानस्थ होण्याकरिता पद्मासन
घालीत तो प्रेषित उद्गारला,

''प्रभो, अहिंसा हाच परमधर्म आहे, हे मनुष्याला पूर्णपणे पटवून मी आलो
आहे. आता तू कसलीही काळजी करू नकोस!''

चिंतेने व्याकूळ झालेल्या परमेश्वराला हे ऐकून फार आनंद झाला. कितीतरी
शतकांनी त्याचा डोळा लागला.

पण त्या शांत निद्रेतून तो एकदम दचकून जागा झाला. एक भयंकर स्वप्न
पडले होते त्याला!

त्याने डोळे उघडून पाहिले. छे! ते विचित्र स्वप्न नव्हते. क्रूर सत्य होते!
खांद्यावर क्रूस घेतलेला त्याचा प्रिय पुत्र हसत त्याच्यापुढे उभा होता. पण त्याचे ते
धवल हास्य आणि रक्तलांछित वस्त्रे यातील विरोध मोठा विलक्षण दिसत होता.

पद्मासन घालून ध्यानस्थ झालेला प्रेषित आपल्या ध्यानातून जागृत झाला आणि
खांद्यावर क्रूस घेतलेल्या त्या व्यक्तीकडे आश्चर्याने पाहू लागला. शेवटी त्याने
परमेश्वराला प्रश्न केला,

''प्रभो, हा कोण आहे?''

''तुझ्यासारखाच माझा एक प्रिय प्रेषित.''

''हा कुठं गेला होता?''

''पृथ्वीवर.''

''कशासाठी?''

त्या दुसऱ्या प्रेषिताने मधेच उत्तर दिले,

''देवाचं राज्य पृथ्वीवर स्थापण्यासाठी.''

पहिला प्रेषित म्हणाला,

''ते तर मी पूर्वीच स्थापून आलो होतो.''

दुसरा उत्तरला,

"ते तिथं स्थापन झालं असतं, तर माझ्यावर स्वत:चं बलिदान करण्याचा प्रसंग का आला असता?"

लगेच परमेश्वराकडे वळून तो म्हणाला,

"प्रभो, आता मात्र तू काही काळजी करू नकोस. मी जगाला सन्मार्ग दाखवून आलो आहे. तू शांत निद्रेत निमग्न हो."

परमेश्वराने डोळे मिटून झोपण्याचा प्रयत्न केला; पण आता काही केल्या त्याला झोप येईना!

■

किल्ला

समुद्रकिनाऱ्याच्या पलीकडेच ती सुंदर टेकडी होती. एखाद्या देवळापुढल्या तळीजवळ दीपमाळ असावी, तशी!

त्या टेकडीवर एका दिग्विजयी राजाने आपला दुर्गम किल्ला बांधायला प्रारंभ केला. त्या किल्ल्यावरून समुद्रमार्गाने येणाऱ्या शत्रूची टेहळणी तो करणार होता. त्या किल्ल्यातल्या पश्चिमेकडील रंगमहालात आपल्या आवडत्या मद्याचे घोट आणि आपल्या आवडत्या मदिराक्षीची चुंबने घेता घेता मावळतीकडे नृत्य करणाऱ्या रंगछटा तो पाहणार होता. शरद ऋतूतल्या पौर्णिमेच्या पांढऱ्याशुभ्र चांदण्यात त्या किल्ल्याच्या बुरुजावर उभा राहून तो स्वतःशी एक स्वप्न रंगविणार होता— आपला किल्ला हे एक जहाज आहे. ते जहाज चांदण्याच्या समुद्रात प्रवास करीत चालले आहे आणि त्या जहाजाचे कर्णधार आपण आहो! चंद्रिकेच्या समुद्रात तरंगणाऱ्या त्या जहाजावरून लखलखणाऱ्या नक्षत्रांनी भरलेल्या आकाशाकडे पाहत तो परमेश्वराला विचारणार होता,

"माझ्यापेक्षा श्रेष्ठ जगात दुसरा कोण आहे?"

किल्ला बांधून झाला. किल्ल्याचे बांधकाम संपले, त्या दिवशी राजाचे मन अनामिक हुरहुरीने भरून गेले. हाती घेतलेले काम पार पडले की, मनुष्याच्या मनाला एक प्रकारची विचित्र शून्यता घेरून टाकते. त्याला अगदी उदास वाटू लागते. फुलाला सुगंध सोडून जातो ना? राजाची स्थिती तशीच झाली.

मन शांत व्हावे, म्हणून तो एकटाच समुद्रकिनाऱ्यावर आला. तिथे एक लहान मुलगी वाळूत किल्ला बांधीत बसली होती. तिचा तो खेळ पाहून राजाला हसू आले.

स्मित करीत तो त्या मुलीला म्हणाला,

"बाळ, हा तुझा किल्ला भरतीच्या लाटांत वाहून जाईल. टेकडीवरचा माझा किल्ला बघ. तो हवा का तुला?"

नकारार्थी मान हलवून ती बालिका आपला किल्ला पुरा करू लागली.

राजाने प्रश्न केला,

"तुझ्या या किल्ल्यात मोठे मोठे हत्ती-घोडे कसे राहतील?"

ती हसली आणि म्हणाली,

"हा किल्ला माझ्या बाहुलीसाठी बांधतेय मी! तिचं लग्न करणार आहे मी या किल्ल्यात!"

बोलता-बोलता पलीकडे पडलेली एक चिंध्यांची बाहुली तिने हातात घेऊन राजाला दाखविली.

राजाला तिच्या बोलण्याची गंमत वाटली. तो म्हणाला,

"पण लग्न झाल्यावर तुझी बाहुली नवऱ्याबरोबर सासरी जाईल."

"हो."

"मग तुझ्या या किल्ल्यात कोण राहील?"

"ती कुरली राहील!" पलीकडेच सरसर पळत जाऊन वाळूत लपणाऱ्या छोट्या खेकड्याकडे बोट दाखवीत ती म्हणाली.

राजा हसत निघून गेला.

वर्षे लोटली. पिढीमागून पिढी गेली. त्या राज्याची आठवण केवळ लोकच नव्हेत, तर इतिहासही विसरला.

एके दिवशी चित्रगुप्ताने त्या राजाला आपल्यापुढे बोलावून आणले. मग तो त्याला म्हणाला,

"केवळ आपला मोठेपणा सिद्ध करण्यासाठी तू अनेक युद्धं केलीस! निष्पाप रक्ताच्या नद्या वाहवल्यास! आपल्या क्षणिक वासनेच्या तृप्तीसाठी असंख्य सुंदर स्त्रिया शीलभ्रष्ट केल्यास! कराच्या रूपानं राजानं घेतलेला प्रजेचा पैसा ही त्याच्याकडे असलेली ठेव असते, हे तत्त्व तू विसरून गेलास! तुझ्या या साऱ्या पापांची शिक्षा तू आतापर्यंत भोगीत होतास. आता स्वर्गाचं दार तुझ्याकरिता उघडं आहे. तिथं प्रवेश करण्यापूर्वी तुला चार घटका पृथ्वीवर फेरफटका करायचा असेल, तर तो करून ये."

राजा उत्तरला,

"महाराज, माझी दुसरी काही इच्छा राहिलेली नाही. पण समुद्रतीरावर मी एक मोठा सुंदर किल्ला बांधला होता. त्याची राहून राहून मला आठवण होते. त्या किल्ल्यात सध्या कोण राहत आहे, हे पाहून यावं, असं—"

"अवश्य, अवश्य!" चित्रगुप्त उद्गारला.

राजा समुद्राजवळ आला. त्याची गंभीर गर्जना त्याला स्पष्ट ऐकू येऊ लागली. जणू लक्षावधी वैदिकांचा मंत्रघोष सुरू होता!

तो डोळे फाडफाडून शेजारच्या टेकडीकडे पाहू लागला. पण तिथे त्याला काहीच दिसेना. त्याचा आपल्या डोळ्यांवर विश्वास बसेना! तिथे किल्ला नव्हता!

टेकडी चढून तो झरझर वर गेला. त्याने चोहीकडे पाहिले. जिकडेतिकडे उद्ध्वस्त किल्ल्याचे दगड पडले होते. त्यांच्यावर अधूनमधून शेवाळे साचले होते. आपल्या पश्चिमाभिमुख रंगमहालात तर एका बिळातून बाहेर फुसफुसत येणारा प्रचंड भुजंग त्याला दिसला!

त्या उद्ध्वस्त वास्तूकडे पाठ फिरवून राजा लगबगीने टेकडी उतरला. त्याचे पाय समुद्रतीराकडे वळले. फिरता-फिरता त्याला वाळवंटात बसलेली एक चिमुकली आकृती दिसली. कुतूहलाने त्या आकृतीच्या दिशेने चालू लागला. हळूहळू तिच्याजवळ आला.

एक लहान मुलगी होती ती! ती वाळूचा किल्ला बांधण्यात गुंग होऊन गेली होती. आपल्याजवळ कुणी येऊन उभे राहिले आहे, हेसुद्धा तिला कळले नाही.

तिच्या त्या आनंदमय तंद्रीचा भंग करणे राजाच्या जिवावर आले. पण त्याला राहवेना!

त्याने मोठ्या वात्सल्याने विचारले,

"बाळ, काय करतेहेस तू?"

"मी किल्ला बांधतेय!"

"कुणासाठी?"

"माझ्या बाहुलीसाठी. तिचं लग्न करणार आहे मी या किल्ल्यात!" बोलता- बोलता पलीकडे पडलेल्या रबरी बाहुलीकडे बोट दाखवीत ती म्हणाली.

"पण लग्न झाल्यावर तुझी बाहुली नवऱ्याबरोबर सासरी जाईल. मग तुझ्या या किल्ल्यात कोण राहील?"

"ती कुरली राहील!" पलीकडे सरसर पळत वाळूत लपणाऱ्या छोट्या खेकड्याकडे बोट दाखवीत ती म्हणाली.

रुद्ध कंठाने राजाने त्या बालिकेला विचारले,

"असला किल्ला बांधायला तू मला शिकवशील?"

■

धुके

थांब, जरा थांब. समोर, वर, खाली, सभोवताली, सर्वत्र धुके पसरत आहे. अंतराळातल्या या धूसर समुद्राला भयंकर भरती येत आहे. पायांखालची वाटसुद्धा नीट दिसेनाशी झाली आहे. म्हणून म्हणतो थांब, जरा थांब.

छे! हे काळसर धुके मोठा प्राणांतिक गारठा घेऊन येत आहे. हातपाय गोठून जात आहेत! काळजातले रक्त काकडत आहे! वितळून वाहू लागलेल्या हिमालयाच्या प्रवाहात आषाढातले आकाश कोसळून पडावे आणि मिसळून जावे, तसे हे धुके भासत आहे!

धुके काय असे असते?

त्या पहिल्या धुक्याची अजून पुसट आठवण आहे मला! त्या धुक्यातच मी प्रथम डोळे उघडून पाहू लागलो— मग वाऱ्यासारखा धावू लागलो. किती दाट धुके होते ते! पण जितके दाट, तितकेच सुंदर; जितके निळसर, तितकेच निर्मळ. त्या धुक्यातून सूर्य कसा दिवाळीतल्या आकाशदिव्यासारखा मोहक दिसत होता!

—आणि हा सूर्य? तो आहे कुठे? या काळ्या काळ्या धुक्याच्या लाटांनी त्याला केव्हाच गिळून टाकले आहे.

त्या पहिल्या धुक्यात मी एकटाच धावत होतो. स्वैर, स्वच्छंद! सारी सृष्टी मला अद्भुतरम्यतेने भरलेली दिसत होती. पाखरांची किलबिल ही त्या रम्य जगातल्या सतारीची ललत रागातली मधुर गत होती. त्या पाखरांचे पंख लावून उंच उंच उडावे आणि आभाळाचा निळा पडदा क्षणभर दूर सारून परमेश्वराच्या पायाला गुदगुल्या करून परत यावे, हे तेव्हाचे माझे आवडते स्वप्न होते.

त्या धुक्यात धावताना मी अनेकदा अडखळलो, ठेचाळलो, पडलो! पण धुळीने भरलेले अंग झटकण्याकरितासुद्धा मी कुठे थांबलो नाही. कुणीतरी मला धीर देत होते, पुढे ढकलीत होते; मायाळू हातांनी माझ्या खरचटलेल्या अंगावरून हात फिरवीत होते.

ते धुके एकदम लोप पावले. मग ऊन चटके देऊ लागले. धूळ तापू लागली. ज्या मार्गाने आपण निघालो आहो, तो दगडाधोंड्यांनी, काट्याकुट्यांनी आणि

खाचखळग्यांनी भरलेला आहे याची जाणीव मला झाली!

मी गोंधळलो, गडबडलो. आलेल्या वाटेने परत जाण्यासाठी मागे वळलो. पण मागे जायला वाट होती कुठे? अक्राळविक्राळ राक्षसांप्रमाणे भासणारे उंच डोंगर क्रुद्ध मुद्रा धारण करून तिथे उभे होते. ते माझ्याकडे दरडावून पाहत होते.

ते डोंगर ओलांडून परत जाणे शक्य नव्हते!

खाली मान घालून मी मुकाट्याने चालू लागलो.

थोड्या वेळाने माझे मलाच नवल वाटले!

तीव्र चटके देणारे ऊन एकदम चांदण्यासारखे शीतल कसे झाले, ते कळेना!

मी मान वर करून पाहिले. धुक्याचा समुद्र पुन्हा माझ्याभोवती पसरत चालला होता. हे धुके पहिल्या धुक्याहून अगदी निराळे होते. ते पळापळाला आपले रंग बदलीत होते. आरंभी त्याचा रंग निळा होता. मग तो गुलाबी बनला. लगेच त्याचेच तांबड्या रंगात रूपांतर झाले. हळूहळू त्या धुक्यातून सर्व रंगांच्या छटा उमटू लागल्या. जणू स्वर्गातली सारी इंद्रधनुष्ये त्या धुक्यात मिसळून, अगदी एकरूप होऊन गेली होती.

हे अपूर्व, अद्‌भुत दृश्य पाहून मी मुग्ध होऊन गेलो.

इतक्यात त्या सप्तरंगी समुद्रातून तू हळूहळू बाहेर आलीस— एखाद्या मत्स्यकन्येसारखी! एखाद्या जलदेवतेसारखी!

तू माझा हात हातात घेतलास. किती हळुवारपणाने! वायुलहरी उमललेल्या फुलाचा सुगंध वाहून न्यावा, तसा! मग तू म्हणालीस,

'चलायचं ना पुढं?'

झऱ्याच्या झुळझुळीत पाखरांची किलबिल एकरूप व्हावी, तसा तुझा स्वर मला वाटला.

तुझा हात हातात घेऊन मी चालू लागलो. मोठ्या आशेने, मोठ्या उत्साहाने! आपण नंदनवनातून चालत आहो, असा भास होत होता मला!

भोवतालचे धुके केव्हा वितळून गेले. ते या गोड भासात मला समजलेसुद्धा नाही. ती जाणीव होताच मी तुझ्याकडे पाहिले.

छे! तू मत्स्यकन्या नव्हतीस. तू जलदेवता नव्हतीस. तू एक साधी तरुणी होतीस.

हातात हात घालून आपण चालत राहिलो. मधेच सूर्य संतापे. मग एखादी मेघमाला जवळ जाऊन त्याची समजूत घाली. मधेच उकळते पाणी अंगावर फेकून वारा 'कशी झाली!' असे ओरडत चालता होई. कुठेतरी एखादे हडकुळे झाड रस्त्याच्या कडेला उभे असलेले दिसे. तपश्चर्येने कृश झालेल्या ऋषीसारखे ते भासे! त्याच्या विरळ सावलीतसुद्धा आपल्याला विसावा मिळे.

मी तहानेने व्याकूळ झालो. तू आपले ओठ पुढे केलेस. तुझ्या ओठांवर मी माझे ओठ टेकले. जन्मजन्मांतरीची माझी तहान हरपली, असे मला वाटले.

कितीदा, कितीदा तरी हा अद्भुत चमत्कार मी अनुभवला.

तुझी तहानही त्याच क्षणी तृप्त होत होती काय? की तुला तहानच लागत नव्हती? कुणाला ठाऊक! पण 'मला तहान लागली आहे!' ही तक्रार तू माझ्यापाशी कधीच केली नाहीस.

खूप, खूप चाललो आपण! पण काही केल्या तो रखरखीत माळ सरेना; ती वेडीवाकडी वाट संपेना. नजरेच्या टप्प्यात विश्रांतीची जागा येईना!

चालून चालून थकल्यामुळे मधेच आपण दोघे एकमेकांवर चिडत होतो. मग रुसून, रागावून एकमेकांचे हात सोडून, आपण त्या रूक्ष रस्त्याच्या दोन बाजूंनी घुमेपणाने पावले टाकीत पुढे जात होतो. जणू आपण दोघे निरनिराळ्या जगांचे रहिवासी होतो!

पण ते किती वेळ?

अर्ध्या घटकेत पुन्हा आपण जवळ येत होतो. एकमेकांचे हात घट्ट, अधिक घट्ट धरीत होतो. ते कधीच सोडायचे नाहीत, हा मंत्र मनातल्या मनात जपत होतो.

शेवटी एकदाचे ऊन उतरू लागले. मला हायसे वाटले.

मी तुझ्याकडे पाहिले. या वाटचालीने तू थकून गेली होतीस. ऊन, वारा आणि पाऊस यांच्या माऱ्यात अनेक शतके सापडलेल्या मूर्तीचे सौंदर्य कोळपून जावे ना? तशी तू दिसत होतीस.

तू माझ्याकडे पाहिलेस. मीही गळून गेलो होतो. एखाद्या वठलेल्या वृक्षाप्रमाणे मी दिसू लागलो होतो! होय ना?

माझ्याकडे पाहता-पाहता तू हसलीस. क्षणार्धात माझा शीण पार लोप पावला. तुझ्या या म्लान, मधुर स्मितात अपूर्व जादू होती. ती मोहिनी लावण्याची नव्हती, तारुण्याची नव्हती! जीवनातल्या अंतिम सौंदर्याचा सहज वेध घेणाऱ्या स्त्रीची अस्मिता तुझ्या स्मितात प्रकट झाली होती.

पुढच्या प्रवासात आपण दोघांनी पुन्हा लहान व्हावे, हातात हात घालून खूपखूप धावावे, धावता-धावता पडावे आणि पडता-पडता एकाने दुसऱ्याला सावरावे, अशी स्वप्ने माझे मन गुंफू लागले.

त्या पहिल्या धुक्याची मला सहज आठवण झाली. पाखरांचे पंख लावून आपण दोघांनी उंच उंच उडावे, एकीकडून तू आणि दुसरीकडून मी आभाळाच्या निळ्या पडद्याची टोके धरून तो उचलावा आणि आत झोपलेल्या परमेश्वराला जागे करून आपण मागे टाकलेल्या त्या माळरानावर थोडी सावली देणारी झाडे लावायला त्याला सांगावे, असे माझ्या मनात येऊन गेले.

इतक्यात क्षितिजावर धुक्याचा हा धूसर समुद्र दिसू लागला. हा हा म्हणता त्याच्या लाटा तांडव करीत पुढे येऊ लागल्या. बघता-बघता त्या लाटा डोंगराएवढ्या झाल्या. साऱ्या सृष्टीवर अवकळा पसरली. अजगराने सुवर्णमृग गिळून टाकावा, तसे या धुक्याने सारे सारे सौंदर्य—

छे! छे! पायांखालची वाटसुद्धा नीट दिसेनाशी झाली आहे. म्हणून म्हणतो,

'जरा थांब, जरा थांब.'

हे धुके आहे? नाही, माझा विश्वास बसत नाही! धुके काय असे असते?

हे धुके नाही— हे काळपुरुषाचे विकट हास्य आहे!

तुझा हात कापतोय?

उगीच प्रश्न केला मी तुला! तुझाच नाही, माझासुद्धा हात कापतोय!

आपले हात असे कापत का आहेत? या विचित्र गारठ्याने की अदृष्टाच्या भीतीने?

काही काही दिसत नाही या धुक्यात!

कुठे आहेस तू? कुठे आहे तुझा हात? तुझा हात माझ्या हातात आहे? मग तुझा स्पर्श मला कळत कसा नाही?

अरे देवा! या भयंकर धुक्यातून किती किती काळ्याकुट्ट, अक्राळविक्राळ, केस पिंजारलेल्या राक्षशिणी पुढे येत आहेत!

तू कुठे आहेस? बोल, बोल, एक शब्द तरी बोल.

छे! तू माझ्यापाशी नाहीस. या राक्षसी धुक्याच्या लाटांनी तुझी-माझी ताटातूट केली आहे. त्या आपणा दोघांना एकमेकांपासून दूर- फार दूर- नेत आहेत. पण-पण या समुद्रात मी कुठेही असलो, अगदी त्याच्या तळाशी गेलो— तरी मी तुला विसरणार नाही.

हा प्रलय काही काळाने ओसरेल! मग पुन्हा निर्मळ, निळसर धुके सर्वत्र नाचू लागेल. त्या धुक्यात तुला जी पहिली हाक ऐकू येईल, ती माझीच असेल!

त्या हाकेला तू ओ देशील ना? देशील ना?

■

शहाणे वेड

आकाश पृथ्वीवरल्या एका दवबिंदूकडे टक लावून पाहत होते.
ते पाहून मावळणाऱ्या तारका चकित होऊन म्हणाल्या,
''याला वेडबीड तर लागलं नाही ना?''
त्या दवबिंदूकडे पाहत आकाश स्वत:शीच उद्गारले,
''किती निर्मळ हृदय आहे याचं!''
तो दवबिंदू दूर दूर पसरलेल्या आकाशाकडे टक लावून पाहत होता.
ते पाहून उमलणाऱ्या कलिका आश्चर्याने उद्गारल्या,
''याला वेडबीड तर लागलं नाही ना?''
आकाशाकडे पाहत दवबिंदू स्वत:शीच पुटपुटला,
''किती विशाल हृदय आहे याचं!''

∎

प्रतिध्वनी

तरुण प्रवाशाने डोळे उघडून पाहिले. किर्र अरण्य—

आकाशात सूर्य खूप वर आला असावा! पण त्याचा प्रकाश धरणीला स्पर्श करू शकत नव्हता. उंच उंच वृक्षांच्या दूरवर पसरलेल्या पर्णसंभारातून खाली येण्याकरिता धडपडणाऱ्या किरणांकडे त्याने पाहिले. तो स्वत:शीच हसला. जाळ्यातून बाहेर पडण्याकरिता तडफडणाऱ्या रुपेरी माशांची आठवण त्याला झाली.

पण ती क्षणभरच!

त्या प्रशांत अरण्यातल्या नीरवतेने आणि शीतलतेने त्याचे मन भरून गेले.

नकळत आपल्या तान्हेपणाची आठवण झाली त्याला. तो किरकिरू लागला की, आई त्याला पदराखाली घेई.

ती मधुर स्मृती—

त्याच्या मनात आले, त्यावेळी जणूकाही साऱ्या जगाची माउलीच आपल्याला मांडीवर घेऊन बसे. तिच्या स्तनांतून शुभ्र धारा वाहत— त्या दुधाच्या नसत; सुखशांतीच्या असत, ब्रह्मानंदाच्या असत.

ते सुख, ती शांती, तो आनंद या अरण्यात आहे, असा त्याला भास झाला. भोवतालचे उंच उंच गगनचुंबी वृक्ष पाहून प्रथम त्याच्या मनात आले होते, कुठल्या तरी क्रूर अदृश्य शक्तीने आपल्याला या कारागृहात आणून कोंडले आहे. आपण तिचे कैदी आहो. आपण पळून जाऊ नये, म्हणून नाना प्रकारची हत्यारे हातांत घेऊन पहारेकरी तिने उभे केले आहेत. पण आता त्याच्या मनात आले, कुठल्या तरी अदृश्य मंगल शक्तीने आपल्याला शांतीचा लाभ व्हावा, म्हणून शयनगृहाभोवती उभे केलेले हे हसतमुख रक्षक आहेत.

एखाद्या बालकाला कुणीतरी सुंदर प्रचंड राजवाड्यात नेऊन सोडले आणि कुठला महाल पाहू व कुठला पाहू नको, अशी त्या चिमण्या जीवाची स्थिती व्हावी, अगदी तोच अनुभव आता त्या प्रवाशाला आला. मधूनच हिरवळीतून लपतछपत जाणारा निर्झर त्याला भेटे. मधून सुंदर सुगंधी फुलांनी फुललेली वनलतिका त्याचे स्वागत करी. इतस्तत: भ्रमण करणारी चिमणी फुलपाखरे मधूनच त्याच्या अंगावर

येऊन बसत आणि जणू त्याला म्हणत,

'किती दुबळा आहेस रे तू! तुझी कीव येते आम्हाला! हळूहळू चालत हे सुंदर अरण्य तुला पाहावं लागतंय, आमच्यासारखे तुला पंख असते, तर— आम्ही आता इथं, तर आता त्या पलीकडच्या डोंगरावर मोठ्या मजेत भटकत असतो.'

त्याने दूरदूर न्याहाळून पाहिले. दोन टेकड्या क्षितिजाच्या कुशीत झोपल्यासारख्या दिसत होत्या. जशा काही जुळ्या बहिणी. दोघींच्या सौंदर्यात मोठे विलक्षण साम्य होते. त्या दोन्ही टेकड्यांवर चढायचे आणि तिथून दिसणारी मोहक दृश्ये डोळ्यांत साठवून ठेवायची, असा त्याने मनाशी निश्चय केला.

भ्रमत भ्रमत, रमत-गमत तो पहिल्या टेकडीवर येऊन उभा राहिला. त्याचे डोळे समोर पसरलेला सौंदर्याचा सागर पिऊ लागणार, तोच त्याच्या कानी कुणाचे तरी करुण आक्रंदन पडले. कोण, कुठे रडत आहे, हे त्याला कळेना! क्षणभर त्याला वाटले, आपण ज्या टेकडीवर उभे आहो, तीच आक्रोश करीत आहे! मग त्याच्या लक्षात आले, टेकडीच्या पायथ्याकडून हा करुण स्वर येत आहे!

आतापर्यंत तो आनंदलहरींवर तरंगत होता. त्या आक्रंदनाने त्या प्रशांत लहरींचे प्रक्षुब्ध लाटांत रूपांतर झाले.

घाईघाईने त्याने पहिली टेकडी मागे टाकली. दुसऱ्या टेकडीवरल्या अगदी उंच जागी जाऊन तो उभा राहिला. त्याचे डोळे समोर पसरलेला सौंदर्याचा सागर पिऊ लागणार, तोच—

त्याच्या कानी कुणाचे तरी मुक्त हास्य पडले. कोण, कुठे हसत आहे, हे त्याला कळेना! क्षणभर त्याला वाटले, आपण ज्या टेकडीवर उभे आहो, तीच खदखदून हसत आहे! मग त्याच्या लक्षात आले, टेकडीच्या पायथ्याकडून हा हास्यध्वनी येत आहे.

हळूहळू टेकडी उतरून तो खाली आला. ते हास्य त्याला अधिक स्पष्टपणे ऐकू येऊ लागले. त्या हास्याच्या दिशेने तो चालू लागला. टेकडीच्या पायथ्यापासून थोड्या अंतरावर बसलेली एक तरुणी त्याला दिसली. ती एकसारखी हसत होती. तिच्या अंगावरली वस्त्रे साधीच होती. पण तिच्या विशाल डोळ्यांत विलक्षण चमक दिसत होती. ही कुणी वेडी तर नाही ना, अशी विचित्र शंका त्याच्या मनात आली.

तो तिच्यापासून चार पावले दूरच उभा राहिला. त्याने स्नेहपूर्ण स्वराने प्रश्न केला,

"बाई, तुला एवढा कसला आनंद झाला आहे?"

आपले विशाल भावपूर्ण डोळे त्याच्यावर रोखीत ती म्हणाली,

"अरे वेड्या, किती सुंदर अरण्यात देवानं मला आणून सोडलं आहे! इथली फुलं, पानं, झाडं, सारी एकसारखी हसत आहेत. मग मीच—"

पुढे काही न बोलता ती पुन्हा हसू लागली.

तिच्या या उत्तराने गोंधळून गेलेला प्रवासी दुसऱ्या टेकडीच्या रोखाने चालू लागला. त्या टेकडीच्या पायथ्यापासून थोड्या अंतरावर बसलेली एक तरुणी त्याला दिसली. तिच्या अंगावर भरजरी वस्त्रे होती. पण ती एकसारखी स्फुंदत रडत होती. तिच्या मिटलेल्या डोळ्यांतून अश्रुबिंदू ठिबकत होते. ही कुणी वेडी तर नाही ना, अशी विचित्र शंका प्रवाशाच्या मनात आली.

तिच्याजवळ जाऊन आपला थरथरणारा हात तिच्या स्कंधावर ठेवीत स्नेहपूर्ण स्वराने त्याने प्रश्न केला,

"ताई, तुला एवढं कसलं दुःख झालंय?"

डोळे उघडून त्याच्याकडे भेदरलेल्या दृष्टीने पाहत ती म्हणाली,

"अरे शहाण्या, तू अंधळा आहेस का? का तुझे कान फुटले आहेत? केवढ्या भयंकर अरण्यात देवानं मला आणून टाकलंय! हिंस्र पशू आणि विषारी साप यांनी हे अरण्य भरलं आहे. ऐक— नीट कान देऊन ऐक— त्यांच्या डरकाळ्या... ते फूत्कार..."

डोळे मिटून, कान देऊन तो ऐकू लागला. तिचे हुंदके आणि दुरून ऐकू येणारे त्या दुसऱ्या तरुणीचे मुक्त हास्य याखेरीज त्याला काही ऐकू आले नाही!

■

वासना

रजनी गगनाच्या वीणेवर शांतिगीत आळवीत होती. त्या गीताच्या सुरासुरांतून तारका निर्माण होत होत्या.

उद्यानात एक प्रणयी युगुल गुलुगुलु गोष्टी करीत बसले होते.

रमणी वल्लभापासून एकदम दूर झाली आणि आकाशाकडे पाहत म्हणाली,

''तुमचं माझ्यावर खरं प्रेमच नाही, गडे! आज फुलणारी आणि उद्या कोमेजणारी तऱ्हेतऱ्हेची फुलं तुम्ही माझ्या केसांत माळता. असा कंटाळा आलाय मला त्यांचा! ही वर फुललेली फुलं पाहा. कधीच कोमेजतात का ती? ती फुलं मला आणून द्याल, तरच—''

ती रुसून त्याच्याकडे पाठ फिरवून बसली.

त्याच वेळी एक गंधर्व प्रणयक्रीडा करीत विमानातून चालला होता.

त्याच्या अंगावरून एकदम दूर होत आणि पृथ्वीकडे टक लावून पाहत त्याची पत्नी म्हणाली,

''तुमचं माझ्यावर खरं प्रेमच नाही, गडे! नंदनवनातली कधीही न कोमेजणारी फुलं तुम्ही पहिल्या मीलनाच्या वेळी माझ्या केसांत गुंफलीत, ती अजून तशीच आहेत. खाली पाहा जरा. हे उद्यान— त्यातले हे जोडपे— प्रत्येक रात्री मी पाहते. ही दोघं इथं एकांतात भेटतात. मी निरखून पाहत असते. प्रत्येक वेळी या रमणीच्या केशकलापात निरनिराळ्या रंगांची आणि आकारांची ताजी ताजी फुलं चमकत असतात!''

ती रुसून त्याच्याकडे पाठ फिरवून बसली.

■

अंकुर

'बाळ, डोळे उघड. राजा, डोळे उघड.' धरणीमाता पुनःपुन्हा आपल्या कुशीतल्या तान्ह्याला म्हणत होती.

अंकुराने एकदाचे डोळे उघडले. त्याच्या इवल्याशा डोळ्यांना जे ब्रह्मांड दिसले, त्याने त्याचे बालमन थरथर कापू लागले. आईला अधिकच बिलगून तो म्हणाला, "आई, मला भय वाटतंय! कुशीत घे तू मला. तोंडावर पांघरूण घाल माझ्या. या वरच्या अफाट निळ्या समुद्रापेक्षा, या भोवतालच्या करड्या दगडी मैदानापेक्षा मातीचं पांघरूण फार चांगलं! त्यात गुरफटून घेतलं की—"

"वेडा कुठला!" त्याला कुरवाळीत धरणी उद्गारली, "तू माझा एकुलता एक लाडका लेक आहेस. पण मूल कितीही लाडकं झालं, म्हणून त्याला काय आईनं जन्मभर जवळ जखडून ठेवायचं?"

"नको आई, मला सोडू नकोस तू!"

"आईचं हृदय मुलाला कधीच सोडीत नाही, रे बाळ! ते माया करतं; पण ती माया आप्पलपोटी नसते."

"म्हणजे?"

"आईची मिठी हा तुरुंग झाला, तर तिच्या मायेचा बाळाला काय उपयोग आहे? त्या मायेच्या बळावर मुलानं मोठं व्हायला हवं, पराक्रम गाजवायला हवा, आयुष्याचं सार्थक करायला हवं!"

"पण या आभाळातल्या लाल लाल गोळ्याचं भय वाटतं मला."

"आत्ता पांढराशुभ्र होईल तो! तो फार फार चांगला आहे हं. मोठं होताना त्याची खूप खूप मदत होणार आहे तुला. चल, कर मान वर. बाळ, आता लवकर लवकर मोठं व्हायचं हं. उंच उंच जायचं!"

"उंच उंच? म्हणजे दूर दूर? तुला सोडून दूर जायचं? अं हं!"

"अरे वेड्या, मोठा झाल्यावर तू आपल्याच नादात रमून जाशील. मग माझी आठवणसुद्धा तुला होणार नाही. ती झाली नाही, तरी चालेल. तुझ्या वैभवाच्या सावलीत मी आनंदानं दिवस काढीन."

अंकुर वाढत चालला. त्याचे इवलेसे हात गुबगुबीत दिसू लागले. त्या हातांतून जीवनरस उन्मादाने नाचू लागला. वाऱ्याने गुदगुल्या करताच त्याचे नाजूक लालसर ओठ फुलू लागले. पराक्रमाचे गीत गाण्याकरिता ते उत्सुक झाले.

अंकुर वाढत चालला. हा हा म्हणता तो लहान मुलाएवढा झाला. लवकरच तो तरुणासारखा दिसू लागला. तरी तो वाढतच होता; पसरतच होता! साऱ्या पृथ्वीला सावली द्यायच्या स्वप्नात धुंद होऊन गेला होता तो!

यौवन आपली ऐट आणि ऐश्वर्य घेऊन त्याच्या भेटीला आले. पर्णभाराची भरजरी वस्त्रे— कळ्याफुलांचे टपोरे मोती— फलसंभाराची हिरेमाणके! आणि त्या सर्वांच्या आत कणाकणांतून नाचणारा जीवनरसाचा उन्माद!

पाखरे त्याच्या अंगाखांद्यावर खेळत किलबिलू लागली. त्याच्या फळांना आपले दात पुन्हापुन्हा लावीत ती म्हणत,

"साऱ्या पंचक्रोशीत याच्यासारखा सुंदर, विशाल वृक्ष नाही. या मुरमाड माळावर हा उगवला! केवढं हे आपलं भाग्य!"

वायुलहरी फुलांचा सुगंध घेऊन दूर दूर जात आणि परत आल्यावर त्याला म्हणत,

"आज ना उद्या तुला पाहायला सारी पृथ्वी इथं लोटेल. आजपर्यंत या माळाकडे कुणी ढुंकूनदेखील बघत नव्हतं! आता कशी यात्रा सुरू होईल, पाहा! केवढ कर्तृत्व आहे हे तुझं!"

हळूहळू त्या माळावर वृक्षाच्या बाजूने एक पायवाट तयार होऊ लागली. वळसा घेऊन करावी लागणारी पायपीट वाचल्यामुळे सारे प्रवासी या वृक्षाच्या छायेत ताजेतवाने होऊन त्याला दुवा देऊ लागले. 'भुतांचा माळ' हे त्या माळाचे जुने नाव मागे पडले. मग 'देवाचा माळ' हे नाव रूढ झाले. असल्या खडकाळ माळावर एवढा सुंदर विशाल वृक्ष उगवावा, ही केवळ देवाची कृपा, असेच सारे लोक जाता-येता म्हणू लागले.

काळपुरुष सहा पाळण्यांत सहा ऋतूंना बसवून त्यांना गरगर फिरवीत होता. ती साही मुले काही सारखीच धीट नव्हती. पाळणा वर जाऊ लागला की, त्यातला एखादा रडे. तो खाली येऊ लागला की, दुसऱ्याच्या अंगावर काटा उभा राही. तिसरा संतापाने ओरडे. चौथा चिडून अंगावरली वस्त्रे फाडीत असे. मात्र पाळणा वर जावो अथवा खाली येवो, त्यातले दोघे सदैव खिदळत आणि आनंदाने गाणी म्हणत.

ही सर्व गंमत वृक्ष पाहत होता. पाळण्याच्या असंख्य फेऱ्या झाल्या. पण ही मौज पाहण्यात त्याला प्रथम वाटलेला आनंद अजून रतिभरही कमी झाला नव्हता. पाखरे, प्रवासी आणि वायुलहरी यांच्याकडून स्तुतीचा नजराणा घेत तो त्या माळावर

एखाद्या सम्राटाप्रमाणे हसत उभा होता. मात्र या स्तुतीच्या धुंदीत आपल्या आईचा त्याला पूर्ण विसर पडला होता!

तिची आठवण त्याला एकदाच झाली. काळपुरुषाच्या पाळण्यातले रडवे पोर एका फेरीत कसे अगदी गप्प बसले होते. त्याचे ते मौन मोठे अशुभ असावे. ती फेरी संपत आली मात्र! वृक्षाच्या अंगाची आग होऊ लागली. त्याच्या घशाला कोरड पडली. त्याची भरजरी वस्त्रे विटकी दिसू लागली. त्याच्या अंगावरले अलंकार गळून पडले.

आता आपले प्राण जाणार, असे वृक्षाला वाटू लागले. व्याकूळ स्वराने तो कण्हू लागला,

"आई, आई—"

त्याच्या कानांवर झऱ्याच्या झुळझुळण्यासारखा मंजूळ स्वर आला,

"बाळा, घाबरू नकोस असा!"

त्या चार शब्दांनीच त्याला केवढा धीर आला. बाहेरच्या जगाला आग लागली होती. त्याचे हातपाय जळत होते. पण त्याचबरोबर आपली आई कुठून तरी थेंब थेंब पाणी आणून ते आपल्या तृषित मुखात घालीत आहे, असा भास त्याला होत होता.

भयंकर उन्हाळ्यातही तो वृक्ष हिरवागार राहिलेला पाहून वाटसरू चकित होऊ लागले. त्याच्यावर देवाची विशेष कृपा असली पाहिजे, अशी त्यांची खात्री झाली. जाणारा-येणाराकडून वृक्षाची पूजा होऊ लागली.

या पूजेने वृक्षाला आभाळ ठेंगणे झाले. पाखरे त्याच्या कानांत किलबिलू लागली,

"इथून जवळ एक नगर आहे. त्या नगरात एक राजवाडा आहे. या राजवाड्याभोवती मोठी सुंदर बाग आहे. नगर पाहायला गेलो की, आम्ही त्या बागेत जाऊन फळ खातो. पण ती तुझ्या फळांसारखी गोड नाहीत. तू त्या बागेत असायला हवंस, गड्या! साऱ्या वृक्षांचा राजा होशील तू. राजवाड्यावरून जाणारा प्रत्येक मनुष्य तुला मुजरा करीत जाईल!"

'वृक्षांचा राजा' हे धुंदी आणणारे शब्द त्या वृक्षाला स्वप्नातही ऐकू येऊ लागले.

एके दिवशी नाचत नाचत वायुलहरी आल्या आणि म्हणाल्या,

"राजाच्या बागेत नाना रंगांची फुलं आहेत. पण त्यातल्या एकालासुद्धा तुझ्या फुलांसारखा सुगंध नाही. काल आम्ही तुझा सुगंध घेऊन गेलो. त्यावेळी राजकन्या बागेत फिरत होती. तुझ्या सुगंधानं ती वेडी होऊन गेली. मित्रा, राजाच्या बागेत तू असायला हवंस! अप्सरेहूनही सुंदर असलेली ती राजकन्या अष्टौप्रहर तुझ्या सावलीत राहील."

वृक्ष अतिशय अस्वस्थ झाला. चित्रविचित्र उन्मादक स्वप्नांची त्याच्या डोळ्यांवर धुंदी चढली. भोवतालच्या माळाचा उजाडपणा त्याला असह्य झाला. अस्सेच्या अस्से उठावे आणि धावत राजाच्या बागेकडे जावे, असे त्याला वाटू लागले.

कुणीतरी मृदू स्वराने हाक मारली,

"बाळ—"

"कोण हाक मारतंय मला?" वृक्षाने तिरसटपणाने प्रश्न केला.

"तुझी आई!"

"माझी आई? तू मला जन्म दिलास?"

"हो!"

"इथं?"

"इथं म्हणजे?"

"या माळावर?"

"हो."

"तू आई नाहीस; वैरीण आहेस माझी!"

"असं बोलू नये, रे बाळ."

"तू... तू माझ्या आयुष्याचा नाश केलास. माझ्या मोठेपणाच्या पायांत बेड्या घातल्यास. चल, सोड मला. माझ्या पायांना विळखा घालून अशी अडवू नकोस मला!"

"बाळ, राजाच्या बागेत जायचा वेडा विचार सोडून दे. तुझ्या आयुष्याचं सार्थक इथंच आहे."

रागाने बेभान झालेला तो वृक्ष चीत्कारला,

"इथं?"

"हो, इथं! या जगात प्रत्येकाच्या कर्तृत्वाला मर्यादा असते. उपभोगाला सीमा असते!"

दुसऱ्याच क्षणी त्याने आईला जोराने लाथाडून दूर झुगारून दिले आणि... आणि त्याच क्षणी तो निष्प्राण होऊन धाडकन खाली पडला.

त्याच्या निस्तेज देहाचे दर्शन घ्यायला पाखरे फिरकलीसुद्धा नाहीत. वायुलहरी त्याच्याशी कुजबुज न करताच पुढे निघून गेल्या.

पुन्हा त्या माळाकडे कुणी फिरकेनासे झाले. अपरात्री 'आई, आई' अशा करुण हाका तिथून अस्पष्टपणे ऐकू येतात, असे माळाला वळसा घालून दूरच्या वाटेने जाणारे प्रवासी नेहमी सांगत असतात!

शांतिसभा

दूर दूर, सातासमुद्रांपलीकडे युद्ध सुरू झाले होते. त्या युद्धाचा निषेध करण्याकरिता राजधानीतल्या देवालयात एक प्रचंड सभा बोलवण्यात आली. सभेला सर्व प्रकारची माणसे अहमहमिकेने उपस्थित झाली. सर्वांच्या मुद्रांवर आपण काहीतरी उदात्त कृत्य करीत आहो, असा भाव झळकत होता. अनेकांच्या हातांत उंच उंच धरलेले फलक तळपत होते. प्रत्येकावर सुंदर अक्षरांत लिहिले होते :

'शांतिदेवतेचा विजय असो!'

त्या सभेला जशा तरुण सुनाही आल्या होत्या, तशा घरी अष्टौप्रहर त्यांचा छळ करणाऱ्या म्हाताऱ्या सासवाही आल्या होत्या. लक्ष्मीपुत्र आणि सरस्वतीकंठमणी मांडीला मांडी लावून त्या सभामंडपात बसले होते. आपल्या बायका-पोरांपलीकडे ढुंकूनही न पाहणारे संसारी आणि रानावनांत राहून केवळ परमेश्वराचे चिंतन करणारे संन्यासीही स्वरात स्वर मिळवून 'शांतिदेवतेचा विजय असो!' अशा अखंड घोषणा तिथे करीत होते.

सभा सुरू झाली. भाषणांचा पाऊस पडला. त्यातल्या गारा लहान-मोठ्या श्रोत्यांनी अधाशीपणाने वेचून खाल्ल्या.

शेवटी एक संन्यासी भाषण करण्याकरिता उभा राहिला.

''आपण सर्व एका ईश्वराची लेकरं आहो. कुठलंही युद्ध म्हणजे भावानं केलेला भावाचा खून होय!'' असे तो तावातावाने प्रतिपादन करू लागला.

त्याचे भाषण पुरे झाले नाही, तोच सभाजनांतून दुसरा संन्यासी तीरासारखा पुढे आला आणि ओरडून म्हणाला,

''लोकहो, याच्यावर विश्वास ठेवू नका. हा लुच्चा आहे. ईश्वरावरली तुमची अंधश्रद्धा वाढावी, म्हणून याची ही सारी धडपड आहे. याला खाली ओढा— पुढं बोलू देऊ नका!''

पहिला संन्यासी तांबडे लाल डोळे करून किंचाळला,

''हा नास्तिक आहे. चार्वाकाचा अनुयायी आहे. हा सांगतो, ते सारं खोटं आहे. याला आधी खाली ओढा. ईश्वरसाक्ष मी तुम्हाला सांगतो, जगात देव आहे! म्हणूनच—''

वनदेवता । ६९

दुसरा संन्यासी वेड्यासारखे हातवारे करीत गर्जला,

"मीसुद्धा ईश्वरसाक्ष सांगतो, जगात देव नाही! देव म्हणून तुम्ही ज्याची पूजा करता, तो शुद्ध दगड आहे!"

'देव आहे' आणि 'देव नाही' या उद्‌गारांनी ते दोघे संन्यासी प्रथम लढत राहिले. लवकरच जिव्हास्त्रे बंद करून त्यांनी आपल्या हातापायांचा आणि नखदंतांचा उपयोग करायला सुरुवात केली.

रक्तबंबाळ स्थितीत त्या दोघांना एकमेकांपासून दूर करण्यात आले. शेवटी व्यासपीठावरून खाली जाता-जाता ते दोघेही एका स्वरात ओरडले,

'शांतिदेवतेचा विजय असो!'

■

शिला

फिरत-फिरत मी मनुष्यवस्तीपासून खूप दूर गेलो.

आता एका माळावर मी आलो होतो. टक्कल पडलेल्या म्हाताऱ्याच्या डोक्यासारखा दिसत होता तो. विसावा घेण्याकरिता कुठेतरी बसावे, म्हणून मी पाहू लागलो. मोठासा दगड कुठेच दिसेना!

शेवटी शोधता-शोधता अगदी आडबाजूला पडलेली एक शिला मी पाहिली. मी तिच्यावर बसणार, इतक्यात ती आर्जवी स्वराने उद्गारली,

"भल्या माणसा, बसायला उभ्या जगात दुसरी जागा कुठं मिळाली नाही का तुला?"

मी मनात शरमलो.

काही न बोलता मी जाणार होतो.

पण त्या शिलेला काय वाटले, कुणाला ठाऊक! ती मघापेक्षाही मृदू स्वराने म्हणाली,

"मित्रा, कृपा करून माझ्यावर रागावू नकोस. मी माणसांना कंटाळून इथं पळून आले आहे. त्यामुळे मनुष्य म्हटला की, माझ्या अंगावर काटा उभा राहतो!"

आता माझे कुतूहल जागृत झाले. एका दगडाने मनुष्यजातीवर हवे तसे तोंडसुख घ्यावे, याचा रागही आला मला! मी कुर्ऱ्यातच म्हटले,

"तू माणसांना भिऊन इथं पळून आली आहेस, हे मला खरंच वाटत नाही! तुझं पाषाणहृदय पाहून माणसंच तुझ्यावर बहिष्कार टाकून निघून गेली असावीत!"

एक सुस्कारा मला ऐकू आला. तो माळरानावरचा वारा होता की, त्या शिलेचा निःश्वास होता, कुणाला ठाऊक!

क्षणभराने ती शिला बोलू लागली,

"खूप खूप वर्षं झाली त्या गोष्टीला. मी अशीच रानावनांत पडले होते. माणसाचा स्पर्श मला प्रथमच झाला, तेव्हा माझ्या अंगावर रोमांच उभे राहिले. माझ्या एकटेपणाचा कंटाळा आला होता मला. या विशाल जगात आपण अगदी निरुपयोगी आहो, या कल्पनेनं माझं मन निराश झालं होतं; पण माणसाचा स्पर्श

होताच तिथं आशा फुलली. मी त्या माणसाबरोबर मनुष्यवस्तीत गेले ती नाना प्रकारची स्वप्नं डोळ्यांपुढं नाचवीत. मला वाटलं, मी कुठल्या तरी घराची पायरी होईन आणि वृद्धांना व बालकांना चढण्या-उतरण्याच्या कामी मदत करीन. माझ्या मनात आलं, एखाद्या घराच्या भिंतीला माझा उपयोग होईल. रात्रंदिवस ऊनपाऊस खात मी तिथं राहीन. त्या घरातल्या माणसांचं थंडीवाऱ्यापासून मी संरक्षण करीन आणि त्यांचं प्रेम डोळे भरून पाहत आनंदानं राहीन. मला भास झाला, कुणीतरी मला उंच उंच जागी ठेवील. मग माझा व्यासपीठासारखा उपयोग होईल. त्या व्यासपीठावर बसून मोठमोठे कवी आपल्या रसाळ कविता गातील. मोठमोठे तत्त्वज्ञ मानवतेचा जगात प्रसार करतील. पण माझी ती स्वप्नं...''

ती एकदम स्तब्ध झाली.

मी हळूच तिला विचारले,

''त्या माणसानं तुला कोणतं काम दिलं?''

बाणाने विद्ध झाल्यामुळे चीत्कारणाऱ्या हरिणीच्या स्वराने ती उद्गारली,

''त्या माणसानं मला देव बनवलं!''

■

हरवलेला सुगंध

मध्यरात्रीने आपले मौनव्रत सुरू केले.

अशावेळी एक तरुण वेड्यासारखा निर्जन रस्त्यावरून चालला होता. तो पुन:पुन्हा आकाशाकडे पाहत होता. हे वरचे दिवे अजून का जळत राहिले आहेत, हे त्याला कळत नव्हते! ते मालवायला अजून कोणी कसा येत नाही, याचा तो विचार करीत होता!

अशा विमनस्क स्थितीत फिरत फिरत तो एका भिकार, पडक्या घरापाशी आला. त्या घराच्या जुनाट खिडकीतून मंद प्रकाश बाहेर येत होता. एखाद्या वृद्ध पित्याने आपल्या बहकलेल्या मुलाला उगीचच उपदेशाचे चार शब्द सांगावेत, तसा बाहेरच्या घनदाट काळोखात तो क्षीण प्रकाश भासत होता!

छे! मृत्युशय्येवर पडलेल्या वृद्ध माणसाचे दुर्बल स्मित होते ते!

तो मलूल प्रकाश पाहून भटक्याचे कुतूहल जागृत झाले. अशा अपरात्री जागे राहून या पडक्या घरात कोण काय करीत असावे?

कुणी चोरबीर तर नसेल ना?

छे! चोर काय दिवे लावून चोऱ्या करतात? अशा पडक्या घरात चोर कशाला शिरेल?

जीवनाला कंटाळलेली आणि जीव देण्याकरिता निघालेली ही कुणी अभागिनी तर नसेल ना? अगदी शेवटच्या क्षणी तिचे पाऊल या प्रिय वास्तूत घुटमळू लागले असेल—

छे! ती दुर्दैवी स्त्री दिवा कशाला लावील? स्वत:ची प्राणज्योती विझवायला निघालेल्या मनुष्याचा अंधार हाच सर्वांत मोठा मित्र असतो!

तो पाऊल न वाजविता खिडकीकडे गेला व हळूच पाहू लागला. खिडकीजवळ एक त्याच्याच वयाचा तरुण मनुष्य हातांतल्या कागदाकडे विषण्ण दृष्टीने पाहत बसला होता. त्याची मुद्रा मोठी दु:खी दिसत होती. उदास-भकास!

त्याला एवढे कसले दु:ख झाले आहे, ते भटक्याला कळेना.

त्याच्या पुढ्यातला तो कागद! प्रेयसीचे ते नकाराचे पत्र असेल काय?

भटक्याच्या मनातली करुणा जागी झाली. मृदू स्वराने तो म्हणाला,

"मित्रा, क्षमा कर मला. तुझ्या एकांताचा भंग करीत आहे मी! पण अगदी राहवेना, म्हणून तुला विचारतो. असं कोणतं मोठं संकट तुझ्यावर कोसळलं आहे? मला तुझं दु:ख हलकं करता येईल का?"

त्या तरुणाने मान वर करून पाहिले. मग तो थोडासा हसला. पावसाची सर पडून जाते, न जाते, तोच कोवळे-पिवळे ऊन पडावे, तसे त्याचे ते मंद स्मित होते! तो उत्तरला,

"मित्रा, माझं दु:ख मोठं विचित्र आहे. या जगात ते कुणाला कळेल की नाही, याची शंका आहे मला! मी एक छोटासा कवी आहे. गेल्या काही वर्षांत मला अनेक दु:खं भोगावी लागली. पण त्या दु:खांत मला एक सोबत होती."

"कुणाची? पत्नीची?"

"छे! लग्नाच्या भानगडीत मी अजून पडलो नाही. मला सोबत होती माझ्या कवितेची! तिच्या कपाळावर रुळणाऱ्या एखाद्या चुकार बटीचा ओझरता स्पर्श झाला, तरी दिवसच्या दिवस मी त्या तंद्रीत काढत असे! मग माझ्या मनातली सारी शल्यं आपोआप बोथट होऊन जात! पण आता—"

"आता काय झालं?"

"कसं सांगू ते मित्रा तुला? प्रेम केल्याशिवाय जसं मृत्यूचं दु:ख कळत नाही, तसं कविता केल्याशिवाय ती सोडून गेल्याचं दु:ख माणसाला समजायचं नाही!"

"तुम्हाला कविता सोडून गेली?"

"हो!"

"कशावरनं?"

"माझ्या मनात मंदपणानं दरवळणारा सुगंध आता मला शब्दांनी बांधून ठेवता येत नाही. हे पाहा—" बोलता-बोलता हातांतल्या कागदाचे तुकडे करीत तो म्हणाला, "किती धडपडतोय मी! कैक रात्री जागून काढल्या! पण तो हरवलेला सुगंध काही केल्या सापडत नाही!"

बोलता-बोलता एक सुस्कारा सोडून कवी थांबला. खिडकीबाहेर रस्त्यावर उभ्या असलेल्या तरुणाच्या डोळ्यांत पाणी उभे राहिलेले पाहून त्याला आश्चर्य वाटले. तो सहानुभूतीच्या स्वराने म्हणाला.

"मित्रा, तूही हे दु:ख अनुभवलं आहेस?"

त्या तरुणाने होकारार्थी मान हलवली.

"तू कवी आहेस?"

त्या तरुणाने नकारार्थी मान हलवली.

"मग?"

"मित्रा, मी तुझ्यासारखाच माझ्या हरवलेल्या सुगंधाचा शोध करीत आहे. जिच्या सहवासात माझी गेली पाच वर्षं पाच पळांसारखी गेली, ती माझी प्रिय पत्नी—"

कवीने त्या जुनाट खिडकीच्या गजांतून आपला हात बाहेर काढला आणि त्या तरुणाचा हात हातात घेत तो म्हणाला,

"मित्रा, मी आता एकाकी नाही. माझ्याप्रमाणे तुझाही सुगंध तुला सापडत नाही! चल, आपण दोघंही आपापल्या सुगंधाचा शोध करायला बरोबरच जाऊ या."

तो तरुण पुटपुटत आकाशाकडे पाहू लागला. त्याचे एवढेच शब्द ऐकू आले,

"मी एकाकी नाही... मी एकाकी नाही!"

■

कवी

स्वर्गाच्या दारात एक कृश, गोरटेला मनुष्य उभा होता. त्याच्या स्वप्नाळू डोळ्यांतून जणू फुलांचा सुगंध डोकावून बाहेर पाहत होता.

घटका झाली. दोन घटका झाल्या. पण आतून कुणी देवदूत येऊन ते दार उघडील, असे लक्षण दिसेना.

तो स्वप्नाळू डोळ्यांचा मनुष्य कंटाळला. वेळ जावा, म्हणून स्वत: रचलेले मधुर गीत तो गुणगुणू लागला.

याच वेळी दुसरा एक मनुष्य स्वर्गाच्या दारात येऊन उभा राहिला. तो धिप्पाड आणि काळाकुट्ट होता. त्याच्या डोळ्यांतून जणू अग्नीच्या ठिणग्या बाहेर पडत होत्या.

दुसरा मनुष्य पहिल्याची गोड गुणगुण ऐकण्याकरिता त्याच्या अगदी जवळ सरकला. नकळत त्या धिप्पाड मनुष्याचा त्या कृश मनुष्याला धक्का लागला. त्याबरोबर तो स्वप्नाळू डोळ्यांचा मनुष्य रागाने उसळून त्याच्याकडे वळत म्हणाला,

''कोण रे तू धटिंगण? स्वर्गाच्या दारात काय काम आहे तुझं? एवढ्या ऐटीनं इथं मला खेटून उभं राहायला लाज नाही वाटत तुला? पृथ्वीवर असा काय पराक्रम केला आहेस तू? अशी कोणती सत्कृत्यं... नि इथं येऊन मला धक्के देतोहेस? मला... एका श्रेष्ठ कवीला... धक्के देणारा असा कोण लागून गेला आहेस तू?''

''मी... मी...'' तो धिप्पाड मनुष्य चाचरत उद्गारला.

''हो, तू? कोण आहेस तू? भिल्लांचा राजा?''

''अं हं!''

''मग? दरोडेखोरांचा नायक?''

''छे!''

''शिरच्छेद करणारा मांग?''

''छट्!''

''मग असा आहेस तरी कोण तू?''

''मी... मी... मी... एक गरीब लोहार आहे मी, महाराज.''

"लोहार? तापलेल्या लोखंडावर घणाचे घाव घालीत बसणारा लोहार?"

"हो!"

"उं! ही स्वर्गाच्या दारावरची पाटी पाहिलीस का?— 'ज्यांनी जगाची निरपेक्ष सेवा केली आहे, त्यांनाच इथं प्रवेश मिळेल.' अशा ठिकाणी तुझ्यासारख्या लोहाराचं काय काम आहे?"

"काय काम आहे, ते देव जाणे! यमदूतांनी मला इथं आणून सोडलं. मी आपला तुमच्या मागून आत जायला मिळेल... या आशेनं..."

तो स्वप्नाळू डोळ्यांचा मनुष्य उपहासाने हसू लागला. इतक्यात स्वर्गाचे दार उघडले. त्या दारातून एक देवदूत बाहेर आला. त्या धिप्पाड काळ्याकुट्ट माणसाचे हसतमुखाने स्वागत करीत तो म्हणाला,

"मित्रा, चल माझ्याबरोबर."

त्या देवदूताच्या समजुतीत काहीतरी घोटाळा झाला आहे, असे त्या स्वप्नाळू डोळ्यांच्या माणसाला वाटले. लगबगीने पुढे येऊन तो म्हणाला,

"महाराज, आपण कुणाला आत न्यायला आला आहा!"

"एका कवीला!"

लोहाराकडे तुच्छतेने पाहत तो स्वप्नाळू डोळ्यांचा मनुष्य उद्गारला,

"कवी मी आहे, महाराज!"

आपल्या हातांतल्या भूर्जपत्राकडे दृष्टिक्षेप करीत देवदूत पुटपुटला,

"काळा! धिप्पाड!" मग मान वर करून काही क्षण त्या दोघांकडे त्याने आळीपाळीने पाहिले. शेवटी त्या धिप्पाड मनुष्याचा हात धरून तो म्हणाला, "मला हवा असलेला कवी हाच आहे!"

"अहो, तो लोहार आहे. तो काव्य कसलं करणार कपाळ? माझ्या लेखणीतून निघालेली ती यमकं, ते अनुप्रास नि त्या कल्पना कुठं? आणि या धटिंगणाच्या..."

देवदूत लोहाराला आत नेत उत्तरला,

"तुझ्यासारख्या नुसती शब्दांची जुळवाजुळव आणि बनवाबनव करणाऱ्या लोकांकरिता निराळा स्वर्ग आहे. त्या तिकडं... खूप खाली..."

"पण हा लोहार—"

"हाच खरा कवी आहे!"

"कवी? यानं उभ्या जन्मात हातात लेखणी धरली नसेल!"

मिटू लागलेल्या स्वर्गद्वारातून कवीला फक्त एवढेच शब्द ऐकू आले,

"घण हीच त्याची लेखणी होती!"

■

अहंकार

एक मुंगी साखरेचा कण शोधीत फिरत होती. फिरता फिरता तिला एक वाटाण्याचा दाणा दिसला. ती भीत भीत त्याच्याजवळ गेली आणि स्नेहपूर्ण स्वराने म्हणाली,

"कोण आहेस रे तू?"

"मी? माझं नाव ठाऊक नाही तुला? मी एक नवा ग्रह आहे. शुक्रापेक्षासुद्धा सुंदर. मला निर्माण केल्यावर कितीतरी वेळ ब्रह्मदेव कौतुकानं माझ्याकडं पाहत बसला होता! पण... तू कोण आहेस?"

"मी हरणाहूनही सुंदर असा नवा प्राणी आहे. हत्ती, सिंह, हरीण, हे सारे घडवूनदेखील ब्रह्मदेवाचं समाधान झालं नाही. मग त्यानं आपल्या चारी डोक्यांतली बुद्धी पणाला लावून मला निर्माण केलं."

वाटाण्याचा दाणा उद्गारला,

"हे ब्रह्मदेवाच्या आवडत्या प्राण्या, मी तुझं मन:पूर्वक अभिनंदन करतो."

मुंगी मधुर स्मित करीत बोलती झाली,

"हे ब्रह्मदेवाच्या आवडत्या ग्रहा, मीही तुझं मन:पूर्वक अभिनंदन करत्ये."

इतक्यात एक मूल रांगत तिथे आले. वाटाण्याचा दाणा चटकन तोंडात टाकून ते मुंगीला धरू लागले. ती त्याच्या बोटात सापडेना! त्या धडपडीत ती केव्हा चिरडून गेली, हे त्या मुलाला कळलेच नाही!

■

वनदेवता

नदीच्या आरशात निरखून पाहत पूर्व दिशेने कुंकुमतिलक लावला की, लाकूडतोड्या खांद्यावर कुऱ्हाड टाकून अरण्यात जाई. पश्चिम दिशा त्याच आरशात न्याहाळून पाहत आपली शृंगारसाधना करू लागली की, तो घरी परत येई. वर्षानुवर्षे त्याचा हा क्रम अखंड चालला होता.

पण—

एके दिवशी काळोख पडला. नंदिकेश्वराची आरती झाली, तरी तो परत आला नाही. अरण्यात वाघाबिघाने त्याला खाल्ले असावे, अशी अभद्र कल्पना त्याच्या बायकोच्या मनात आली. ती धाय मोकलून रडू लागली. पाच-दहा पळांत शे-पन्नास शेजारणी तिच्या सांत्वनाकरिता गोळा झाल्या.

एक वृद्ध स्त्री तिच्या पाठीवरून हात फिरवीत म्हणाली,

"पोरी, जे कपाळी, ते कोण टाळी? सीता-द्रौपदींनासुद्धा वनवास चुकला नाही, बाई!"

एक तरुण स्त्री शेजारणीच्या कानात कुजबुजली,

"वाघ कशाला खायला येतोय मेला! या वाघिणीनंच खाऊन निम्माशिम्मा केला होता त्याला! बिचारा कंटाळला होता संसाराला. दिला असेल जाऊन जीव नदीत!"

एक चिमुरडी मुलगी पुढे येऊन म्हणाली,

"का ललता हो तुमी? ललू नका, ललू नका! माझी बाहुली आनून देते मी तुमाला!"

लाकूडतोड्याच्या बायकोचे कुंकू कुणी पुसावे, याविषयी तीन-चार प्रौढ स्त्रिया आपापसांत हलक्या आवाजात खल करू लागल्या, पण त्यांच्यापैकी कुणालाच ती संधी मिळाली नाही. त्याचा निर्णय होण्याच्या आधीच तो लाकूडतोड्या दत्त म्हणून उभा राहिला. त्याची बायको रडता रडता हसू लागली. त्याच्याजवळ जाऊन सद्गदित स्वरात ती म्हणाली,

"इतका वेळ कुठं होता, हो तुम्ही!"

तो हसत उत्तरला,

"रानात!"

"एक लाकूडसुद्धा आणलं नाहीत आज. नि, म्हणे, दिवसभर रानात होतो! खोटं सांगताय तुम्ही मला. फसवा, असेच फसवा बायकोला! कुठल्या तरी टवळीच्या नादाला लागला असाल—"

तो हसत उत्तरला,

"हे मात्र बरोबर ओळखलंस तू! त्या बयेनं माझा सारा दिवस फुकट घालविला!"

"बया? कुठं आहे ती बया? दाखवा तरी ती एकदा मला. म्हणजे तिच्या अशा झिंज्या उपटते—"

"झिंज्या उपटायला ती तुझ्या हाताला लागली, तर ना? उभा दिवस तिला शोधीत भटकत होतो मी! पण—"

"अरे मेल्यांनो! रानात जाऊन हे धंदे करताय हो दररोज? बराय! उद्यापासून तुम्हाला कोंडूनच ठेवते घरात!"

"मी काय सांगतो, ते ऐकून घे आधी! मग मला कोंडून घाल, नाहीतर सुळावर चढीव."

साऱ्या बायका भान विसरल्या. जिवाचे कान करून ऐकू लागल्या.

लाकूडतोड्या नेहमीच्याच जागी गेला होता. आज जिकडेतिकडे मोठे मजेदार धुके पडले होते— दुधावर दाट साय यावी, तसे. पाण्यातल्या माशासारखी झाडांच्या पानांची हालचाल अंधूक अंधूक दिसत होती. कुऱ्हाड बाजूला ठेवून तो ते धुके पाहत उभा राहिला. इतक्यात पानातून कळी प्रकट व्हावी, तशी एक सुंदर स्त्री त्या धुक्यातून आपल्याकडे डोकावून पाहत आहे, असे त्याला वाटले. नंदिकेश्वराच्या देवळात दिसणाऱ्या राण्या-महाराण्या आणि शेट-सावकारांच्या बायका तिच्या दासी शोभल्या असत्या! तिची मोहक आकृती हळूहळू स्पष्ट होऊ लागली. ती पाहता-पाहता त्याच्या मनात मोठा गोंधळ उडाला. तिची मुद्रा अतिशय सात्त्विक होती. पण आपला पदर ढळला आहे, याची मात्र तिला शुद्ध नव्हती. तिच्या अंगावर हिऱ्यामोत्यांचे खूप खूप दागिने होते. पण एखाद्या वेडीसारखे ते अंगावरून काढून ती चोहीकडे उधळीत होती. त्यातला एखादा दागिना मिळाला, तर आपली जन्माची ददात नाहीशी होईल, म्हणून लाकूडतोड्याने ते इकडेतिकडे शोधण्याचा पुष्कळ प्रयत्न केला. पण एक मोतीसुद्धा त्याला जमिनीवर पडलेले दिसले नाही. ते सारे दागिने हवेतल्या हवेत कसे नाहीसे झाले, कुणाला ठाऊक!

धुके हळूहळू विरळ होऊ लागले. ती सुंदरी दिसेनाशी झाली.

लाकूडतोड्या आपल्या कामाला लागला. जवळच एक वठलेले झाड दिसले त्याला. त्याच्यावर तो कुऱ्हाड चालविणार, इतक्यात कुणीतरी हसल्यासारखे वाटले. त्याने मागे वळून पाहिले.

तीच ती! ती मघाची सुंदर स्त्री!

ती मंजूळ आवाजात म्हणाली,

"अरे वेड्या, उगीच का तोडतोस हे झाड? ते वठलेलं नाही!"

त्याने समोर पाहिले. त्या सुकलेल्या झाडावर वाळलेले पानसुद्धा दिसत नव्हते. ती स्त्री हवेतून पुढे आली आणि त्या झाडाला टेकून उभी राहिली. लगेच त्याला पालवी फुटली. त्या पालवीची हा हा म्हणता हिरवीगार पाने झाली. त्या पानांत लपून कोकिळा कुहुऽकुहुऽ करू लागली.

अरण्यात गुप्तधन कुठे आहे, हे या जादूगारणीला सहज सांगता येईल, असे लाकूडतोड्याला वाटले. दिवसभर तो तिला धुंडीत राहिला. पण ती काही पुन्हा त्याला दिसली नाही. ऊन उतरेपर्यंत तिचे हसणे अधूनमधून ऐकू येत होते. मग तेही ऐकू येईनासे झाले. अरण्यातल्या अनेक गुहा त्याने पालथ्या घातल्या. पण ती कुठेच आढळली नाही. भेटेल त्या भिल्लाला त्याने तिची माहिती विचारली. पण अशी स्त्री आतापर्यंत आपण पाहिलेली नाही, असे प्रत्येकाने सांगितले. तिची पावले कुठेतरी उमटली असतील, म्हणून ज्या ज्या ठिकाणी ती दिसली होती, तिथे तिथे त्याने बारकाईने पाहिले. पण ती पृथ्वीला स्पर्श न करताच चालत असावी!

अंधाराच्या भीतीने ती नगराकडे येईल, असे त्याला वाटले. कितीतरी वेळ वेशीपाशी तो तिची वाट पाहत उभा राहिला. पण ती अरण्यातून बाहेर पडलीच नाही. जितकी सुंदर, तितकी चंचल! जितकी सात्त्विक, तितकी मादक! ती अप्सरा होती की देवता होती, कुणाला ठाऊक!

ही हकिकत ज्या ज्या बायकांनी ऐकली, त्यांनी त्यांनी आपल्या नवऱ्यांना काही रात्री झोप येऊ दिली नाही. रात्रभर त्या त्यांना सांभाळून राहण्याच्या सूचना देत होत्या.

दुसरे दिवशी सकाळी अरण्यातल्या त्या नव्या सुंदर रमणीची वार्ता साऱ्या नगरात पसरली. घाटावर, देवळात, चव्हाट्यावर, राजवाड्यात सर्वत्र सर्व स्त्री-पुरुष या एकाच विषयाची चर्चा करीत होते. कुतूहल, जिज्ञासा, आशा, लालसा, भीती, प्रीती इत्यादिकांच्या छटांनी त्या नगरीच्या मनाचे जणूकाही इंद्रधनुष्य करून सोडले.

अशी सुंदर स्त्री आपल्या नगरीत हवी, याविषयी सर्वांचे एकमत झाले. प्रथम राजा व सेनापती यांनी आणि नंतर श्रेष्ठी, शास्त्रज्ञ, पंडित आणि संन्यासी यांच्या

प्रमुखांनी तिची आराधना करण्याकरिता अरण्यात जावे व तिला प्रसन्न करून नगरात आणावे, असे ठरले.

लाकूडतोड्याने सांगितलेल्या खुणांच्या अनुरोधाने राजा अरण्यात गेला. त्या विशिष्ट जागी जाताच कानांवर मोठे मोहक हास्य पडले. तो म्हणाला,

"सुंदरी, तुझ्या दर्शनाकरिता मी आलो आहे. माझ्याबरोबर नगरात चल. माझी पट्टराणी हो. सोन्याच्या ताटात जेव. पुष्पशय्येवर झोप. हिरेमाणकांनी देवाची पूजा कर."

दिवसभर त्या अदृश्य हास्याला तो पुन:पुन्हा हेच सांगत राहिला. पण या प्रलोभनाचा काहीच उपयोग झाला नाही. त्या स्त्रीने त्याला क्षणभरसुद्धा आपले मुख दाखविले नाही. त्याला तिचे नुसते हास्य ऐकू येत होते.

दुसरे दिवशी सेनापती गेला. वाऱ्यावर उडणाऱ्या तिच्या पदराची फडफड तेवढी त्याला ऐकू येत होती. तो तिला म्हणाला,

"तुझ्यासाठी मी रक्ताच्या नद्या वाहवीन. मग तर झालं? काय हवं ते माग. प्राणांची पर्वा न करता ती वस्तू मी तुला आणून देईन."

वारंवार त्याने तिला अशी आश्वासने दिली. पण तिच्या पदराच्या फडफडीखेरीज त्याच्या पदरात दुसरे काहीच पडले नाही.

या उन्मत्त स्त्रीला आपण सहज अंकित करू, अशी श्रेष्ठीची कल्पना होती. त्या जागी जाताच तिची पावले त्याला दिसली. तिच्या नखांना मेंदी नव्हती. ती कुणीतरी सामान्य वन्यांगना असावी, अशी त्याची समजूत झाली. दिवसभर तिच्यावरून तो आपली संपत्ती ओवाळून टाकीत होता. तिच्या गोंडस पोटऱ्या हळूहळू दिसू लागतील, अशी आशा त्याला होती. पण संध्याकाळपर्यंत ती काही सफल झाली नाही.

शास्त्रज्ञ तिथे गेला, तेव्हा त्याला केवळ एक गाण्याची लकेर ऐकू येऊ लागली. काही दिसेना, दुसरे काही ऐकू येईना. दिवसभर तो त्या गाणाऱ्या व्यक्तीला समजावून सांगत होता,

"तारुण्याच्या उन्मादात तू आज स्वच्छंदपणानं वागत आहेस, मनसोक्त गात आहेस. पण तुझं हे तारुण्य क्षणभंगुर आहे. ते चिरकाल टिकायला हवं असेल, तर माझ्याबरोबर चल. वार्धक्याची छायासुद्धा मी तुझ्यावर पडू देणार नाही. एका नव्या रसायनाचा शोध मी लावला आहे."

घरट्याकडे परतलेल्या पाखरांची किलबिल सुरू झाली, तेव्हा ती लकेरही थांबली.

पंडित तिथे पोहोचला. त्याला हवेतून फक्त शब्द ऐकू येऊ लागले,

'गिर-गिर-गिर, फिर-फिर-फिर, सूर्याची लाली, चंद्राच्या गाली.'

तो रागाने ओरडला,

"हे सुंदर स्त्रिये, तू रानावनांत वाढली आहेस. अर्थपूर्ण गाणी तुला येत नाहीत, हा काही तुझा दोष नव्हे! तू माझ्याबरोबर ये, मी तुझं हे वैगुण्य सहज दूर करीन. नुक्तंच मी एक महाकाव्य केलं आहे. सारा शब्दकोश त्या काव्यावरून शिकता येईल! इतकं सुंदर झालं आहे ते!"

शेवटी संन्यासी आला. त्या जागी त्याला पैंजणांचा छुमछुम आवाज तेवढा ऐकू आला.

"शरीर मर्त्य आहे; पण आत्मा अमर आहे. त्या आत्म्यासाठी तू माझ्याबरोबर चल. पैंजणापेक्षा परमात्म्याची थोरवी अधिक आहे. चल, मी तुला मोक्षाचा मार्ग दाखवितो." असे त्याने परोपरीने सांगितले.

पण ती छुमछुम थांबली नाही. उलट, त्या आवाजाने आपल्या अंत:करणात गोंधळ निर्माण होत आहे, असे त्याला वाटले. संध्याकाळ होण्यापूर्वीच तो तिथून पळून गेला.

नगराचे सर्व व्यवहार सुरळीत सुरू होते. पण त्या न पाहिलेल्या सुंदर स्त्रीच्या दर्शनासाठी सारे तरुण आणि प्रौढ पुरुष मनातल्या मनात झुरत होते.

"ती कुणीतरी चेटकीण असली पाहिजे. सुंदर रूप धारण करून माणसाला भुलविणाऱ्या राक्षशिणीच्या गोष्टी प्राचीन काळापासून आम्ही ऐकत आलो आहो. अशीच एखादी राक्षशीण असली पाहिजे ती!" असे प्रत्येकजण चारचौघांत बोलताना म्हणे. पण रात्री शय्येवर दैनंदिन दु:खांचे काटे मनाला बोचू लागले की, प्रत्येकाला वाटे, ती सुंदर स्त्री एकदा तरी आपल्या दृष्टीला पडायला हवी होती! म्हणजे तिच्या गोष्टी आठवणींत गुंग होऊन ही सारी दु:खे आपण विसरून गेलो असतो.

तरुणांच्या मनात येई, आपल्या म्लान जीवनपुष्पावर ओठांतले अमृत शिंपडण्याकरिता ती क्षणभर तरी धावली असती! प्रौढांच्या मनात येई, कन्या म्हणून आपले पाय दाबण्याकरिता वेळात वेळ काढून आपल्याकडे आल्याशिवाय ती कधीच राहिली नसती!

जे मिळत नाही, त्याचे मोल अधिक वाटावे, या सनातन मनुष्य-स्वभावाला कुठेही झाले, तरी अपवाद कसा असणार? सारे नगर त्या न पाहिलेल्या रमणीची मनात पूजा करू लागले.

ज्याने तिच्या अरण्यातल्या अस्तित्वाची वार्ता प्रथम आणली होती, तोच लाकूडतोड्या एके दिवशी संध्याकाळी धावत-धावत नगरात आला. ती सुंदरी त्याला दिसली होती. रानात नव्हे, नदीच्या पलीकडे!

नदीच्या पलीकडे? सारे नगर प्रक्षुब्ध झाले.

पलीकडे तर केवळ बहिष्कृतांची वस्ती होती. नगरातल्या सनातन नियमांचे ज्यांनी ज्यांनी आजपर्यंत उल्लंघन केले होते, त्यांना त्यांना नदीपलीकडे हद्दपार करण्यात आले होते. राजाच्या राणीवरल्या प्रेमात शरीरसुखाचा बराच मोठा भाग आहे, असे भरदरबारात सांगणारा शास्त्रज्ञ, पदार्थ चांगले झाले नाहीत म्हणून भोजनाचे ताट भिरकावून देणाऱ्या संन्याशाला 'तुमचा संन्यास हे ढोंग आहे' म्हणून बजावणारी तरुणी, 'प्रामाणिकपणानं कुणी श्रीमंत होत नाही' असे मुख्य श्रेष्ठीच्या तोंडावर न डगमगता सांगणारा वृद्ध. 'ज्ञान ही डोक्यात साठवून ठेवण्याची गोष्ट नाही, ते हृदयात उतरले नाही, तर अज्ञानापेक्षाही भयंकर असते!' असे पंडितसभेत प्रतिपादन करणारा प्रौढ, अशी शेकडो माणसे आतापर्यंत नदीपलीकडे पाठविण्यात आली होती. ती तिथे झोपड्या बांधून राहत होती, रुटुखुटु जगत होती. त्यांच्यापैकी कुणावर ती सुंदरी कशाकरिता भाळली असावी, हे कुणाच्याच लक्षात येईना. एका झोपडीपुढचे अंगण सारवून तिथे रांगोळी काढीत असताना लाकूडतोड्याने तिला पाहिली होती. त्या झोपडीच्या साऱ्या खाणाखुणा त्याने सांगितल्या. त्या ऐकताच नगरातले सारे शहाणे हतबुद्ध होऊन गेले. ती तर एका वेड्याची झोपडी होती!

नगरात असताना पहिल्यापहिल्यांदा तो इतरांसारखा वागे. पुढे पुढे त्याच्या ठिकाणी वेडाच्या पुसट खुणा दिसू लागल्या. कुणीतरी फेकून दिलेला निर्माल्य तो उचलून घेई. त्या निर्माल्याकडे पाहता पाहता त्याच्या डोळ्यांत पाणी उभे राही. पाखरे आकाशात उडू लागली की, घटका घटका तो त्यांच्याकडे बघे. जणूकाही याचे आणि त्याचे पूर्वजन्मीचे नातेच होते! तो देवळात देवाशी बोले, बागेत फुलाशी बोले. एकदा तर उपासमारीने मेलेल्या एका भिकाऱ्याच्या पोराशी बोलत आणि बोलता-बोलता अश्रू ढाळीत चार घटका तो रस्त्याच्या कडेला बसला होता!

या वेडाच्या लहरीतच त्याने आपणहून नगर सोडले. 'हद्दपार केलेल्या लोकांतच इथल्या लोकांपेक्षा अधिक माणुसकी आहे!' असे जणू साऱ्या नगराला बजावीत तो निघून गेला होता.

प्रमुख नागरिकांच्या झुंडी त्या वेड्याच्या झोपडीकडे गेल्या. तो एक सुकलेलं फूल हातात घेऊन त्याच्या सुगंधाशी गोष्टी करीत होता.

नागरिकांनी प्रश्न केला,

"ती सुंदरी कुठं आहे? ती वनदेवता..."

वेड्याने मान वर करून विचारले,
"सुंदरी? वनदेवता? मी तर इथं एकटा राहतो."
"तुझं अंगण झाडणारी ती सुंदरी?"
वेडा हसत उत्तरला,
"ती होय? ती तर माझी आई आहे. ती कधी रानात असते, कधी इथं येते.
माझ्यासारखे वेडे व्हा; म्हणजे तिचं दर्शन तुम्हाला होईल."

■

कला

ज्योती नाक मुरडीत म्हणाली,

''अं हं! असं काय? नको रे— नको ना?''

पण हे शब्द वाऱ्याच्या कानांत शिरलेच नाहीत. मनात घोळणाऱ्या प्रेमगीताच्या धुंद सुरांबरोबर फेर धरून नाचण्यात तो गुंग झाला होता.

त्याच्या अवखळ क्रीडेने ज्योतीचे अंग शहारू लागले, ती काकुळतीला येऊन म्हणाली,

''नको, रे! नको ना? सोड, माझा पदर सोड.''

मिस्कीलपणाने हसत वाऱ्याने प्रश्न केला,

''का?''

ती स्तब्ध राहिली.

वारा चिडखोरपणाने उद्गारला,

''तुझं माझ्यावर प्रेम नाही, हेच खरं!''

''असं नको रे म्हणू! तू नि मी काय दोन आहो? तू माझा आहेस, मी तुझी आहे. पण... पण... नाही, रे... मनातलं सारंच काही शब्दांत सांगता येत नाही माणसाला!''

वारा किंचित अंतर्मुख होऊन विचार करू लागला. पण तो क्षणभरच. लगेच तो तुच्छतेने हसला आणि तिच्या पदराशी पुन्हा झोंबू लागला.

ज्योती रडकुंडीला येऊन म्हणाली,

''मी तुझी एकट्याचीच असते नि तू माझा चोळामोळा केला असतास, तर मी हू की चू केले नसते. पण स्त्री ही नुसती प्रेयसी नसते रे! ती माताही असते!''

''अशी उखाण्यांनी बोलू नकोस. काय, ते सरळ सांग मला!''

''माझ्या राजा, मी जशी तुझी आहे, तशीच— असा रागावू नकोस, रे! तू रागावलास की, माझं अंग कसं लटलट कापू लागतं. हे बघ, त्या पलीकडल्या पाऊलवाटेनं अपरात्री अंधारात कितीतरी प्रवासी जात असतात. त्यांना माझ्याशिवाय कुणाचा आधार आहे? मी तुझीच आहे! पण माझा प्रकाश? तो काही तुझा

एकट्याचा नाही. तो साऱ्या जगाचा...''

''बैरागिणीसारखी बोलते आहेस तू! पण मी काही अजून संन्यासी झालो नाही! मला सौंदर्य हवं आहे! त्याचा आनंद हवाय! त्याचा मनसोक्त आस्वाद हवाय! तुझ्यासारख्या जोगिणीकडनं तो कसा मिळणार?''

वारा रागावून दूर दूर निघून गेला. ज्योतीचा विसर पडावा, म्हणून तो ओसाड माळावर खूप खूप भटकला. तिचा विसर पडावा, म्हणून स्वतःभोवती कितीतरी काळ तो वेगाने गरगर फिरत राहिला. पण ज्योतीची ती सुंदर मूर्ती त्याच्या डोळ्यांपुढून काही केल्या हलेना.

आपले वागणे वेडेपणाचे होते, असे शेवटी त्याला वाटू लागले. मोठ्या आशेने तो परत आला. ज्योतीचा शोध करू लागला. पण ती होती कुठे! ती त्याला कुठेच दिसेना! तो सुन्न झाला.

तो एखाद्या पुतळ्यासारखा स्तब्ध उभा होता! आणि पलीकडल्या पाऊलवाटेने ठेचकळत जाणाऱ्या प्रवाशांचे करुण उद्गार अधूनमधून त्याच्या कानांवर पडत होते!

■

न्याय

चित्रगुप्ताने पुढ्यातल्या वह्यांची पाने पुनःपुन्हा चाळली. मग ध्यानस्थ मुनीप्रमाणे डोळे मिटून तो चिंतनमग्न झाला.

दोन तरुणी त्याच्यासमोर उभ्या होत्या. मोठ्या उत्कंठेने त्या त्याच्या निर्णयाची वाट पाहत होत्या.

पहिली शालीन दिसत होती. दुसरी छचोर भासत होती.

न्यायाधीशाचे मौन मोठे दाहक असते!

दोघीही अधीर झाल्या. चुळबुळू लागल्या. त्या अस्वस्थ हालचालीत दुसरीचे कोपर नकळत पहिलीच्या अंगाला लागले.

तक्षकाने दंश करावा, तशी पहिली किंचाळली. मोठ्या लगबगीने ती दुसरीपासून दूर झाली. मग रागाने थरथर कापत ती उद्गारली,

''अगं बाजारबसवे, डोळे फुटले वाटतं तुझे? ओळखलं नाहीस तू मला?''

दुसरी मधुर स्वरात उत्तरली,

''न ओळखायला काय झालं, बाईसाहेब? आपली घरं समोरासमोरच होती. गेली दहा वर्षं रोज रात्री माझ्या घराच्या खिडकीतून मी आपल्याला पाहत होते.''

''मग... मग...'' रागाने पहिलीच्या तोंडातून शब्द फुटेना. गारुड्याने चिडलेल्या नागाला मोठ्या कष्टाने टोपलीत घालून ती बंद करावी, तसा आपला संताप आवरीत ती शेवटी म्हणाली, ''तुझा हा पापी स्पर्श... लाज नाही वाटली तुला मला स्पर्श करायला? देवा, शेवटी काय हे माझ्या नशिबी आलं? पृथ्वीवर जन्मभर पतिव्रता म्हणून माझी पूजा झाली आणि इथं... या स्वर्गात पाऊल टाकताच... छी! या पापिणीच्या स्पर्शानं...''

बोलता-बोलता ती थांबली.

चिंतनमग्न चित्रगुप्त मान वर करून त्या दोघींकडे आळीपाळीने पाहू लागला होता.

त्याने काही क्षण दोघींना निरखून पाहिले. मग उजव्या बाजूला उभ्या असलेल्या यमदूतांकडे वळून तो म्हणाला,

"ही पहिली स्त्री पतिव्रता म्हणून पृथ्वीवर प्रख्यात होती. हिची स्वर्गात रवानगी करायची. हिला देवदूतांच्या स्वाधीन करा."

पहिली तरुणी दुसरीकडे तुच्छतेने पाहत हसू लागली. पण ते हसू ओठांबाहेर पडते, तोच- ती चकित होऊन ऐकू लागली.

चित्रगुप्त डाव्या बाजूला उभ्या असलेल्या यमदूतांकडे वळून म्हणत होता,

"या दुसऱ्या स्त्रीलाही देवदूतच नेतील."

"कुठं?" पहिली आश्चर्याने ओरडली.

"स्वर्गात!" चित्रगुप्त उत्तरला.

"छे! छे! ते शक्य नाही. फार मोठी चूक होतेय, महाराज, ही! या पापिणीला नरकात पाठवायला हवं!"

"का?"

"ती वेश्या आहे... व्यभिचाराच्या पापानं लडबडलेली आहे!"

चित्रगुप्त स्वतःशीच हसला. मग डाव्या बाजूला उभ्या असलेल्या दूतांना तो म्हणाला,

"देवदूतांना सांग, या दुसऱ्या स्त्रीला सर्वांत उच्च अशा स्वर्गात घेऊन चला."

पहिली स्त्री किंचाळली,

"लहान तोंडी मोठा घास घेतल्यासारखं होतंय, महाराज! पण... फार मोठा अन्याय होतोय आपल्या हातानं!'

"चित्रगुप्त कधी चुकत नसतो!" समोर पडलेल्या पाप-पुण्यांच्या जाडजूड वह्यांकडे पाहत आणि स्वतःशीच गूढ स्मित करीत चित्रगुप्त उद्गारला.

आता पहिल्या स्त्रीचा क्रोध अनावर झाला. जणू डोळ्यांतल्या ठिणग्यांनीच तिने प्रश्न केला,

"माझी जागा कुठल्या स्वर्गात आहे?"

"सर्वांत खालच्या स्वर्गात!" चित्रगुप्त शांतपणे उत्तरला.

"मी एवढी पतिव्रता! कुरूप, अष्टावक्र पतीशी मी आमरण निष्ठेनं राहिले. त्याचं फळ हेच का? रोज रोज नव्या पुरुषांना मिठी मारणाऱ्या या गाव-भवानीला वरच्या स्वर्गात जागा! नि या पापिणीची सावलीसुद्धा न घेणाऱ्या माझ्यासारख्या पतिव्रतेची खालच्या स्वर्गात रवानगी! खासा न्याय आहे हा!"

"चित्रगुप्ताच्या वह्या खोटं बोलत नाहीत. प्रत्येकाच्या जीवनाच्या क्षणाक्षणाचा, मनाच्या कणाकणाचा हिशेब टिपलाय मी इथं!"

"जन्मभर मी एका कुरूप कुडीला कवटाळून बसले... हेच लिहिलंय ना तुमच्या वहीत?"

"ते तर आहेच. पण आणखीही अनेक गोष्टी आहेत!"

"गोष्टी? कसल्या गोष्टी?"

"रोज रात्री तू शय्यागृहाच्या खिडकीत उभी राहत होतीस. बाहेर पडलेलं सुंदर चांदणं पाहायला नव्हे, अंधारात चमकणाऱ्या सुंदर चांदण्या पाहायला नव्हे! तर..."

"तर?" पतिव्रतेने चाचरत प्रश्न केला.

"तुझ्यासमोर राहणाऱ्या या वेश्येकडे कोण राजबिंडा तरुण येतो, ते पाहायला!"

"खोटं! साफ खोटं!"

समोर पडलेल्या वह्यांची पाने चाळीत चित्रगुप्त उद्गारला,

"छे! या वह्या निराळंच सांगताहेत. प्रत्येक रात्री तू आपल्या कुरूप, अष्टावक्र पतीच्या बाहुपाशात निमूटपणे पडून राहत होतीस, हे खरं आहे. पण मीलनाच्या प्रत्येक क्षणी तू त्याचा तिरस्कार करीत होतीस... मनानं त्याच्यापासून दूर जात होतीस."

"कुठं... कुठं जात होते मी मनानं?"

"या वेश्येच्या रंगमहालात. तिच्याकडे आलेल्या रूपसुंदर तरुणाच्या बाहुपाशात! खरं की नाही?"

"ते... ते... पण त्या तरुणाला देहविक्रय करणारी ही वेश्या माझ्यापेक्षा अधिक पुण्यवान कशी ठरते?"

समोरच्या वह्यांची पाने चाळीत चित्रगुप्त म्हणाला,

"तू आपल्या घराच्या खिडकीत उभी राहत होतीस ना? त्याच वेळी ही वेश्याही आपल्या घराच्या खिडकीतून तुझ्याकडे मोठ्या भक्तीनं पाहत राही. तिचं लक्ष तिच्या घरी येणाऱ्या तरुणाकडे नसे. तिची दृष्टी तुझ्यावर खिळून राही. प्रत्येक दिवशी ती हात जोडून म्हणे, 'देवा, जीवनाचं नाटक तू किती चतुरतेनं रचतोस. तुझ्यामुळे माझ्यासारख्या पापिणीला या समोरच्या पतिव्रतेचं नित्यदर्शन घडतंय. केवढे उपकार आहेत हे तुझे माझ्यावर! अंधारानं भरलेल्या आयुष्यात हा प्रकाशाचा किरण मला दाखविला आहेस तू! कोमल पुष्पशय्येवर, मदनाच्या बाहुपाशातसुद्धा मी माझ्या मनात या पवित्र प्रकाशाची सतत पूजा करीत राहीन.'"

■

विजयस्तंभ

विजयी राजा सैन्यासह नगरात शिरला. अनाथ बालके, विधवा स्त्रिया, लुळेपांगळे पुरुष या सर्वांना तो सांगत सुटला,

'या, माझ्या जवळ या. मी शांतीचा उपासक आहे.'

पण कुणीही त्याच्या शब्दांवर विश्वास ठेवायला तयार होईना.

राजाला फार वाईट वाटले. नगरामध्ये एक मोठा स्तंभ उभारून त्यावर आपला शांतिसंदेश कोरण्याचा त्याने निश्चय केला.

एक प्रचंड स्तंभ तयार झाला. एखाद्या योगिनीप्रमाणे दिसणारी शांतिदेवतेची आकृती त्याच्यावर कोरण्यात आली. त्या देवतेच्या डोळ्यांत आईचे वात्सल्य होते; गळ्यात फुलांच्या माळा होत्या; ओठांवर उषेचे स्मित होते; हातांत मेघांचे कुंभ होते.

तो स्तंभ सर्वांना दिसावा म्हणून, नगराच्या मध्यभागी उभा करण्याचे ठरले. त्याच्याकरिता एक जागा खणण्यात येऊ लागली. ती खणता खणता अनेक फुटकेतुटके दगड सापडू लागले. त्या दगडांवर चित्रविचित्र आकृती कोरलेल्या होत्या. त्या आकृतींचा अर्थ कुणालाच कळेना. सारे दगड बाहेर काढून दूर दूर एका पर्वतावर राहणाऱ्या श्रेष्ठ संशोधकाकडे पाठविण्यात आले.

राजाने तयार करविलेला स्तंभ नगराच्या मध्यभागी मोठ्या थाटामाटात उभारण्यात आला. प्रत्येक नागरिक जाता-येता त्या स्तंभापाशी थांबे, शांतिदेवतेला वंदन करी आणि 'मी शांतीचा उपासक आहे' हे त्याच्यावर कोरलेले शब्द उच्चारीत पुढे चालू लागे.

राजा कृतकृत्य झाला.

संशोधकाला त्या दगडांवरल्या आकृतींचा अर्थ लागला की नाही, हे पाहण्याकरिता एके दिवशी राजा त्या दूरच्या पर्वतावर गेला. संशोधक आनंदाने नाचत त्याला म्हणाला,

"महाराज, हे दगड साधे नाहीत. त्या सर्वांवर मिळून एक आकृती कोरलेली आहे. त्या आकृतीच्या डोळ्यांत आईचे वात्सल्य आहे; तिच्या गळ्यात फुलांच्या माळा आहेत; तिच्या ओठांवर उषेचे स्मित आहे, तिच्या हातांत मेघांचे कुंभ आहेत.

'मी शांतीचा उपासक आहे' असे शब्द त्या आकृतीखाली कोरले आहेत. हे सारे दगड जुळवून ती मूर्ती आपण तयार करावी आणि नगरदेवता म्हणून तिची स्थापना करावी, अशी माझी आपल्याला प्रार्थना आहे. फार फार प्राचीन शिल्प आहे! या शिल्पातली कलासुद्धा किती सुंदर आहे!''

राजा काहीच न बोलता खाली मान घालून का निघून गेला, हे त्या संशोधकाला कळेना!

सावली

सावली रागावली आणि देहाला म्हणाली,

"किती किती दुष्ट आहेस रे तू. सकाळ असो वा संध्याकाळ असो, मी सारखी तुझी सोबत करते. एखाद्या कुत्र्याप्रमाणे तुझ्या पायांभोवती मी नेहमी घुटमळते— केव्हा पुढं, केव्हा मागं. रात्रीसुद्धा माझ्या सेवेत कधी खंड पडत नाही. तुला खोटं वाटत असेल, तर ऐन मध्यरात्री दिवा लावून पाहा.

मी तुझ्यावर इतकं प्रेम करते. पण तू मात्र? सावली माझ्यावर अवलंबून आहे, म्हणून ज्याला त्याला तू सांगत सुटतोस. शोभतं का रे हे तुला? ते काही नाही. तुझं माझं नातं बरोबरीचं आहे, हे तुला मान्य असलं, तरच मी तुझ्याबरोबर राहीन. नाहीतर माझा मार्ग मला मोकळा आहे."

देहाने तिला जवळ ओढून घेतले, प्रेमाने कुरवाळले आणि तो तिला म्हणाला,

"वेडी आहेस तू छाये! हे जग काही मी निर्माण केलं नाही. ज्यानं मला जन्माला घातलं, त्यानंच तुलाही जन्म दिला. त्याच्या नियमांचं उल्लंघन या जगात कुणीही करू शकत नाही.

"आठवतं तुला? एकदा तू नि मी समुद्र पाहायला गेलो होतो. समुद्राच्या लाटा नाचत नाचत पुढं येत होत्या. तुला नि मला वाटलं, त्या अशाच पुढं येतील आणि आपल्याला बुडवून टाकतील. आपण दोघं पळत पळत दूर गेलो. लांब जाऊन धडधडत्या छातीनं मी पाहू लागलो.

"पण त्या लाटांनी काही आपला पाठलाग केला नाही. त्या थोड्या पुढं पुढं आल्या आणि मग मुकाट्यानं मागं जाऊ लागल्या. त्यावेळी माझ्या मनात कोणती कल्पना आली होती, सांगू? मला वाटलं, सागर ही एक सुंदर सतार आहे. हे जग निर्माण करणारी शक्ती ही सतार अखंड वाजवीत आहे. नाचत, डोलत, उचंबळत पुढं येणाऱ्या लाटा ही त्या सतारीची एक लयबद्ध गत आहे, सारं जग उंच उंच मधुर स्वरांनी भरून टाकणारी! नाचत, डोलत, उचंबळत मागं मागं जाणाऱ्या लाटा ही त्या सतारीची दुसरी लयबद्ध गत आहे, सारं जग मंद मंद मधुर स्वरांनी भरून टाकणारी!"

“तुझं हे काव्य नकोय मला. मला माझा अधिकार हवा आहे, बोल, तुझं-माझं नातं बरोबरीचं आहे, हे तुला मान्य आहे की नाही?”

“नाही.”

“कशावरून?”

“सत्याला साक्षीदार लागत नाहीत.”

सावली संतापली.

“मी स्वतंत्र होणार, मी स्वतंत्र होणार!” ती रागारागाने ओरडली.

देह उत्तरला,

“उद्या दोनवेळा मी तुझी परीक्षा घेईन. मध्यान्ही सूर्य अगदी डोक्यावर येईल, तेव्हा! आणि मध्यरात्री— सारं जग निद्रेच्या कुशीत झोपलेलं असेल, तेव्हा! तीन-तीन हाका मारीन मी तुला प्रत्येकवेळी. त्या हाकांना तू साद दिलीस, तर तू स्वतंत्र आहेस, हे मी कबूल करीन.”

दुपार झाली. धरणी तापू लागली. सूर्य अगदी डोक्यावर आला. उन्हात उभे राहून देहाने हाक मारली,

“छाये, छाये, छाये...”

कुणीही ओ दिली नाही.

मध्यरात्र झाली. सारे जग भ्यालेल्या बालकाप्रमाणे तोंडावर अंधाराचे पांघरूण घेऊन गुडुप झोपी गेले होते. दिवा न लावता देहाने हाक मारली,

“छाये, छाये, छाये...”

कुणीही ओ दिली नाही.

विजयी देहाने निद्रेची आराधना सुरू केली. पण काही केल्या तिची कृपादृष्टी त्याच्यावर वळेना. त्याला वाटले, आनंदाने बेहोश झाल्यामुळे आज आपल्याला झोप येत नसावी! या कुशीवरून त्या कुशीवर तो तळमळत राहिला.

एकदम त्याला एक आवाज ऐकू आला. अगदी खोल खोल पाताळातून कुणीतरी बोलत असावे. त्या मधुर, पण गंभीर स्वराच्या स्पर्शाने देह पुलकित होऊन गेला.

तो स्वर उद्‌गारला,

“तूसुद्धा सावली आहेस.”

रागाने आणि भीतीने देह थरथरू लागला. तो आक्रोशत उद्‌गारला,

“नाही, नाही, नाही!”

त्या अदृश्य व्यक्तीचे मंद स्मित त्याला ऐकू आले.

देह किंचाळला,

''मी सावली आहे? कुणाची? कुणाची सावली आहे मी?''

'माझी.' तो स्वर हसत म्हणाला. ''उपभोगाच्या प्रत्येक क्षणी तुला वाटतं, मी सुखी आहे. पण दुसऱ्याच क्षणी तुझी अतृप्ती जागृत होते. तू स्वतंत्र असतास, तर हा भास तुला झाला नसता. हा मोहाचा अनुभव आला. मृत्यूच्या क्षणी तर तू—''

देहाला ते विचित्र, भयंकर बोलणे पुढे ऐकवेना. थरथरत, धडपडत तो उठला. त्याने दिवा लावला. आता त्याला थोडा धीर आला. तो हसू लागला.

त्याने मागे वळून पाहिले. भिंतीवर सावली हसत होती.

ती विजयी स्वराने उद्गारली,

''पैज मी जिंकली. मी स्वतंत्र आहे, तुझ्या बरोबरीची आहे.''

देहाने मुकाट्याने मान डोलवली.

■

मासे

मोठ्या माशाने लहान माशाला गिळण्याकरिता तोंड उघडले. तो चिमुकला मासा कापऱ्या स्वराने म्हणाला,

"दादा, दादा..."

मोठा मासा उपहासाने उद्गारला,

"ही लाडीगोडी बस्स कर. मला भूक लागली आहे!—"

"पण... पण... आपण एका जातीचे! आपणच एकमेकांना खाऊ लागलो तर— असा अन्याय करू नका, दादा!"

"यात अन्याय कसला आलाय?" तो मोठा मासा हसत उद्गारला, "हा जगाचा न्यायच आहे!"

पुढे एके दिवशी या मोठ्या माशाला एका प्रचंड माशाने पकडले. त्याच्या तोंडातून याला काही केल्या सुटता येईना. तेव्हा तो केविलवाण्या स्वराने म्हणाला,

"बडे भाई—"

"भाई? वा रे वा!" खो खो हसत प्रचंड मासा उद्गारला, "तू बडा मुत्सद्दी दिसतोस! मुत्सद्दी नसलास तर तत्त्वज्ञानी असशील! अरे वेड्या, जगात नाती अशी चिकटवून निर्माण होत नाहीत."

"पण आपणा दोघांची जात एकच–"

"बडबड बंद कर. अशी पुष्कळ व्याख्यानं ऐकली आहेत मी आजपर्यंत. मला भयंकर भूक लागली आहे. ती तू शांत कर. हे पुण्यकर्म तू केलंस, म्हणजे परमेश्वर तुझ्या आत्म्याला शांती देईल."

"माझ्या आत्म्याची काळजी नाही वाटत मला, महाराज. सध्या मला चिंता आहे, ती या शरीराची. एका माशानं दुसऱ्या माशाला खाणं हा मोठा अन्याय—"

"अरे वा! न्याय-अन्यायाची चर्चा करण्याइतका तू पंडित आहेस, म्हणायचा!

छान! असा विद्वान मासा फार दिवसांत माझ्या पोटात गेला नव्हता! तेव्हा—''

प्रचंड माशाच्या तोंडात जाता-जाता मोठा मासा स्वत:शीच पुटपुटला, "तो... तो लहान मासा म्हणत होता, तेच बरोबर होतं!''

■

करुणा

वृक्ष ब्रह्मानंदात निमग्न होता. डोळे मिटून तो स्मरणीचे मणी हळूहळू चाळवीत होता.

किती मधुर स्मृती होत्या त्या! पण जितक्या मधुर, तितक्याच अंधूक, जितक्या अंधूक, तितक्याच अतृप्ती वाढविणाऱ्या! क्षणात पुनर्जन्म घडवून आणणारे वासंतिकेचे ते उन्मादक आलिंगन—

उजव्या हातात सूर्याचा कमंडलू आणि डाव्या काखेत रजनीचे मृगाजिन घेऊन शांतपणे विश्वातल्या परमशक्तीला प्रदक्षिणा घालीत राहणाऱ्या वृद्ध काळपुरुषाला वृक्षाने कितीदा तरी अधीर स्वराने विचारले होते,

''मुनिवर्य, वासंतिका मला सोडून गेल्याला फार फार दिवस झाले. युगंच्या युगं लोटली असावीत! नाही?''

डोळ्यांवर आलेल्या पांढऱ्याशुभ्र जटा डाव्या हाताने मागे सारीत काळपुरुषाने प्रत्येकवेळी उत्तर दिले होते,

''अरे वेड्या, कुठली युगं घेऊन बसला आहेस? तुझ्या नि तिच्या गीताचे सूर अजून माझ्या कानांत घुमत आहेत. सात-आठ पावलंसुद्धा अजून चाललो नाही मी ती गेल्यापासनं!''

घटकेघटकेला विरहाने वृक्ष कृश होत चालला होता. अंगावरले अलंकार त्याने कधीच दूर भिरकावून दिले होते. आता तर वस्त्राचीसुद्धा त्याला शुद्ध राहीना. पूर्वी पाखरांशी गुजगोष्टी करण्यात त्याला फार आनंद होई. पण आता त्यांचा विलक्षण राग येऊ लागला त्याला. याच्या वाऱ्यालासुद्धा उभी राहीनाशी झाली ती!

पण आज पहाटे हे सारे पालटले. एका क्षणात! वृक्षाच्या मनातली उदासीनता पार पळाली. तिथे प्रसन्नता नाचत नाचत आली. वासंतिकेच्या केशकलापाचा सुगंध कुठूनतरी अगदी दुरून मंद मंद येत होता. पण तो तिचाच सुगंध होता. त्या सुंदरीचे आगमन सूचित करणारा दूत होता तो!

मीलनाच्या अगणित स्मृती त्याच्या हृदयात जाग्या झाल्या. तिच्या गालांवरची ती लज्जेची लाली! किती नाजूक बोटांनी उषेने ती टिपून घेतली होती! वासंतिकेच्या

लटक्या नकाराचा तो नाजूक उद्गार! कोकिळेने त्याचे लगेच अनुकरण केले. तिच्या केशकलापाचा तो धुंद करून सोडणारा सुगंध! त्याचे सूक्ष्म कण फुलाफुलांनी आपल्या हृदयात साठवून ठेवले.

अप्सरेलाही लाजविणाऱ्या त्या सौंदर्यराणीचे आणि आपले पुन्हा मीलन होणार या कल्पनेने वृक्षाचे सारे शरीर मोहरून गेले. त्याचवेळी त्याच्याजवळून दोन माणसे जात होती. त्यातला एक दुसऱ्याला म्हणाला,

"अरे, या झाडाला पालवी फुटली हं!"

दुसरा उत्तरला,

"खरंच, आता सुंदर दिसेल हं ते!"

वृक्ष हसून स्वत:शीच म्हणाला,

"मनुष्य हा फार बुद्धिमान प्राणी आहे, असं मी ऐकत आलो होतो. पण ते सारं खोटं आहे. वासंतिकेच्या मीलनाच्या कल्पनेनं माझ्या अंगावर हे रोमांच फुलत आहेत. ते पाहून काव्य सुचायला हवं होतं या माणसांना. पण कसलंतरी वेडंवाकडं नाव दिलं त्यांनी या रोमांचांना! पालवी! हूं!"

आपल्या आनंदात कसलाही व्यत्यय येऊ नये, म्हणून त्याने स्मृतीची माळ हातात घेतली. डोळे मिटून तो वासंतिकेच्या सुंदर मूर्तीचे ध्यान करू लागला.

२

एकाएकी त्याच्या समाधीचा भंग झाला. कुणीतरी कण्हत होते, स्फुंदत होते, रडत होते. रागारागाने डोळे उघडून त्याने पाहिले. त्याच्या कृश देहाला एक भिकारडे, सुरकुतलेले पान कुठूनतरी येऊन चिकटले होते, नव्या रोमांचाइतकाच त्याच्या शरीराचा भाग बनून गेले होते ते. ते पान कण्हत होते, स्फुंदत होते.

वृक्षाने विचारले,

"कोण रे तू?"

पानाने उत्तर दिले,

"मला ओळखलं नाही तुम्ही? माझं नि तुमचं अगदी जवळचं नातं आहे. किती जवळचं, म्हणून सांगू? तुमच्या आनंदातूनच—"

वृक्ष उपहासाने उद्गारला,

"गप्प बैस. मोठ्या मंडळींशी नातं जोडायची भिकारड्या माणसांना सवयच असते!"

"तसं नाही हो!" ते पान गयावया करीत उद्गारले. "हा राक्षस माझी मान मुरगाळतोय!"

"राक्षस? इथं कुणी राक्षस नाही. देवता मात्र इकडं यायला निघालीय."

"अहो, हा वारा..."

"मूर्ख कुठला! माझ्या प्रियतमेच्या पदराची फडफड आहे ती!"

"मला जगायचंय. मला धरा. हा वारा मला... मला पोटाशी घट्ट धरा हो. काही क्षण तरी मला जगू द्या. जगण्यात आनंद आहे. तो आनंद मला..." हुंदके देत देत ते पान बोलत होते.

पण वृक्षाला त्याची दया आली नाही. तो कठोर स्वराने ओरडला,

"चल जा. खुशाल मर जा. चल, सोड मला. मला मिठी मारून बसण्याचा काय अधिकार आहे तुला? माझ्या आयुष्यातली आनंदाची घटका पळापळानं जवळ येत आहे. अशा मंगल वेळी तुझा अपशकुन नकोय मला!"

त्या पानाची पकड सुटावी, म्हणून वृक्षाने त्याला गदगदा हलवले. पण ते निस्तेज, सुरकुतलेले पान मोठे चिवट होते. त्याला घट्ट धरून ते ओरडत राहिले,

"देवा, तू तरी—"

वृक्षाचा क्रोध आता अनावर झाला. उपहास आणि तिरस्कार यांनी मिश्रित असे हास्य करून तो म्हणाला,

"देवाला काही दुसरा उद्योगच नसेल! तुझ्यासारखे भिकारडे जगले काय आणि मेले काय, सारखेच! चल, सोड मला!"

वृक्षाने त्वेषाने पानाची मिठी सोडविली. टपटप अश्रू गाळीत ते जीर्ण, विदीर्ण पर्ण कुठेतरी दूर दूर जाऊन पडले.

वासंतिका आली. हसत, नाचत, फुलत आणि फुलवीत ती आली. वृक्षाच्या रोमारोमांतून आनंद ओसंडून वाहू लागला. एका क्षणी सुंदर पंख असलेल्या एखाद्या चिमुकल्या पाखराशी तो गुजगोष्टी करी. दुसऱ्या क्षणी स्वतःशीच कुठलेतरी मधुर, उन्मादक गीत गुणगुणू लागे.

शांतपणे प्रदक्षिणा घालीत असलेल्या वृद्ध काळपुरुषाला तो म्हणाला,

"मुनिवर्य, पळभर थांबा. माझं हे वैभव पाहा. माझी ही प्रेयसी किती सुंदर आहे..."

डोळ्यांवर आलेल्या पांढऱ्याशुभ्र जटा डाव्या हाताने मागे सारीत काळपुरुष उद्गारला,

"वत्सा, सौंदर्य हे मृगजळ आहे."

"आणि वैभव?"

"सौंदर्य आणि वैभव ही जुळी भावंडं आहेत."

"मग जगात सत्य काय आहे?"

"मृत्यू!"

"मृत्यूला जुळं भावंड नाही का?"

"आहे."

"त्याचं नाव?"

"दया."

"मुनिवर्य, विश्वातल्या न दिसणाऱ्या परम शक्तीला प्रदक्षिणा घालीत राहिल्यामुळे उघडउघड गोष्टीही तुम्हाला दिसेनाशा झाल्या आहेत. माझी आणि वासंतिकेची प्रीती..."

"ती प्रीती भंगुर आहे..."

"कारण?"

"ती उपभोगात निमग्न आहे."

"मग खरी प्रीती कुठली?"

"करुणा!"

मोठमोठ्याने हसत वृक्ष स्वतःशीच पुटपुटला,

"म्हाताऱ्याचं डोकं फिरलंय. हेच खरं!"

पंचमहाभूतांनी प्रलय मांडला होता. एखाद्या क्रुद्ध धनुर्धराने पळापळाला हजारो तीक्ष्ण बाण सोडावेत, तशा पर्जन्याच्या धारा कोसळत होत्या. जणूकाही ब्रह्मांडाला आग लावण्याकरिता हातांत पेटते पलिते घेऊन विद्युल्लता नाचत होती. रावणाने पूर्वी कैलास पर्वत गदगदा हलविला होता. आता झंझावात त्याचेच अनुकरण करीत होता. पृथ्वी केव्हा दुभंग होईल आणि आकाश केव्हा कोसळून पडेल, याचा नेम नव्हता!

वृक्षाचे शरीरच नव्हे, तर हृदयसुद्धा थरथर कापू लागले. कुणाला शरण जावे, ते त्याला कळेना.

एकाएकी तो लटपटू लागला. त्याने वाकून पाहिले. आपल्याला असलेला पृथ्वीचा आधार सुटत चालला आहे, हे त्याच्या लक्षात आले. तो करुणवाणीने तिला म्हणाला,

"मला घट्ट धर. हे वादळ फार भयंकर आहे, आई..."

"मी तुझी आई नाही." अंधारातून खालून आवाज आला. "केवळ वात्सल्यानं मी तुला आजपर्यंत सांभाळलं."

"पण..."

झंझावाताच्या दुंदुभिनादात पृथ्वीचे पुढले शब्द त्याला ऐकू आले नाहीत. क्षणाक्षणाला त्याचा तोल जाऊ लागला. ओरडत, किंचाळत तो उद्गारला,

"अरे देवा! मी आता मरणार! नाही, मला जगायचंय! आणखी काही क्षण तरी मला जगू द्या. मुनिवर्य, कुठं आहात तुम्ही?"

डोळ्यांवर आलेल्या पांढऱ्याशुभ्र जटा डाव्या हाताने मागे सारीत काळपुरुष शांतपणाने म्हणाला,

"मी माझ्या जागीच आहे, बाबा. प्रदक्षिणा घालतोय!"

वृक्ष केविलवाण्या स्वराने म्हणाला,

"केवळ वाराच नव्हे, तर पृथ्वीसुद्धा माझ्यावर उलटली हो! वाळवंटातून तापून आलेल्या या वाऱ्याला मी कितीदा विसावा दिला होता, म्हणून सांगू? भाजून टाकणाऱ्या उन्हापासून या पृथ्वीचं मी कैकवेळा रक्षण केलं आहे! पण... जग कृतघ्न आहे, हेच खरं! कठीण वेळी कुणी कुणाचं— मुनिवर्य- तुम्ही तरी, देवा!— तुमची सारी तपश्चर्या पणाला लावून त्या देवाला तरी हाक मारा हो!"

काळपुरुष क्षणभर स्तब्ध राहिला. मग तो म्हणाला,

"देव रिकामा नाही."

"रिकामा नाही? काय करतोय तो?"

"समजूत घालीत बसलाय!"

"कुणाची?"

"एका जीर्ण, विदीर्ण पर्णाची. ते रुसलं आहे. रुसून एका कोपऱ्यात जाऊन बसलं आहे. ते हसू लागल्याशिवाय देव दुसऱ्या कुठल्याही कामाकडे..."

"पान? सुरकुतलेलं पान? मी दूर लोटून दिलेलं पान तर नाही ना ते? अरे देवा! त्या पानाला मी तसं दूर..."

कडकड आवाज करीत वृक्ष धरणीवर उन्मळून पडला. प्रदक्षिणा घालता-घालता काळपुरुष थांबला. वाकून वृक्षाच्या अंगावरून आपला हात फिरवीत तो उद्गारला,

"वत्सा, तूसुद्धा एक पान होतास. पण तुला ते कळलं नाही!"

■

अनाथ

ते अनाथ पोर भीक मागत-मागत एका गावात आले. समोरासमोर असलेल्या दोन टोलेजंग वाड्यांकडे त्याचे पाय आपोआप वळले. त्यातल्या एका ना एका वाड्यात आपल्याला पोटभर जेवायला मिळेल, या कल्पनेने त्याच्या तोंडाला पाणी सुटले.

पहिला वाडा एखाद्या भव्य देवालयासारखा दिसत होता. त्याच्या दारावर एक धिप्पाड पहारेकरी उभा होता. पोर त्याला म्हणाले,

"शिपाईदादा, मला मालकांना भेटायचं आहे."

पहारेकरी गुरगुरला,

"मालक देवपूजेला बसले आहेत!"

"पूजा केव्हा संपेल?"

"चार घटकांनी."

पोराच्या पोटाला चार घटका चार युगांसारख्या वाटत होत्या. पण नेट धरून ते त्या वाड्याच्या दाराशी तिष्ठत उभे राहिले. मग त्याला मालकांचे दर्शन घडले.

मालकांच्या कानातल्या भिकबाळीचे मोती किती सुंदर दिसत होते. पोर वेड्यासारखे ती भिकबाळी पाहत उभे राहिले.

मालक हसत म्हणाले,

"अरे बाबा, ही सारी देवाची कृपा आहे. हं, बोल. तुझं काय काम आहे?"

"मी दोन दिवस उपाशी आहे, महाराज. मला काहीतरी खायला..."

"तुझा देवावर विश्वास आहे ना?"

"आहे."

"मग अशी भीक मागत का फिरतोस? अरे वेड्या, त्या अनंतकोटी ब्रह्मांडनायकाची लीला अगाध आहे. पाखराच्या पिलाला काही नुसती चोचच देत नाही तो! तो त्याच्यासाठी चाराही निर्माण करतो. तुझ्या पोटाची व्यवस्था त्यानं कुठं ना कुठं केलीच असेल! देवावर श्रद्धा ठेवून वाट पाहत राहा."

जपाला बसण्याकरिता मालक निघून गेले.

पोर खाली मान घालून वाड्याबाहेर पडले. एखादे प्रेत उठून चालू लागावे, तसे ते दिसत होते.

समोरच दुसरा वाडा एखाद्या मदोन्मत्त हत्तीसारखा उभा होता. हत्तीने पाणी घेऊन उंच केलेल्या सोंडेसारख्या त्या वाड्याच्या वरचा बुरूज दिसत होता. तिथे मोठमोठ्या आवाजात पुष्कळ माणसे काहीतरी बोलत होती. खवळलेल्या समुद्राचा भास होत होता ते ऐकून.

भीत भीत पोर वाड्याच्या पायऱ्या चढू लागले. दारावर एक गलेलठ्ठ पहारेकरी उभा होता. तो खेकसून म्हणाला,

"ए कारट्या, कुठं चाललास? चोरीबिरी करायचा बेत आहे, वाटतं?"

पोर गयावया करीत उत्तरले,

"मालकांना भेटायचंय मला."

"मालक पंडितांशी वादविवाद करण्यात गुंतले आहेत."

"केव्हा भेटतील?"

"चार घटकांनी."

प्रत्येक पळ युगासारखे वाटत होते. पण पोटासारखे लाचार जगात दुसरे कुणीच नाही! ते पोर मुकाट्याने त्या वाड्याच्या दारात तिष्ठत उभे राहिले.

चार घटकांनी वरचा वादविवाद थांबला. कितीतरी पंडित काखेत जाडजाड पोथ्या घेऊन हळूहळू वाड्याबाहेर पडले.

पोराला मालकाचे दर्शन झाले.

मालकांनी प्रश्न केला,

"काय काम आहे रे तुझं?"

"दोन दिवस उपाशी आहे मी, महाराज. काहीतरी खायला..."

"देवावर विश्वास आहे तुझा?"

मघाशी आहे, म्हणून सांगितले होते. पण त्याचा काही काही उपयोग झाला नव्हता. आता नाही म्हणून बघावे, असा पोराने विचार केला. ते ताडकन उत्तरले,

"नाही."

आपल्या उंच भरजरी बैठकीवरून उतरून मालक पुढे आले. पोराची पाठ थोपटीत ते म्हणाले,

"वा! वा! इतक्या लहान वयात इतकं ज्ञान मी कुठंच पाहिलं नव्हतं!"

"मला काहीतरी खायला..." पोर मोठ्या आशेने मधेच म्हणाले.

"खायला? अरे वेड्या, या जगात देव नाही, हे तुला ठाऊक आहे ना? मग तुला खायला कोण देणार? ते ज्याचं त्यानंच मिळवायला हवं! दोन गोष्टी लक्षात

ठेव. पृथ्वी विशाल आहे आणि प्रयत्न हाच माणसाचा परमेश्वर आहे! तुझं पोट कुठंही भरेल.''

खाली मान घालून पोर त्या वाड्यातून बाहेर पडले. गावातल्या इतर घरांकडे पाहण्याचा त्याला धीरच होईना. एखाद्या भुतासारखे ते मुकाट्याने चालू लागले.

गिधाडाने अर्धमेल्या सशावर पुनःपुन्हा टोचा मारीत राहावे, त्याप्रमाणे भूक त्याच्या पोटातली आतडी कुरतडत होती.

ते पोर कसेबसे गावाबाहेर पडले. पण आता पोटात वणवा पेटला होता. तो कसा विझवायचा, हे त्याला कळेना.

एका झाडाखाली पत्रावळीवर पसरलेले भाकरीचे तुकडे चघळीत बसलेली एक म्हातारी त्याला दिसली. त्याचे डोळे आशाळभूतपणाने त्या पत्रावळीकडे पाहू लागले. त्याचे पाऊल पुढे पडेना.

खाता खाता त्या म्हातारीने सहज आजूबाजूला पाहिले. ते पोर तिला दिसले. त्याच्या डोळ्यांत आक्रोश करीत उभी असलेली भूक तिच्या हृदयाला जाणवली. तिने खुणेने त्याला आपल्याकडे बोलावले. धडधडणारे काळीज हातांनी दाबून धरीत तो पुढे गेला. त्याचा हात धरून म्हातारीने त्याला आपल्या जवळ बसविले. त्या पत्रावळीवरला एक घास घेऊन तो तिने त्याच्या तोंडात घातला. काहीतरी बोलायची तिची इच्छा होती. पण तिच्या तोंडून शब्दच फुटेना. तिच्या डोळ्यांत पाणी मात्र तरळले. त्या पाण्याचा एक थेंब त्या पोराच्या गालावर पडला.

आपल्या पोटातला वणवा विझला, आपली सारी तगमग थांबली, जगन्माउली आपल्याला भेटली, असे त्या पोराला वाटले. ते हसू लागले.

चार घास पोटात गेल्यावर पोराने विचारले,

''आजी, जगात देव आहे का, गं?''

विचित्र हातवारे करीत ती उत्तरली,

''कुणाला ठाऊक! मी एक वेडी म्हातारी आहे, बाबा!''

■

अप्सरा

मृत्यूला कुणीच अडवू शकत नाही. मग ते झोपडीचे कुडाचे दार असो वा राजवाड्याचा प्रचंड काटेरी दरवाजा असो! मृत्यू सर्वत्र लीलेने प्रवेश करतो.

त्याची सावली सम्राटाच्या सोनेरी प्रासादावर पडली. गाण्याची गोड लकेर वातावरणात विरून जावी, तसे सम्राटाच्या पट्टराणीचे प्राण क्षणार्धात अनंतात विलीन झाले.

त्या दु:खाने राजा वेडा झाला. राणी होतीच तशी सुंदर!

रात्ररात्रभर तो आकाशातल्या तारकांकडे टक लावून पाही. तिथे मधेच त्याला आपल्या आवडत्या राणीचे डोळे दिसत. दिवसभर पुष्पशय्येवर पडून सुंदर फुलांचा सुंगध तो हुंगत राही. मधेच एखाद्या क्षणी आपल्या लाडक्या राणीच्या कोमल केशकलापाचे अवघ्राण केल्याचा भास त्याला होई.

पण क्षणिक भासांवर मनुष्य सदैव जगू शकत नाही!

पहिल्या राणीपेक्षा अधिक सुंदर स्त्रीच राजाचे मन ताळ्यावर आणू शकेल, हे वृद्ध अमात्याने ओळखले. मोठ्या मिनतवारीने राजाला बरोबर घेऊन तो अशा अप्सरेच्या शोधाकरिता निघाला.

त्या दोघांनी नगरे धुंडाळली, डोंगर ओलांडले, नद्या पार केल्या. ठिकठिकाणी नाना प्रकारच्या लावण्यसंपन्न तरुणी त्यांनी पाहिल्या. पण राजाला एकही पसंत पडली नाही.

शेवटी कंटाळून त्यांनी परत फिरायचा निर्णय घेतला.

त्याच दिवशी संध्याकाळी फिरता फिरता नदीतीरावरील एका पर्णकुटिकेपाशी ते आले. आत एखादा हडकुळा संन्यासी ध्यानधारणा करीत बसला असेल, अशी त्यांची कल्पना होती. त्यांनी सहज डोकावून पाहिले. कोपऱ्यात एक सुंदर तरुणी हसत उभी होती. तिच्यापासून किंचित दूर एक मनुष्य पाठमोरा उभा होता.

त्या माणसाच्या केसांच्या जटा झाल्या होत्या. त्याच्या अंगावरून एक फाटके वस्त्र खाली लोंबत होते! कुणीतरी भिकार, भटक्या मनुष्य असावा तो! बहुधा या तरुणीला त्याने गावाबाहेरच्या या पर्णकुटिकेत पळवून आणले असावे.

छे! त्याच्याकडे पाहून ती तरुणी हसत होती!

या रहस्याचा उलगडा करून घेण्याकरिता ते दोघे पुढे आले. पाऊल न वाजविता त्यांनी पर्णकुटिकेत प्रवेश केला. दोघेही एकदम चपापले. ती तरुणी हाडामांसाची नव्हती. ती एक सुंदर मूर्ती होती. सायंकाळच्या सौम्य सोनेरी किरणांनी तिला विलक्षण सजीवता प्राप्त करून दिली होती.

पर्णकुटिकेत उभ्या असलेल्या भणंगानेच ती मूर्ती घडविली आहे याच्यावर त्यांचा विश्वास बसेना. त्यांनी मूर्तिकाराला विचारले,

"या प्रतिमेचं मूळ कुठं आहे?"

मूर्तिकार त्यांना घेऊन एका चित्रकाराकडे गेला. त्याच्या घरातले एक चिमुकले चित्र त्याने दाखविले. चित्रात आणि मूर्तीत साधारण साम्य होते. पण या चित्रावरून ती प्रतिमा घडविली आहे, हे राजा आणि अमात्य यांना काही केल्या खरे वाटेना.

त्यांनी चित्रकाराला विचारले,

"या चित्राचं मूळ कुठं आहे?"

तो त्यांना एका कवीकडे घेऊन गेला. त्या कवीची एक कविता राजा आणि अमात्य यांनी मुकाट्याने ऐकली. पण ती सुंदर मूर्ती आणि ही कविता यांचा काही संबंध असेल, हे त्यांना खरेच वाटेना. मूर्तिकार, चित्रकार आणि कवी हे सारे लुच्चे लोक आहेत, खऱ्याखुऱ्या सुंदर तरुणीला त्यांनी कुठेतरी लपवून ठेवली आहे, अशी त्यांची खात्री झाली.

त्यांनी कवीला विचारले,

"या कवितेचं मूळ कुठं आहे?"

कवीच्या मागून सारी मंडळी एका गायकाकडे गेली. संगीताचे मधुर सूर दुरूनच ऐकू येत होते. कवी मोठ्या उत्साहाने उद्गारला,

"असले गोड सूर ऐकूनच ती कविता मला सुचली."

तो असत्य बोलत आहे, हे उघड होते. पण ती सुंदर तरुणी कुठे राहते, हे त्या गायकाकडून कदाचित कळेल अशा आशेने ते पुढे झाले.

त्यांनी गायकाला विचारले,

"या सुरांचं मूळ कुठं आहे?"

तो हसून उद्गारला,

"कुठं आहे? पाखरांच्या किलबिलीत, झऱ्यांच्या झुळझुळीत, पानांच्या सळसळीत, पैजणांच्या..."

राजा व अमात्य यांना त्याची ही बडबड असह्य झाली. हे चौघेही चोर आहेत, हे उघड दिसत होते. त्यांना पकडून बरोबर घेऊन दोघेही राजधानीकडे परतले.

कारागृहात त्या चौघांचा अनन्वित छळ करण्यात आला. पण ती सुंदर तरुणी कुठे राहते, हे कुणीच सांगेना.

शेवटी त्यांना वधस्तंभावर लटकावण्याचा निर्णय घेण्यात आला. हजारो लोक ती शिक्षा पाहायला गोळा झाले. थोडे हळहळले. बहुतेक पुटपुटत घरी गेले, 'लुच्च्या लोकांना अशीच शिक्षा व्हायला हवी! नाहीतर या जगात राहणं आमच्यासारख्यांना कठीण होईल.'

त्या दिवशी रात्री राहून-राहून त्या चौघांचे रक्त राजा व अमात्य यांना अस्वस्थ करीत होते. अमात्य या कुशीवरून त्या कुशीवर वळताना प्रत्येकवेळी म्हणत होता, "आता कुठं जातेय ती पोरगी? राज्यातलं घर नि घर शोधीन आणि महाराजांना नवी पट्टराणी आणून देईन."

राजा मधूनमधून उठत आणि येरझारा घालीत स्वत:शीच म्हणत होता, "या चौघांनी भ्रष्ट केली असेल त्या गरीब बिचारीला. त्यांना मृत्यूचीच शिक्षा योग्य होती. आता ती मिळाली, म्हणजे मी तिला फुलांच्या हातांनी कुरवाळीन आणि तिचे चुंबन घेत म्हणेन, 'मी त्या चौघांसारखा नाही हं!'''

■

निराशा

वेडी माणसे कशी वागतात, हे मला ठाऊक नव्हते. म्हणून एकदा मी एक पागलखाना पाहायला गेलो.

तिथले सारे वेडे एका उंच उंच शिडीभोवती गोळा झाले होते.

त्यातला एक घाईघाईने शिडीवर चढला.

मी त्याला प्रश्न केला,

''मित्रा, कुठं चालला आहेस तू?''

तो उत्तरला,

''वेड्या, अजून ठाऊक नाही तुला! इंद्राच्या ऐरावतावर बसायला जातोय मी!''

त्याला खाली ओढून दुसरा भरभर शिडीवर चढू लागला.

त्याला मी विचारले,

''मित्रा, कुठं निघाला आहेस तू?''

''वेडा रे वेडा!'' तो ऐटीत उद्गारला, ''मी रंभेचं चुंबन घ्यायला चाललोय!''

त्याला क्रूरपणाने दूर ढकलीत तिसरा त्या शिडीवर चढू लागला.

मी कुतूहलाने पुन्हा पृच्छा केली,

''मित्रा, कुठं चाललाहेस तू?''

डोळे विस्फारून तो म्हणाला,

''हेसुद्धा तुला ठाऊक नाही? पागल कुठला! मी कल्पवृक्षाच्या फांद्या आणायला निघालो आहे. माझ्या बागेतल्या साऱ्या झाडांवर त्यांची कलमं करणार आहे मी!''

खरे वेडे पाहायला मिळाले नाहीत, म्हणून निराश होऊन मी निघून आलो. ∎

कीर्ती

राजकन्येच्या विलोल कटाक्षांनी विद्ध झालेला कवी आपल्या अंगणात शतपावली करीत तिच्या सौंदर्यावर गीत रचीत होता.

तो एकदम दचकला. अंगणात अगदी अंधूक अशी कुणाची तरी सावली त्याला दिसली. त्याच्या हृदयात विश्वातले सर्व मधुर स्वर किणकिणू लागले. अभिसारिका होऊन राजकन्या तर आपल्याला भेटायला आली नसेल ना?

त्याने हर्षित स्वराने विचारले,

"कोण आहे?"

उत्तर आले,

"मी! तुझा मित्र!"

"मित्र? नाव काय तुझं?"

"मृत्यू!"

कवीने कंपित स्वराने प्रश्न केला,

"या वेळी तुझं काय काम आहे माझ्याकडे?"

"मी तुला न्यायला आलो आहे."

"मला? नि या वेळी? गळ्यात पडलेल्या कीर्तिमालेचा धुंद करणारा सुगंधसुद्धा मी अजून मनसोक्त घेतलेला नाही! राजकन्येच्या कटाक्षांपलीकडे मी अजून प्रीतीचा अमृतमधुर प्याला तोंडाला लावलेला नाही! तू माझा खरा मित्र असशील, तर आणखी पंचवीस वर्षांनी ये. त्यावेळी मी आनंदानं तुझ्याबरोबर येईन!"

"ठीक आहे. बरोबर पंचवीस वर्षांनी याच स्थळी, याच वेळी मी तुला भेटेन. मात्र एक गोष्ट लक्षात ठेव. पुनःपुन्हा वायदे करीत बसण्याचा मला कंटाळा आहे. मी फक्त आणखी एकदाच येईन. तू सांगितलेल्या वेळी. आता आपली भेट बरोबर पंचवीस वर्षांनी."

काळपुरुषाने पंचवीस वर्षे मागे टाकली. एखाद्या विजेच्या चमकाऱ्याने एका ढगातून दुसऱ्या ढगात जावे, तशी!

आता कवीच्या गळ्यातली कीर्तिमाला कोमेजून गेली होती. त्याच्या प्रतिमेला नवी, कोवळी, तांबूस पालवी फुटत नव्हती. पंचवीस वर्षांपूर्वी त्याचे काव्य ऐकून त्याच्याकडे प्रेमकटाक्ष फेकणारी राजकन्या शेजारच्याच प्रदेशावर राजमाता म्हणून अधिकार गाजवीत होती. तिची अठरा वर्षांची सुंदर मुलगीही काव्यवेडी होती. पण ती कीर्तिशिखरावर उभ्या असलेल्या एका तरुण कवीची प्रेमकटाक्षांनी पूजा करीत होती.

या नव्या कवीवर मात करणारे काव्य कसे लिहावे, याचा विचार करीत प्रौढ कवी अंगणात फेऱ्या घालीत होता.

तो एकदम दचकला. अंगणात अगदी अंधूक अशी कुणाची तरी सावली त्याला दिसली.

त्याने भयभीत स्वराने विचारले,

''कोण आहे?''

''मी मृत्यू— तुझा मित्र! बरोबर पंचवीस वर्षांनी तुला भेटायला आलो आहे मी. आता तू माझ्याबरोबर यायला तयार आहेस ना?''

''मित्रा, क्षमा कर मला. उन्हाळ्यात आटलेली नदी जशी पावसाळ्यात दुथडी भरून वाहू लागते, तशी मध्यंतरी मंदावलेली माझी प्रतिमा पुन्हा सतेज होत आहे. एक अपूर्व, अप्रतिम, अमर काव्य मला स्फुरले आहे. पिढ्यान् पिढ्या ते लोक गुणगुणत राहतील. ते काव्य पूर्ण करण्याच्या आधी मी तुझ्याबरोबर आलो, तर—''

''ठीक आहे; मी जातो.''

''आणखी पंचवीस वर्षांनी तू ये. त्यावेळी मी क्षणभरसुद्धा तुझा खोळंबा करणार नाही.''

मृत्यू नुसता हसला आणि तिथून निघून गेला.

काळपुरुषाने पंचवीस वर्षे मागे टाकली. एखाद्या फुलपाखराने या फुलावरून त्या फुलावर उडून जावे, तशी!

वृद्ध कवी अंगणात फेऱ्या घालीत होता. कैक वर्षांत त्याने कविता रचली नव्हती. सूर्योदय किंवा सूर्यास्त यांच्यात हर्षाने प्रफुल्लित होण्याइतकं काय आहे, हे आता त्याला कळत नव्हते! सुंदर तरुणीच्या स्मितात, लज्जेत आणि विभ्रमात साऱ्या जगाला धुंद करून सोडण्याची शक्ती असते, अशा अर्थाचे गीत पलीकडेच राहणाऱ्या एका पोरगेल्या कवीने मघाशी राजसभेत म्हणून दाखविले होते. ते ऐकून वृद्ध कवी मनात म्हणाला होता,

'या पोराला वेड लागलेलं दिसतंय!'

फेऱ्या घालता घालता तो एकदम थांबला— दचकला! अंगणाच्या टोकाला कुणाची तरी अंधूक सावली त्याला दिसली. त्याने कर्कश स्वराने विचारले,

"कोण आहे?"

उत्तरादाखल एक शब्दही कुणी उच्चारला नाही. मात्र लगेच ती सावली दिसेनाशी झाली. क्षणार्धात एक विचित्र हास्य ऐकू आले. त्या हास्याच्या पाठोपाठ त्याला मोठ्याने उच्चारलेले शब्द ऐकू आले,

'आजचं ते सुंदर गीत लिहिणारा कवी इथं राहत नाही. इथं एक वेडा म्हातारा राहतो. आपण पूर्वी फार मोठे कवी होतो, असा भ्रम झालाय त्याला!'

वृद्ध कवीने दोन्ही हातांनी आपले तोंड झाकून घेतले. मृत्यूची त्याला तीव्रतेने आठवण झाली. दुःखपूर्ण स्वराने तो उद्गारला,

"मित्रा, मला क्षमा कर. तू पहिल्यांदा आलास, तेव्हाच मी तुझ्याबरोबर यायला हवं होतं. निदान दुसऱ्यांदा आलास, तेव्हा तरी! मी चुकलो! मला क्षमा कर. मी तुझ्याबरोबर यायला तयार आहे."

त्याने तोंडावरून हात दूर करून पाहिले.

कुणाचीही सावली त्याला अंगणात दिसली नाही!

■

प्रतिमा

युगेच्या युगे परमेश्वर प्रयोग करीत होता. गंभीरपणाने आपल्या प्रयोगांकडे पाहत होता. त्याला आपली प्रतिमा निर्माण करायची होती. प्रचंड पर्वत, विशाल सागर, तेजस्वी वीज, चिमुकल्या चांदण्या, सप्तरंगी इंद्रधनुष्य हे सारे सुंदर होते. पण त्यात कुठेही त्याला आपल्या आत्म्याचे प्रतिबिंब दिसेना!

सिंह, हत्ती, मोर, गरुड, देवमासा, नाना प्रकारचे लहानमोठे प्राणी त्याने निर्माण केले. पण त्याचे समाधान झाले नाही. त्याची शक्ती त्या प्राण्यांना मिळाली होती. त्याचे काही लहानसहान गुणही त्यांच्या अंगी उतरले होते. पण आपला आत्मा काही परमेश्वराला तिथे दिसेना.

तो थकला. हे निष्फळ प्रयोग थांबवावेत, असे त्याला वाटू लागले. इतक्यात—

ध्यानीमनी नसताना वेलींच्या पानांतून एखाद्या कळीने हसत हसत बाहेर यावे, तसा मनुष्य त्याच्यापुढे उभा राहिला!

परमेश्वराने आश्चर्यचकित होऊन त्याला विचारले,

"कोण आहेस तू?"

मनुष्य परमेश्वराकडे पाहत उद्गारला,

"तू कोण आहेस?" लगेच तो हसला आणि स्वत:शी म्हणाला, "काय वेडा आहे मी! स्वत:च्या प्रतिबिंबाला 'तू कोण आहेस?' असं मी विचारीत आहे." परमेश्वराचा हात हातात घेऊन मनुष्य म्हणाला, "असा घाबरू नकोस; तू आणि मी काही भिन्न नाही."

"जा, चिरकाल पृथ्वीवर राज्य कर!" एवढेच शब्द परमेश्वराच्या तोंडून बाहेर पडले. युगायुगांच्या प्रयोगांनी तो अगदी शिणून गेला होता. दीर्घकाल विश्रांती घेण्याकरिता तो निघून गेला.

परमेश्वर निद्रेतून जागा झाला.

अजून त्याची झोप पुरी झाली नव्हती. सारा शीण गेला नव्हता. आपल्याला जाग का यावी, हे क्षणभर त्याचे त्याला कळेना. लगेच त्याच्या लक्षात आले—

कुणाच्या तरी आक्रंदनाने त्याचा निद्राभंग झाला होता.

कोण रडत आहे, हे पाहण्याकरता तो उठला.

चांदण्या पूर्वीसारख्याच हसत होत्या. समुद्र पूर्वीसारखाच नाचत होता.

त्याने दुरूनच पृथ्वीकडे पाहिले. तिला स्वर्गाचे स्वरूप प्राप्त झाले होते. प्रासादांचे सोनेरी कळस सूर्यकिरणांत चमकत होते. नंदनवनाला लाजविणारी उद्याने सर्वत्र हसत होती. जणू नाजूक, रेशमी वस्त्रावर काढलेली सुंदर फुलेच! त्या उद्यानात विहार करणाऱ्या तरुणी अप्सरांहूनही मोहक भासत होत्या.

आपल्याला ऐकू आलेले रडणे पृथ्वीवरले नसावे, असे त्याला वाटले. तो गोंधळला.

कितीतरी वेळ एखाद्या पुतळ्याप्रमाणे तो उभा होता. जिवाचे कान करून तो पृथ्वीवरून येणारे संमिश्र आवाज ऐकत होता. जयघोषांपासून प्रणयगीतांपर्यंत नाना प्रकारचे स्वर त्यात मिसळले होते. पण त्या सर्व स्वरांत ते विचित्र, अस्फुट आक्रंदनही होते!

परमेश्वर पृथ्वीवर येऊन त्या आक्रंदनाचा शोध करू लागला. ते ऐकू येत होते. पण ते कुठून ऐकू येत आहे, ते मात्र त्याला कळत नव्हते.

नवे अण्वस्त्र शोधून काढणाऱ्या शास्त्रज्ञाच्या प्रयोगशाळेत तो शिरला. त्याच्या अंगावर खेकसून तो शास्त्रज्ञ म्हणाला,

"कोण आहेस तू? माझं एकेक मिनिट लाखो हिऱ्यांहून अधिक मोलाचं आहे. साऱ्या जगाचा विध्वंस कसा करता येईल, याचा शोध—"

"त्यापेक्षा या पृथ्वीवर एकसारखं कोण रडत आहे, हे शोधून काढलंत, तर—"

"अधिक बोललास, तर पोलिसांच्या ताब्यात देईन! हॅलो..."

परमेश्वर एका सौंदर्यसम्राज्ञीच्या मंदिरात शिरला. तिची केशभूषा आज मनासारखी झाली नव्हती. आरशासमोर उभी राहून प्रत्येक केस न् केस सुंदर कसा दिसेल, हे ती पाहत होती. कुणाची तरी चाहूल लागताच तिने वळून पाहिले.

"ए थेरड्या, कोण आहेस तू-?" गुरगुरत तिने प्रश्न केला.

"या पृथ्वीवर कुठं कोण रडतंय, याचा शोध करतोय मी!"

"मसणात जा. तिथं तो शोध तुला लागेल!" ती उपहासाने उद्गारली. "माझे हे केस पुन्हा विसकटले. ते काय तुझा बाप सारखे करणार आहे? चल, चालता हो इथनं!"

परमेश्वर सुंदर देवळात गेला. भव्य दुकानात गेला. तो रमणीय उद्यानात गेला. उजाड स्मशानात गेला. तो कवींच्या घरी गेला, तत्त्वज्ञांच्या घरी गेला. पण त्याला ते रडणे एकसारखे ऐकू येतच होते. मात्र ते कुठून येत आहे, हे काही केल्या त्याला कळत नव्हते.

तो निराश झाला आणि रस्त्याच्या कडेला एका दगडावर बसून गुडघ्यांत मान घालून रडू लागला.

कुणाच्या तरी कोमल स्पर्शाने त्याने मान वर करून पाहिले. पाच-सहा वर्षांचे भिकाऱ्याचे पोर होते ते. फाटके कपडे, धुळीने भरलेले केस, हातात एक फुटके भांडे, एवढीच त्या पोराची संपत्ती होती. पण ते पुनःपुन्हा मृदू स्वराने म्हणत होते,

''आजोबा, असे रडू नका. काय होतंय तुम्हाला?''

या पोराला काय सांगायचे? जे दुःख शास्त्रज्ञांना, पंडितांना, कवींना आणि तत्त्वज्ञांना समजत नाही, ते या चिमुकल्या जीवाला काय समजणार?

परमेश्वर काही बोलला नाही.

तो बोलत नाही, असे पाहताच त्या पोराने त्याच्या गळ्याला मिठी मारली आणि ते घळघळा रडू लागले.

परमेश्वर कान देऊन ऐकू लागला. इतका वेळ त्याची पाठ पुरविणारे आक्रंदन आता कुठेच ऐकू येत नव्हते. त्याने त्या मुलाकडे निरखून पाहिले. आपली खरीखुरी प्रतिमा आज निर्माण झाली, असे वाटून परमेश्वर हसला.

■

वृक्ष

सूर्याने जणू आपले बाराही डोळे उघडले होते!

कमंडलूतले पाणी केव्हाच संपले होते! तरी ऋषीने तो तोंडाला लावला. ओलाव्याच्या भासाने त्याला पळभर बरे वाटले.

सूर्य आणि पृथ्वी यांचे जणू कडाक्याचे भांडण सुरू झाले. दोघेही तापली, एकमेकांना तापवू लागली. ऋषी लगबगीने चालू लागला. चालता चालता त्या उजाड माळरानावर त्याला एक झाड दिसले. तो हर्षित झाला.

झाड तसे मोठे नव्हते. पानांनी गजबजलेले नव्हते. पण त्याच्या क्षीण सावलीत ऋषीला थोडा आराम मिळाला. तिसऱ्या प्रहरी उठून पुढे जाताना कृतज्ञतेने तो झाडाला म्हणाला,

"देव तुझं कल्याण करो!"

झाड तिरसटपणे उद्गारले,

"असले फुकट आशीर्वाद देणारे पुष्कळ दाढीवाले पाहिले आहेत मी! मला आशीर्वाद नकोय! वर हवाय!"

ऋषीने हसून विचारले,

"वर? एकच?"

झाड मनात चमकले. स्वर किंचित खालावून ते म्हणाले,

"एक नको; दोन!"

ऋषीने स्मित करीत प्रश्न केला,

"फक्त दोनच? की तीन?"

झाड कृतज्ञतेने म्हणाले,

"मुनिवर्य, चार वर मला पुरे होतील."

"ठीक आहे!" ऋषी हसत म्हणाला. "ज्या ज्या वेळी तुला काही हवं असेल, त्या त्या वेळी माझं स्मरण कर. तुझ्या कोणत्याही चार इच्छा तत्काळ पूर्ण होतील."

ऋषी निघून गेल्यावर झाड स्वतःशीच विचार करू लागले. त्याच्या मनात नाना

शंकाकुशंका निर्माण झाल्या. या ऋषीने आपल्याला फसविले तर नसेल ना?
असल्या दाढीवाल्यांत खरा तपस्वी एखादाच असतो! छे! आपले चुकले! तो समोर
उभा असतानाच त्याच्या शक्तीची प्रचिती घ्यायला हवी होती आपण!

झाड अस्वस्थ आणि अधीर झाले. पहिला वर कोणता मागावा, याचा घाईघाईने
विचार करू लागले. शेवटी आपली पहिली इच्छा प्रकट करण्याकरिता ते मोठ्याने
म्हणाले,

''या माळरानावर राहून मला कंटाळा आलाय! इथून दोन कोसांवर एक छान
नदी आहे, म्हणे! त्या नदीच्या प्रवाहात आपलं प्रतिबिंब पाहत राहण्यात उरलेलं
आयुष्य घालवावं, अशी माझी इच्छा आहे. मुनिवर्य—''

'तथास्तु' हा शब्द त्याच्या कानी पडला. ऋषी कुठे दिसत नव्हता. पण तो
धीरगंभीर स्वर त्याचाच होता!

झाड चकित होऊन पाहू लागले. आपण स्वप्नात तर नाही ना, असे त्याला
क्षणभर वाटले.

आता ते नदीच्या काठी उभे होते. त्याच्या पानांतून लपतछपत खाली येणारे
किरण जलतरंगांशी क्रीडा करीत होते.

झाडाने मजेने एक पान खाली टाकले. तो काहीतरी खाद्यपदार्थ आहे असे
वाटून एका सुंदर माशाने झटकन पाण्यावर येऊन ते पान पकडण्याचा प्रयत्न केला.
झाड हसू लागले.

पण त्याचे हे हसणे फार दिवस टिकले नाही!

पैलतीरावर समोरच एक देऊळ होते. त्या देवळाभोवती अनेक लहान-मोठी
झाडे उभी होती. ती झाडे वाऱ्याने हलू लागली, म्हणजे ती देवावर चवऱ्या वारीत
आहेत, असा भास होई. नाना रंगांची, गोड गोड किलबिल करणारी कितीतरी पाखरे
संध्याकाळी मोठ्या आनंदाने त्या झाडांकडे धाव घेत.

झाडाला पैलतीरावरल्या वृक्षांचा हेवा वाटू लागला. नदीच्या पाण्यातल्या
आपल्या प्रतिबिंबाकडे पाहण्यात आता त्याला आनंद वाटेना! शेवटी त्याने मनाशी
निश्चय केला, अजून ऋषीने दिलेले तीन वर आपल्यापाशी आहेत! त्यातल्या एकाचा
उपयोग करायला काय हरकत आहे?

ते मोठ्याने उद्गारले,

''मुनिवर्य...''

'तथास्तु' हा शब्द त्याच्या कानी पडला. ऋषी कुठे दिसत नव्हता. पण तो
गंभीर स्वर त्याचाच होता. मात्र त्यात आर्ततेची छटा मिसळल्याचा भास होता.

झाड सुंदर स्वप्नात असल्यासारखे भोवताली पाहू लागले.

ते आता पैलतीरावर उभे होते. देवळाच्या समोरच!

त्याच्या कानी रात्रंदिवस पवित्र स्तोत्रे पडू लागली. त्याच्या मुळाशी निर्माल्याचे ढीग साचू लागले. येणारे-जाणारे भक्त त्याच्याकडे कौतुकाने कटाक्ष टाकू लागले.

असे काही दिवस समाधानात गेले. पण लवकरच दुधात मिठाचा खडा पडला. एका पंचरंगी पक्ष्याला त्याने आपल्या फांदीवर बोलावले. ते चढेल पाखरू उपहासाच्या स्वराने उद्गारले,

''देवळाभोवतालची ही सुंदर उंच उंच झाडं सोडून तुझ्याकडे कोण येणार? नदीच्या पात्रात मधेच ती बेटासारखी जागा आहे ना? तिथं तुझ्यासारखं झाड असतं, तर तुझ्यावर बसून मावळत्या सूर्याची शोभा पाहण्यात काही अर्थ होता!''

झाड भोवतालच्या उंच उंच वृक्षांकडे मत्सराने पाहू लागले. प्रात:काळी आणि सायंकाळी त्याच्यावर चालणारी किलबिल आता त्याला कोलाहलासारखी वाटू लागली. देवळातला घंटानाद ऐकताना आपल्या डोक्यात कुणीतरी घणाचे घाव घालीत आहे, असा त्याला भास होऊ लागला.

अशा अस्वस्थ मन:स्थितीत नदीच्या पात्रातील बेटाकडे त्याचे लक्ष गेले. पाखराचे शब्द त्याला पुन:पुन्हा आठवू लागले. ते मोठ्याने म्हणाले,

''मुनिवर्य,—''

'तथास्तु' हा शब्द त्याच्या कानी पडला. ऋषी कुठे दिसत नव्हता. पण तो गंभीर आवाज त्याचा होता. मात्र त्या आवाजातली आर्तता आता अधिकच जाणवू लागली होती.

झाड आनंदाने नाचू लागले, त्या छोट्या बेटावर ते एकटे— अगदी एकटे होते! राजासारखे उभे राहून ते भोवतालच्या जल-विस्ताराकडे पाहत होते. त्याला वाटू लागले— आकाशातून जाणाऱ्या एखाद्या गंधर्वाला आपल्याकडे पाहून सरोवरात उमललेल्या कमळाचा भास होईल! नाही कुणी म्हणावे? ऐलतीरावरील आणि पैलतीरावरील साऱ्या वृक्षवेलींना ते तुच्छतेने हसू लागले.

लवकरच वर्षाकाळ सुरू झाला. नदी रागावली. त्या छोट्या बेटाला पुन:पुन्हा थपडा मारू लागली.

झाड घाबरले. नदीला महापूर येऊ लागला होता. त्या पुराच्या लाटांनी झाड डळमळू लागले. हा पूर आपले उच्चाटन करील, या कल्पनेने ते थरथर कापू लागले. त्याने भोवताली पाहिले. सगळीकडे तांबडेलाल पाणी पसरत होते, पुढे पुढे येत होते. बेटावर, पैलतीरावर, ऐलतीरावर! झाड भयभीत होऊन उद्गारले,

''मुनिवर्य...''

"काय बेटा?"

"मला या संकटातून सोडवा."

"काय इच्छा आहे तुझी?"

"दूर दूर जायची. कुठल्या तरी माळरानावर! नदीला महापूर आला, तरी जिथं पाणी येणार नाही, अशा जागी!"

'तथास्तु' असे ऋषीचे शब्द ऐकू आले. त्या स्वरात आता गांभीर्य मुळीच नव्हते. मात्र कारुण्य काठोकाठ भरले होते.

■

ओळख

काळोख पडू लागला. झिमझिम पावसासारखा! त्या तरुण स्त्रीने अवतीभोवती पाहिले. चिटपाखरूसुद्धा दिसत नव्हते कुठे!

ती थबकली. पण क्षणभरच. लगेच खालचा ओठ दातांनी घट्ट दाबून धरीत ती पुढे चालू लागली.

ती स्वत:शीच पुटपुटत होती,

"याच वाटेनं मला जायला हवं! याच वाटेवर तुझं घर आहे, असं त्या साधूनं मला सांगितलं आहे. ते खोटं कसं होईल?"

काळोख दाटू लागला. पुराच्या पाण्यासारखा!

पण ती तरुण स्त्री थबकली नाही. थांबली नाही. ती झपझप चालत होती. दूर, दूर प्रकाशाचे किरण तिला दिसू लागले.

ती त्या जागी पोहोचली. डावीकडे प्रचंड, सुंदर इमारत उभी होती. तिच्या खिडकीखिडकीतून विजेचे दिवे लखलखत होते. उजवीकडे खुरट्या, बेडौल झोपड्या पसरल्या होत्या. त्यांच्या दारादारांत पणत्या लुकलुकत होत्या.

आपल्या ओळखीची माणसे या डावीकडल्या राजवाड्यातच असावीत, असे तिला वाटले. ती घाईघाईने त्या इमारतीत शिरली.

पहिल्या खोलीत तिने भीत भीत डोकावून पाहिले. जिकडेतिकडे सांगाडे पसरले होते. माणसाचे, पशूंचे, पक्ष्यांचे! जाड भिंगांचा चश्मा लावून कुणी वृद्ध त्यातल्या एका सांगाड्याचे निरीक्षण करीत होता.

ती तरुणी लाडक्या स्वराने त्याला म्हणाली,

"बाबा, मी आले आहे. ओळखलंत मला?"

त्या वृद्धाने वर मान करून खूप वेळ तिच्याकडे पाहिले. मग तोंडाचे बोळके उघडून तो हसत म्हणाला,

"तुझ्यासारख्या हजारोंना ओळखून आहे मी! मोठी नटूनथटून आली आहेस आज! पण तुझ्या या नट्ट्यापट्ट्याखाली समोरच्या सांगाड्यासारखा एक सांगाडा आहे, हे पुरेपूर ठाऊक आहे मला!"

ती दचकून दारातून दूर झाली. तिचे काळीज धडधडू लागले.

दुसऱ्या खोलीत तिने कसेबसे आपले कापरे पाऊल ठेवले. एक मध्यम वयाचा मनुष्य कसले तरी चित्र रंगवीत बसला होता.

ती तरुणी हसत म्हणाली,

"दादा, मी आले आहे. ओळखलंस मला?"

कपाळाला आठ्या घालीत त्या चित्रकाराने वर पाहिले. तिचे सूक्ष्म दृष्टीने निरीक्षण करीत तो म्हणाला,

"न ओळखायला काय झालं! हे उर्वशीचं चित्र माझ्या हातून पुरं होऊ नये, म्हणून इंद्रानं पाठवलेली अप्सरा आहेस तू! चल, चालती हो इथनं. नाहीतर..."

तिच्या काळजाने ठाव सोडला. जगातले सारे वेडे या राजवाड्यात कुणी आणून ठेवले नाहीत ना, अशी शंका तिला आली.

सारा धीर एकवटून तिने तिसऱ्या खोलीत प्रवेश केला. तिथे एक तरुण वेडेवाकडे हातवारे करीत बसला होता. त्याच्यासमोर मद्याची सुरई दिसत होती. ती रिकामी सुरई तो पुन:पुन्हा आपल्या हातातल्या पेल्यात ओतीत होता आणि स्वत:शीच हसत होता. चाचरत चाचरत ती तरुणी त्याला म्हणाली,

"मी आले आहे. ओळखलंत का मला?"

तिचे स्वागत करण्याकरिता तो जागेवरून उठू लागला. आपले कापणारे पाय कसेबसे स्थिर करीत तो म्हणाला,

"ये, ये. मी तुझीच वाट पाहत होतो. तुझे हे लुसलुशीत ओठ, हे रसरशीत गाल..."

त्याला पुढे बोलता येईना. पण त्याच्या डोळ्यांतून उपाशी ठेवलेल्या हिंस्र पशूची क्रूर भूक उफाळून येत होती.

ती तिथून पळत सुटली!

पळतपळत आपण कुठे जात आहो, हे तिचे तिलाच कळले नाही. आपल्याला मूर्च्छा येत आहे, असे मात्र तिला क्षणाक्षणाला वाटत होते!...

सावध होऊन ती डोळे उघडण्याचा प्रयत्न करू लागली, तेव्हा तिच्या कानांवर शब्द पडले,

"पोरी, एकदा तरी माझ्याकडे पाहून हास गं!— ताई, ताई— लाडके— आई, आई—"

तिने डोळे उघडले. समोरच एक पणती हसत होती. त्या मंद प्रकाशाने उजळलेली झोपडी मोठी सुंदर भासत होती.

ती तरुणी क्षीण स्वराने स्वत:शीच पुटपुटली,

"हेच, हेच माझं घर."

■

अनुभूती

शिल्पकाराने सहज आरशात पाहिले.

त्याचे अंग शहारले.

मृत्यूने त्याच्या मस्तकावर आपले निशाण उभारले होते. त्या इवल्याशा पांढऱ्या केसाकडे तो कितीतरी वेळ भयचकित दृष्टीने पाहत राहिला. मग त्याची दृष्टी स्वत:च्या उजव्या हाताकडे वळली. काही दिवसांनी हा हात निर्जीव होईल, तो लहानशी मूर्तीसुद्धा निर्माण करू शकणार नाही, ही कल्पना मनात येताच त्याचे मन अनामिक दु:खाने व्याकूळ होऊन गेले. पावलापावलाने जवळ येणाऱ्या मृत्यूवर विजय कसा मिळवावा, याचा तो विचार करू लागला.

उरलेले आयुष्य एक अमर कलाकृती निर्माण करण्यात वेचायचे, एवढाच मार्ग त्याला मोकळा होता.

तो या कलाकृतीच्या विषयाचे चिंतन करू लागला. हातून साकार झालेल्या सर्व मूर्ती त्याच्या डोळ्यांपुढून झरझर सरकत गेल्या. लाजरी, खेडवळ तरुणी, गर्वोद्धत, रूपसुंदर राणी, उन्मत्त नजरेने पाहणारा विजयी सेनापती, भावपूर्ण दृष्टीने ईश्वराची करुणा भाकणारा भक्त- तऱ्हेतऱ्हेच्या मूर्ती त्याला आठवल्या. पण आपली जीवनाची संपूर्ण अनुभूती त्यापैकी एकीतही पूर्णपणे उतरली नाही, असे त्याला वाटले.

जीवनाची अनुभूती— जितकी मोहक, तितकीच दाहक! जितकी शारीरिक, तितकीच आत्मिक! पोटाची भूक आणि तिची शांती, प्रेमाची भूक आणि तिची तृप्ती, आत्म्याची भूक आणि तिच्यातून निर्माण होणारी अशांती— हे सारे सारे जिच्याद्वारे व्यक्त करता येईल, अशी एकच मूर्ती तयार करण्याचा ध्यास त्याला लागला.

आसक्ती आणि विरक्ती यांचा संगम त्या आकृतीतून व्यक्त व्हावा, म्हणून त्याने आपली सर्व कला पणाला लावली.

दीर्घकाळाने त्याच्या मनासारखी मूर्ती तयार झाली. ती आकृती नग्न रतीची होती. पण त्या रतीच्या नेत्रांत विलक्षण करुण भाव दाटला होता. कुठल्या तरी

अज्ञात शक्तीची करुणा भाकण्याकरिताच की काय, तिने आपले हात एखाद्या लहान मुलाप्रमाणे जोडले होते.

नगराच्या मध्यवर्ती चौकात ती मूर्ती स्थापन करण्याची त्याने राजाला विनंती केली. शिल्पकाराची कलेवरली भक्ती राजाला परिचित होती. न आवडणारा पुतळा तो एखाद्या वेड्यासारखा कसा छिन्नभिन्न करून टाकतो, हे त्याने पूर्वी अनेकदा पाहिले होते. आजपर्यंत त्याने राजापाशी कधीही, कसलीही याचना केली नव्हती. शिल्पकाराला नकार देणे राजाच्या जिवावर आले.

सारे नगर ती रतीची मूर्ती पाहायला लोटले. जो तो शिल्पकाराच्या प्रतिमेची स्तुती करीत घरी परत गेला. लहानथोर नागरिकांच्या मुद्रांवरला निरागस आनंद पाहून शिल्पकार गहिवरून गेला. आकाशाकडे पाहत त्याने हात जोडले, तो पुटपुटला,

"प्रभो, तुझी कृपा!"

इतक्यात त्या गर्दीतून एक तरुण संन्यासी रागारागाने पुढे आला. तांबड्यालाल झालेल्या मुद्रेपुढे त्याची भगवी वस्त्रे अधिकच फिक्की दिसत होती.

स्वागताकरिता हात जोडून उभ्या राहिलेल्या राजाला तो म्हणाला,

"हे आदराचं नाटक बंद कर. या मूर्तीचे आधी तुकडे तुकडे करून टाक! नि मग—"

"तुकडे?" शिल्पकाराने कातर स्वराने मधेच विचारले.

"हो, तुकडे! राईराईएवढे तुकडे केले पाहिजेत या पुतळ्याचे! हा पापाचा भार—"

"ही कला आहे, महाराज! जीवनाचं हे प्रतिबिंब आहे!" शिल्पकार चाचरत उद्गारला.

"कला? नागडीउघडी बाई ही तुझी कला! हे तुझं जीवनाचं प्रतिबिंब? माझ्यासारख्या आजन्म ब्रह्मचाऱ्याचं विरक्त मनसुद्धा हिच्याकडे पाहून विचलित होईल. मग ही मूर्ती प्रत्येक दिवशी पाहून या सामान्य माणसांत केवढा अनर्थ माजेल!" लगेच राजाकडे वळून तो म्हणाला, "राजा, ही सारी तुझ्या राज्यातल्या भ्रष्टाचाराची लक्षणं आहेत. उद्या इथले सारे स्त्री-पुरुष भरदिवसा... रस्त्यांवर..."

"शांत व्हा, महाराज, शांत व्हा! आपण नेहमी अरण्यात राहणारे! आजन्म ब्रह्मचारी! त्यामुळे—"

"हा पुतळा इथून हलल्याशिवाय मी हलणार नाही. तपश्चर्येसाठी अरण्यात परत जाणार नाही. मात्र एक गोष्ट लक्षात ठेव, राजा! हा पुतळा इथं ठेवण्याचा हट्ट तू धरलास, तर शाप देऊन हे सारं नगर भस्म करून टाकीन."

संन्याशाचे समाधान कसे करावे, हे राजाला कळेना. तो कलावंताकडे वळून केविलवाण्या स्वराने म्हणाला,

"माझा नाइलाज आहे, शिल्पकार!— मात्र या मूर्तीचे तुकडे करण्याच्या कल्पनेनंसुद्धा माझ्या अंगावर शहारे येतात. कुठंतरी दूर निर्जन अरण्यात ही मूर्ती टाकून देण्याची व्यवस्था मी करतो. भविष्यकाळी कधीतरी तिचं भाग्य उगवेल..."

डबडबलेल्या डोळ्यांनी शिल्पकार म्हणाला,

"महाराज, या पावली मी आपल्या राज्याबाहेर निघून जातो. मी गेल्यावर मग तुम्ही या मूर्तीचं काय करायचं, ते करा."

अनेक वर्षे लोटली. देशोदेशी भटकून शिल्पकार थकून गेला. त्याचे शरीर एखाद्या जीर्ण वस्त्राप्रमाणे विरत होते. समोर मृत्यूच्या मंदिराचे महाद्वार उघडले असून, त्यातल्या थंडगार वाऱ्याने आपले अंग क्षणोक्षणी शहारत आहे, हे त्याला कळत होते. त्याचे मन आपल्या कर्मभूमीकडे ओढ घेऊ लागले. अंत:करण अनेक स्मृतींनी व्याकूळ झाले.

तो परत आला. त्याने प्रथम आपल्या जन्मग्रामाचे दर्शन घेतले. मग तो राजधानीत आला. मंद पावलांनी चौकाकडे वळला. तिथे नसलेली ती रतीची मूर्ती त्याच्या डोळ्यांपुढे जशीच्या तशी उभी राहिली! तो बेचैन झाला. डोळे मिटण्यापूर्वी ती एकदा डोळे भरून पाहावी, अशी तीव्र इच्छा त्याच्या मनात निर्माण झाली.

त्याने अरण्य गाठले. काट्याकुट्यांची, जीवजिवाणूंची आणि हिंस्र पशूंची पर्वा न करता तो ती मूर्ती शोधू लागला. त्याने नद्या ओलांडल्या. टेकड्या पालथ्या घातल्या. गुहांचे कोपरे शोधून पाहिले. तो थकला; पण थांबला नाही!

अविश्रांत भ्रमंतीनंतर एके दिवशी तो एका गर्द गुंफेपाशी आला. जाळीतून कुजबुज ऐकू येत होती. त्या गुंफेत एखाद्या वन्य जोडप्याच्या प्रणयचेष्टा चालल्या असतील, आपल्या चाहुलीने त्यांच्या आनंदाचा भंग होईल, म्हणून तो चोरपावलांनी पुढे जाणार होता. इतक्यात आतून येणारा आवाज त्याच्या कानांवर पडला. तो आपल्या ओळखीचा आहे, असा त्याला भास झाला.

त्याची पावले गुंफेकडे वळली. त्याने हळूच डोकावून पाहिले. त्याचा स्वत:च्या डोळ्यांवर आणि कानांवर विश्वास बसेना!

गुंफेत तो संन्यासी गुडघे टेकून कुणाचा तरी अनुनय करीत होता. तो पुन:पुन्हा म्हणत होता,

"सखे, एकदा, फक्त एकदाच तू माझ्याकडे हसून पाहा. सुंदरी, एकदाच, फक्त एकदाच तुझ्या बाहुपाशात माझा देह विसावू दे. प्रियतमे—"

त्याची प्रिया पाहण्याचा मोह शिल्पकाराला अनावर झाला. पाऊल न वाजविता तो थोडा पुढे गेला. संन्यासी जिची आळवणी करीत होता, ती सुंदरी त्याच्या दृष्टीस पडली. त्याने घडविलेली रतीची मूर्ती होती ती!

संन्याशाच्या त्या विलक्षण विकृतीला आपण कारणीभूत आहो, या जाणिवेने शिल्पकार दु:खित झाला. पलीकडे पडलेला एक मोठा धोंडा उचलून त्या मूर्तीच्या मस्तकावर तो प्रहार करणार, इतक्यात संन्यासी त्याचा हात धरून म्हणाला,

"मूर्खा, काय करतोहेस हे? माझ्या प्रियेच्या नखाला कुणी धक्का लावला, तर—"

तो किंचाळला,

"चल— चालता हो, इथनं! माझ्या प्रियतमेकडे असं टक लावून पाहण्याचा तुला काय अधिकार आहे?"

तो काय बोलत आहे, हे शिल्पकाराला कळेना. आपण ही मूर्ती कशी केली असती, म्हणजे हा अनर्थ टळला असता, याचाच विचार करीत तो एकेक पाऊल पुढे होत होता.

हातात धोंडा घेऊन शिल्पकार मूर्तीच्या अगदी जवळ जात आहे, हे दिसताच संन्याशाचा संताप अनावर झाला. त्याने त्याच्याच हातातला धोंडा हिसकावून घेतला आणि तो त्याच्या डोक्यात घातला!

जबर जखम होऊन शिल्पकार मूर्तीच्या पायांपाशी निश्चेष्ट पडला. त्याच्या जखमेतले रक्त हळूहळू ओघळत त्या मूर्तीच्या दोन्ही पावलांपाशी गेले. रतीच्या पावलांची नखे लाल दिसू लागली.

संन्यासी मूर्तीला उद्देशून म्हणाला,

"प्रियतमे, पायाच्या नखांना मेंदी लावून तू कुणासाठी नटत आहेस, हे मला ठाऊक आहे! पण तू कितीही नटलीस, तरी मी तुला जवळ घेणार नाही. तू आपण होऊन पुढं येऊन मला आपल्या बाहुपाशांत घ्यायला हवं! एकदाच— फक्त एकदाच!"

∎

पर्वतकन्या

पित्याच्या अंगाखांद्यांवर खेळणारी पर्वतकन्या होती ती! खेळता खेळता ती खाली पसरलेल्या पृथ्वीकडे पाही. आपल्या पित्याच्या उत्तुंग स्थानाचा तिला मोठा अभिमान वाटे. त्याने हात उंच केला, की तो सहज आभाळाला लागे. मग तो म्हणे,

"पोरी, तू मोठी भाग्यवान आहेस! आकाशातल्या मेघांचं काजळ पोरीच्या डोळ्यांत घालणारा पिता तुला मिळाला आहे. चांदण्याची फुलं खुडून ती मुलीच्या केसांत खोवू शकणाऱ्या बापाच्या पोटी तू जन्माला आली आहेस!"

पित्याचे हे शब्द ऐकले, की पर्वतकन्या खदखदून हसे.

काळपुरुषाच्या अनादी आणि अनंत प्रदक्षिणा चालल्याच होत्या. प्रात:कालचे पूर्वेकडले रंग सायंकाळी पश्चिमेवर उधळले जात होते. वसंतातल्या नाजूक तांबूस पालवीची हेमंतात रूक्ष पिवळी पाने बनून ती गळून पडत होती. जीवनसागर जन्म-मृत्यूच्या भरती-ओहोटीबरोबर नित्य हसत, नाचत पुढे येत होता आणि स्फुंदत, सुस्कारे सोडीत मागे जात होता.

आता पर्वतकन्येला पूर्वीप्रमाणे पित्याशी मोकळेपणाने खेळता येईना; त्याच्या अंगाखांद्यांवर बागडता येईना! कसला तरी गोड, विचित्र संकोच जाणवू लागला तिला! एकटे बसण्यात, एकटे फिरण्यात, स्वत:शीच गुणगुणण्यात तिला आता अधिक आनंद होई. ती जे गीत गुणगुणे, त्याचा स्पष्ट अर्थ तिचा तिलासुद्धा कळत नसे. एक गोष्ट मात्र तिला पूर्णपणे प्रतीत होई— त्या गीताच्या तालावर अत्यंत मधुर स्वप्ने आपल्याभोवती नाचत आहेत, आपण फुलराणी आहो; ती स्वप्ने ही स्वर्गीय पंख असलेली चिमुकली फुलपाखरे आहेत!

अशीच स्वत:शी गुणगुणत एके दिवशी ती पृथ्वीवर आली. तिने सहज मागे वळून पाहिले. पर्वताचे ते उग्र, ओबडधोबड स्वरूप पाहून ती गोंधळली. आपला पिता पाषाणहृदयी आहे, असा तिला भास झाला. या कल्पनेसरशी तिला कंप सुटला. आता तिला तिथे उभे राहवेना. वादळी वाऱ्याप्रमाणे ती स्वैर पळत निघाली.

आपण कुठे जात आहो, हे तिचे तिलाच कळत नव्हते. दुरून वडिलांसारखा भासणारा कुणी वाटेत दिसला की, त्याला वळसा घालून जाण्याची ती तयारी करी आणि तो मागे पडला की, लगबगीने धावू लागे.

हळूहळू ती संथपणाने चालू लागली. पण कुठे जायचे, हे अद्यापही तिला माहीत नव्हते.

एकाएकी एक भव्य गंभीर नाद तिच्या कानांवर पडला. तिच्या अंगावर रोमांच उभे राहिले. तो नाद आपल्या कानांत एकसारखा निनादत राहावा, असे तिला वाटले. कानाशी लागून थट्टा करणाऱ्या वाऱ्याला तिने विचारले,

"कोण गातंय रे?"

तो उत्तरला,

"रत्नाकर!"

तिच्या डोळ्यांपुढून विविध रत्नराशी चमकत लखलखत जाऊ लागल्या. त्या पाहता पाहता ती भान विसरली.

ती भानावर आली, तेव्हा आपण एका निळ्या सुंदर महालात रत्नखचित मंचकावर आहो, एवढीच जाणीव तिला झाली. चारी दिशा त्या महालाच्या चार भिंती होत्या. मंचकावर चंद्रकोरीचा दीप मंदमंद जळत होता. अमृताचे पेले हातांत घेऊन अप्सरा उभ्या होत्या. हे अद्भुत दृश्य पाहून जणू काय अनादी आणि अनंत प्रदक्षिणा घालणारा काळपुरुष क्षणभर बावचळला, जागच्या जागी थांबला आणि तिच्याकडे टक लावून पाहू लागला.

त्या सुखनिद्रेतून ती जागी झाली, ती कुणाच्या तरी कठोर स्वराने. आता स्वप्नसृष्टीतल्या त्या विशाल महालाच्या भिंती कोसळून पडल्या होत्या. त्या सुंदर मंचकाचे तुकडे तुकडे झाले होते.

तिने भयभीत दृष्टीने पलीकडे पाहिले. रत्नाकर हसत तिच्याजवळ आला आणि म्हणाला,

"वेडी कुठली! इतकं भ्यायला काय झालं? माझं कर्तव्य करतोय मी! माझा धर्मच आहे हा!"

त्याचा अस्सा राग आला तिला!

हळूहळू तो राग वाढतच चालला. त्याच्या ओझरत्या स्पर्शात अमृत आहे, असे तिला पूर्वी वाटले होते! पण त्याच्याशी समरस होताच आपल्या जीवनातली सर्व माधुरी लोप पावली, असे आता तिला पदोपदी भासू लागले. प्रेमकलहाची जागा कलहप्रेमाने घेतली. अनेकदा त्याला सोडून परत आपल्या पित्याकडे जाण्याकरिता ती निघाली. तो तिला निरोप देण्याकरिता काही पावले पुढे आला. पण प्रत्येकवेळी

तिने उसने आणलेले अवसान नाहीसे होई. प्रत्येकवेळी ती त्याच्याबरोबर आपल्या घरी परत जाई.

मात्र राहून राहून तिला वाटे, आपण त्यावेळी उगीच अंधळेपणाने या कठोर रत्नाकराकडे धाव घेतली.

काळपुरुषाच्या प्रदक्षिणा चालल्याच होत्या.

एके दिवशी सूर्यकिरणांच्या विमानात बसून पर्वतकन्या स्वर्गात गेली. तिथल्या रथात बसून कृष्णमेघांच्या पाठीवर विजेचे चाबूक ओढीत ती सर्वत्र फिरली. स्वर्गाला कंटाळून पुन्हा ती पर्वतकन्या झाली. पुन्हा पित्याला सोडून ती दूर दूर धावू लागली. अनेक तृषार्त वृक्षलतांना आणि व्याकूळ झालेल्या जीवांना सुखी करण्याकडे आपले संपूर्ण जीवन खर्ची घालण्याचा तिने निर्धार केला. फुलांचे हार नि केरकचऱ्याचा भार यांचे समबुद्धीने स्वागत करीत आणि मार्गात दिसतील तेवढे खाचखळगे भरीत ती पुढे जाऊ लागली.

तिच्या कानांवर एक भव्य गंभीर नाद पुन्हा पडला. तिने पुन्हा वायूला प्रश्न केला,

“कोण गातंय रे?”...

■

देव लुच्चा आहे!

अंधळ्यावर देव प्रसन्न झाला.

''माग, दृष्टीशिवाय दुसरं काय हवं, ते माग!'' तो करुणेने भरलेल्या स्वराने उद्गारला.

अंधळा म्हणाला,

''जगातलं कुठलंच सौंदर्य पाहिलं नाही मी. तू निर्माण केलेली सर्वांत सुंदर गोष्ट कोणती?''

''स्त्री.''

''मग मला तीच दे!''

अंधळ्याच्या सेवेला एक लावण्यवती युवती सादर झाली. त्याने तिच्या केसांवरून हात फिरविला, गाल चाचपून पाहिले. नाक बोटांच्या चिमटीत घेऊन त्याची परीक्षा केली. पण त्याला तिच्या सौंदर्याचा साक्षात्कार कुठेच होईना! तिला दूर ढकलून तो म्हणाला,

''चल, चालती हो. देव लुच्चा आहे! त्यानं मला फसवलं!''

बहिऱ्यावर देव प्रसन्न झाला. त्याच्या दृष्टीत मूर्तिमंत दया अवतरली होती. श्रवणशक्तीशिवाय दुसरा कोणताही वर देण्याची इच्छा त्याने दर्शविली.

बहिरा म्हणाला,

''या जगातलं कसलंही माधुर्य ऐकलं नाही मी, तू निर्माण केलेली सर्वांत मधुर गोष्ट मला दे.''

बहिऱ्याच्या सेवेला एक कोकिळकंठी स्त्री सादर झाली. मात्र, तिचा केवळ कंठच नव्हे, तर रंगही कोकिळेचा होता. ती गाऊ लागली. पण बहिऱ्याला तिच्या तोंडाकडे पाहवेना. ही काळी, कुरूप बाई अशी वेडीवाकडी तोंडे का करीत आहे, हे त्याला कळेना! तिला दूर ढकलीत तो म्हणाला,

''चल, चालती हो. देव लुच्चा आहे. त्यानं मला फसवलं!''

अंधळ्याला कोकिळकंठीचे सूर ऐकू आले. तो आपले अंधत्व विसरून धावत

तिच्याकडे गेला. तिला मिठी मारून तो म्हणाला,

"तूच, तूच हवी होतीस मला! जन्मापासून तुला शोधीत होतो मी!"

जाता जाता बहिऱ्याला ती लावण्यवती दिसली. तिला पाहताच तो एखाद्या पुतळ्यासारखा जागच्या जागी खिळून गेला. मग ती आपल्या दृष्टिपथातून निघून जाईल, अशी भीती वाटून धावतच तो तिच्याकडे गेला. आपल्या बाहुपाशात तिला घट्ट धरून तो म्हणाला,

"तूच हवी होतीस मला. जन्मभर तुला धुंडीत होतो मी."

सुगंधित बागेत, मध्यरात्रीच्या एकांतात अंधळ्याने आपल्या प्रेयसीला प्रश्न केला,

"लाडके, तुला कुणी निर्माण केलं?"

त्याच्या हाताची बोटे आपल्या हातात घेऊन ती नाजूकपणाने कुरवाळीत कोकिळकंठी उद्गारली,

"देवानं!"

अंधळा संतापून ओरडला,

"खोटं, साफ खोटं!"

त्याच वेळी बहिरा आपल्या प्रियकरणीसह चांदण्यात चमकणाऱ्या सागरलहरींची क्रीडा पाहण्यात गुंग होऊन गेला होता. त्याच्या मांडीवर मस्तक ठेवून लावण्यवती आकाशातल्या चंद्राकडे पाहत होती. तो पृथ्वीवरील चंद्राकडे पाहत होता.

मधेच तिचे मस्तक कुरवाळीत त्याने प्रश्न केला,

"लाडके, तुला कुणी निर्माण केलं?"

तिने आपले डोळे भक्तिभावाने आकाशाकडे वळविले.

राग अनावर होऊन बहिरा किंचाळला,

"खोटं, साफ खोटं!"

■

अंतिम गीत

तू आणि मी एक होतो. पण एकजीव नव्हतो. आपल्या जीवनप्रवाहांचा संगम झाला होता. पण मनांची मिळणी मात्र कधीच झाली नाही.

अनेकदा मला तुझा राग येई. अष्टौप्रहर उंच उंच जावेसे वाटे मला! मावळत्या सूर्यबिंबाचे चुंबन घ्यावे, तऱ्हेतऱ्हेचे रंगीत कपडे घालून पश्चिमेच्या अंगणात खेळणाऱ्या ढगांत मिसळावे, आपल्या निळ्या मंदिराच्या खिडकीत बसून ढगांचा तो खेळ पाहणाऱ्या चांदणीजवळ जाऊन तिला गुदगुल्या कराव्या, असे मला फार वाटे!

पण—

पण तू मला सतत मागे ओढीत होतीस. दैवाने मला तुझ्याशी कायमचे जखडून टाकले होते. स्त्रीचे प्रेम पुरुषाला किती बंधनकारक होते, तिच्या गळ्यात पडणारा बाहुपाश ही त्याच्या पायांतली शृंखला कशी होते, हे पळापळाला मला कळत होते.

प्रेम अंधळे असते, असे म्हणतात. होय! जीवनातले सर्वांत मोठे कटू सत्य आहे हे! नाहीतर ज्यांच्या स्वभावांत दोन ध्रुवांचे अंतर आहे, अशी तुझ्यामाझ्यासारखी दोन माणसे एकमेकांकडे कशी आकृष्ट झाली असती? परस्परांच्या गळ्यात गळा घालायला कशी तयार झाली असती?

तुझा ओढा या क्षुद्र, संकुचित, व्यवहारी पृथ्वीकडे! मला अनंत, असीम, आकर्षण अगाध अशा आकाशाचे! अवकाशातल्या वायुलहरींवर तरंगत राहण्यात मला ब्रह्मानंद वाटे. पण त्या वायुलहरींविषयी तू सदैव साशंक होतीस. तू म्हणायचीस,

"बोलूनचालून या लहरी आहेत! त्या केव्हा फिरतील, कशा उलटतील, याचा नेम नाही! माझ्या राजा, अप्सरेच्या लावण्याआड राक्षशिणीचं काळीज लपलेलं असतं, हे विसरू नकोस. या उठवळ वायुलहरींच्या नादी असा लागू नकोस. मोहवश होऊन त्यांच्या आहारी जाऊ नकोस. या चेटकिणी आहेत; कवटाळणी आहेत...!"

मला वाटे, हे प्रेम बोलत नाही; हा मत्सर बोलतोय!

मी तुझे ऐकले नाही, म्हणजे आपल्या बाहुपाशाने तू मला घट्ट विळखा

घालायचीस— आपली सर्व शक्ती एकवटून मला मागे ओढायचीस. त्यावेळी माझ्या मनात येई, ही माझ्या हृदयाची राणी नाही; ही माझी पूर्वजन्मीची वैरीण आहे! पळापळाला, पावलापावलाला ही माझ्या पराक्रमाला मर्यादा घालीत आहे. आपला प्रियकर आपल्या मुठीत आहे, या आसुरी आनंदाने ही मला खेळवत आहे. नाही! मी जन्मभर हिच्या ताब्यात राहणार नाही. ही नाचवील, तसा मी नाचणार नाही. आज मी शृंखलांनी बद्ध आहे! उद्या मी मुक्त होईन! मुक्त झाल्यावर गगनमंडळ गाठीन! तिथल्या रंगीबेरंगी ढगांशी गुजगोष्टी करीन; चांदण्यांची चुंबनं घेईन!

आपणा दोघांच्या भावनांची ही रस्सीखेच एके दिवशी अचानक थांबली.

आयुष्याची दोरी एका क्षणात कशी तुटते? परमेश्वराला तरी हे ठाऊक आहे का?

या प्रश्नांची उत्तरे शोध शोधून त्रिकालदर्शी ऋषींनासुद्धा सापडली नाहीत! ती माझ्यासारख्या सामान्याने कशाला शोधावीत?

तू मला सोडून गेलीस! त्या चिरवियोगाच्या दु:खाने माझी संवेदनाच बधिर झाली, पण त्या बधिर स्थितीतही मी स्वत:चे समाधान करीत होतो—

'आजपर्यंत तू बद्ध होतास. आता मुक्त झालास. आता खुशाल उंच उंच उड्डाण कर. तुझे पाय कुणी मागं ओढणार नाही. तुझ्या महत्त्वाकांक्षेला कुणी पायबंद घालणार नाही!'

मी उंच उडण्याचा प्रयत्न करू लागलो. पण... पण मला नीट उडता येईना! माझे पंख थरथर कापू लागले. माझा तोल जाऊ लागला. प्रथम वाटले, पूर्वस्मृतींनी मन व्याकूळ झाल्यामुळे आपल्याला भोवळ आल्यासारखे होत असेल! पण छे! तू माझ्या जीवनातून निघून गेली होतीस! माझा आधार तुटला होता! मला जे बंधन वाटत होते, ते माझे सामर्थ्य होते!

तू होतीस, तोपर्यंत झुल्यावर बसवून मला मोठे मोठे झोके देणाऱ्या वायुलहरी तू निघून जाताच मला लाथेने ठोकरू लागल्या. माझ्या महत्त्वाकांक्षा मातीमोल ठरल्या. सोनेरी स्वप्ने धुळीला मिळाली. चोळामोळा होऊन कुठेतरी रस्त्याच्या कडेला पडण्यापेक्षा, येणाऱ्या-जाणाऱ्याच्या पायदळी तुडविले जाण्यापेक्षा, आता मला दुसरे भवितव्य नाही!

पण या धुळीत पडून नामशेष होण्यापूर्वी मला तुझी क्षमा मागायची आहे, तुझे माझ्या जीवनातले अस्तित्व हे पृथ्वीवरच्या एखाद्या सरोवरासारखे नव्हते. ते पृथ्वीला चारी बाजूंनी वेढणाऱ्या महासागरांच्या मालिकेसारखे होते. पण तू होतीस, तेव्हा हे मला कधीच कळले नाही!

खरेच, हे असे का होते? आपल्या जन्माच्या सोबत्याचे मोठेपण माणसाला का कळत नाही? का देवाने मनुष्याला दिलेला हा शाप आहे? चांदण्याची किंमत चंद्र

मावळल्यावर कळावी! वृक्षाच्या सावलीचा आधार उन्हात पायी प्रवास करताना लक्षात यावा! खरेच? हे असे का होते?

मी तुझे ऐकायला हवे होते. तुझ्याबरोबर अधिक खेळायला हवे होते. तुझ्यावर अधिक प्रेम करायला हवे होते. पण—

असे करायला हवे होते! हे नुसते चार शब्द नाहीत! हे काळजात घुसणारे चार विषारी भाले आहेत.

मन हुरहुरून म्हणते,

'एकदाच, पुन्हा एकदाच, तुझा तो संजीवक स्पर्श लाभावा आणि... आणि मग...'

राणी, आजवर तुझी अनेक आवडती प्रेमगीते मी गात आलो. पण माझे हे अंतिम गीत, तुझ्याविषयीचे हे शेवटचे गीत, हे गीत तुला ऐकू येईल का?

■

जीवन

नगरातले ते दोन चौक अगदी जवळजवळ होते. मध्यरात्रीच्या प्रशांत वेळी एका चौकात उभे राहून कुणी गाणे म्हणू लागले, तर त्याचे सूर दुसऱ्या चौकात सहज ऐकू जात असत.

त्या दोन्ही चौकांतून सूर्य उगवण्याच्या आधी कितीतरी वेळ रहदारी सुरू होई आणि सूर्य अस्ताला गेल्यानंतर कितीतरी वेळ ती तशीच राही! तरुण स्त्री-पुरुष त्या चौकातून लगबगीने जाताना दिसत, लहान मुले रमत-गमत, इकडेतिकडे पाहत आणि खेळत-खिदळत जात. म्हातारेकोतारे एकेक पाऊल हळूहळू टाकीत जात. एखाद्या नदीला महापूर यावा, तशी त्या चौकातली गर्दी सतत दिसत असे. चौकातून चार दिशांना जाणारे चार मार्ग बहरलेल्या पारिजातकाच्या डहाळ्यांसारखे भासत.

एके दिवशी मध्यरात्री ते दोन्ही चौक अगदी निर्मनुष्य झाले. वर आकाशात चमचम चमकणाऱ्या चांदण्या आणि खाली अवकाशात झुळझुळ वाहणाऱ्या वायुलहरी यांच्याखेरीज कशाचेही अस्तित्व त्या चौकातून चोहीकडे जाणाऱ्या मार्गांना जाणवेना. हे पाहून पहिल्या चौकातल्या वास्तुदेवतेला वाटले, सहज पलीकडच्या चौकापर्यंत जावे आणि तिथल्या आपल्या मैत्रिणीची विचारपूस करून परत यावे.

एक गाणे गुणगुणत ती त्या निर्मनुष्य राजमार्गाने जाऊ लागली. हा हा म्हणता ती पलीकडच्या चौकापाशी पोहोचली. तिची दृष्टी त्या चौकाकडे गेली मात्र— ती चपापली, चमकली, थबकली!

त्या चौकाच्या मध्यभागी कुणीतरी स्त्री गुडघ्यांत मान घालून बसली आहे, असे तिला दिसले. आपले गुणगुणणे थांबवून ती हळूच पुढे झाली. अशावेळी नगरातल्या मध्यवर्ती चौकात रडत बसणारी ही अभागिनी कोण असावी, हे तिला कळेना. ती त्या स्त्रीच्या जवळ गेली आणि तिच्या खांद्यावर मायेने हात ठेवून म्हणाली,

"बाई, कोण आहेस तू? तुझं नाव काय? इतकं कसलं दुःख तुला झालंय?"

त्या स्त्रीने मान वर करताच ही वास्तुदेवता चकित झाली! ती स्त्री दुसरीतिसरी कोणी नव्हती. त्या दुसऱ्या चौकातली वास्तुदेवताच होती ती! जिचे क्षेमकुशल विचारायला ती आली होती, तीच इथे गुडघ्यांत मान घालून रडत बसली होती!

आपल्या मैत्रिणीवर एवढा कसला दु:खाचा डोंगर कोसळला आहे, हे तिला कळेना! तिने खूप विचार केला. पण कुठलीच कल्पना तिला पटेना. शेवटी मैत्रिणीच्या खांद्यावर प्रेमळपणाने आपला हात ठेवीत तिने विचारले,

"ताई, काय होतंय तुला?"

कपाळाला आठी घालून उदास स्वराने वास्तुदेवता उद्गारली,

"ज्याचं नशीबच फुटकं असतं, त्याचं जीवन त्याला पळापळाला छळीत असतं. त्या माणसानं आपली कुठली कुठली कहाणी इतरांना सांगायची?"

पहिल्या वास्तुदेवतेच्या मनात आले, आज या चौकात एखादा भयंकर अपघात झाला असावा. तो पाहून हिचं मन असं उदास होऊन गेलं असावं! हो, अपघात काय सांगून होतात? ते का एकाच तऱ्हेचे असतात? एखादी सुंदर तरुणी आपल्या पहिल्यावहिल्या गोजिरवाण्या बाळाला घेऊन या चौकातून देवीच्या दर्शनाला चालली असेल. कुणातरी सरदाराचा उधळलेला उन्मत्त घोडा दुसऱ्या बाजूने खिंकाळत दौडत आला असेल. भीतीने ही तरुणी पळू लागली असेल. त्या घोड्याचा धक्का लागून ते तान्हे बाळ— छातीशी घट्ट धरून ठेवलेले ते इवले फूल— खाली पडले असेल आणि त्या घोड्याच्या टापांखाली त्या फुलाचा हा हा म्हणता चोळामोळा झाला असेल!

ते दृश्य काल्पनिक होते. पण पहिल्या वास्तुदेवतेला ते उघड्या डोळ्यांनी पाहवेना. तिने आपले डोळे मिटून घेतले.

ती काहीच बोलत नाही, असे पाहून दुसरी वास्तुदेवता म्हणाली,

"माझी कर्मकथा राहू दे बाजूला. मी तर बोलूनचालून दुर्दैवी आहे. पण तू खुशाल आहेस ना?"

पहिली हसत उत्तरली,

"मी अगदी सुखात आहे, ताई. पहाटेच्या पहिल्या प्रहरापासून दिवसभर, अगदी रात्रीचा दुसरा प्रहर उलटून जाईपर्यंत, चारी रस्त्यांनी माझ्याकडे माणसं येत असतात. ती हसतात, खिदळतात, गाणी गुणगुणतात. लगबगीनं चालता चालता नाना प्रकारची स्वप्नं पाहत असतात. किती चिमुकली, पण किती निरनिराळी स्वप्नं असतात ती! त्या स्वप्नांचे नाजूक रंग पाहून इंद्रधनुष्यही लाजेल. त्यांच्या मनात ती स्वप्नं फुलपाखरांसारखी भिरभिरत असतात. फुलांसारखी उमलत असतात. त्या साऱ्या स्वप्नांचा सुगंध माझ्याभोवती अहोरात्र दरवळत असतो. माझ्याइतकी सुखी स्त्री जगात दुसरी कुणी नसेल! समुद्राचं पाणी भरतीच्या वेळी खाडीत शिरतं ना? तशी ही माणसं चारी मार्गांनी माझ्याकडे येतात. माझं जीवन परिपूर्ण करून टाकतात. माझ्यासारखी सुखी स्त्री..."

दुसरी वास्तुदेवता मध्येच सुस्कारा सोडून म्हणाली,

"मोठी भाग्यवान आहेस तू, बाई! देवानं तुझ्या मार्गावर फुलांच्या पायघड्या पसरल्या आहेत, पण मेल्यानं माझ्या वाट्याला मात्र नुसते काटे दिले आहेत!"

पहिली सांत्वनाच्या स्वरात म्हणाली,

"अगं, अशी कुठली विलक्षण दुःखं तुला छळताहेत, ते तरी मला कळू दे."

दुसरी उद्‌गारली,

"दुःखं? ती काय एक अन् दोन आहेत? सुंदर आणि तरुण स्त्री-पुरुषांनी रेंगाळत माझ्याशी गुजगोष्टी करीत राहावं, असं मला फार फार वाटतं. पण त्यातलं एक माणूस माझ्याजवळून हळूहळू जाईल, तर शपथ! मेल्यांच्या पाठीमागं जसा काही वाघ लागलेला असतो! म्हाताऱ्यांचे ते आंबट, खारट, तुरट, तुटके, विटके चेहरे पाहून मला ओकारी येते. केव्हा एकदा या पीडा काळं करतील, असं होऊन जातं. अगं, या म्हाताऱ्यांचा स्पर्श झाला की, फुलपाखरांचे सुरवंट बनतात, अप्सरांच्या थेरड्या होतात! पण एक बुड्ढासुद्धा माझ्यापुढून लगबगीनं जात नाही. जो तो थांबतो, खोकतो, खाकरतो—"

पहिली काही बोलणार होती. पण दुसरी तिच्या तोंडावर हात ठेवून म्हणाली,

"काही काही सांगू नकोस मला. उपदेश काय, पैशाला पासरी मिळतो या जगात! अगं बाई, ज्याचं जळतं, त्याला कळतं. माझ्यापुढून जाणारी माणसंसुद्धा स्वप्नं पाहत असतात. पण किती भयंकर असतात ती स्वप्नं! कुणाला कसं नागवायचं, बायकोच्या डोळ्यांत धूळ टाकून दुसरी फटाकडी कशी गाठायची, कुणाला तरी पिळून आपली चैन कशी चालवायची, एकाला चुंबन देताना दुसऱ्याचं चिंतन कसं करायचं—"

बोलता बोलता ती थांबली आणि कान देऊन ऐकू लागली.

त्या निःशब्द शांततेत पैंजणांचा छुमछुम आवाज ऐकू येऊ लागला.

दुसरी वास्तुदेवता तिरस्काराने म्हणाली,

"मी म्हणते ते खरं का खोटं, हे आता डोळ्यांनीच बघ! ही तरुणी रोज रात्री अशी नाचत ठुमकत येते. असेल कुणी अभिसारिका! जात असेल आपल्या प्रियकराला भेटायला! पण हिच्या मनातल्या आणि हातातल्या गुलाबांची एक पाकळीसुद्धा कधी मला मिळत नाही. घटकाभरानं अशीच लगबगीनं परत जाते ही!"

पहिली वास्तुदेवता निरखून पाहू लागली. ऐन पंचविशीतली, लावण्य ओसंडून जात असलेली एक तरुणी गडबडीने चौकात आली. तिच्या पायांतल्या पैजणांची छुमछुम प्रभातकाळच्या पाखरांच्या किलबिलाटासारखी वाटत होती. पहिली वास्तुदेवता दुसरीचा निरोप न घेताच त्या तरुणीच्या मागून घाईघाईने चालू लागली. पण ती तरुणी पुढच्या चौकापर्यंत गेलीच नाही. ती मधेच थांबली. मार्गाच्या बाजूला जाऊन ध्यानस्थासारखी उभी राहिली. मग तिथल्या एका जागेवर तिने आपल्या हातांतली

गुलाबांची फुले मोठ्या भक्तिभावाने वाहिली. थोड्या वेळाने सद्गदित कंठाने ती म्हणाली,

"माझ्या राजा, दिवसभर शेकडो माणसं ही पवित्र जागा पायांखाली तुडवून गेली असतील. पण देशासाठी बलिदान करणाऱ्या एका तरुणाचं रक्त इथं सांडलं आहे, हे त्यांना ठाऊक नाही, रे! ही फुलंसुद्धा उद्या सकाळी लोक तुडवतील... जाते हं मी. तिकडं नृत्य आहे माझं आता. रंगमंदिरातून कुणाला न सांगता तशीच धावत आले आहे मी. आता तुझी-माझी भेट? उद्या... उद्या रात्री..."

ती तरुणी लगबगीने परत निघून गेली.

पहिली वास्तुदेवता आपल्या चौकाकडे जाता जाता मनात म्हणाली,

"किती भाग्यवान आहे माझी मैत्रीण!"

∎

प्रार्थना

हे प्रभो! तुझे अनंत आकाश कोसळणार असेल, तर खुशाल कोसळू दे. मात्र माझी एकच प्रार्थना आहे.

ते उष:काली कोसळू दे. म्हणजे माझे चेंदामेंदा झालेले शरीर गुलाबी फुलांनी झाकले जाईल.

ते सायंकाळी कोसळू दे. म्हणजे माझ्या अज्ञात मृत्युशय्येवर इंद्रधनुष्ये नेहमी नाचत राहतील.

ते अमावास्येच्या मध्यरात्री कोसळू दे. म्हणजे हिरकण्यांनी सजविलेली निळसर मखमल हेच माझे अंतिम आच्छादन होईल.

■

पारिजात

संध्याकाळची सहल करायला निघालेला कवी नगराच्या सीमेवरल्या एका पारिजातकाच्या मंदमधुर सुगंधाने मुग्ध होऊन त्याच्याकडे पाहत राहिला.

किती छोटा वृक्ष होता तो! पण त्याचा तो सुवास—

कवीच्या मनात आले, मातेचे वात्सल्य, पत्नीची प्रीती आणि कन्येची भक्ती यांनी सिंचन केलेल्या लतेवरल्या फुलांचे एखाद्या वनदेवतेने अत्तर काढले असावे आणि ते अत्तर तिने या चिमुकल्या झाडाच्या पानापानाला मुक्तहस्ताने फासले असावे!

एखादे अद्‌भुत खेळणे मिळालेल्या बालकाप्रमाणे तो त्या पारिजाताकडे पाहत उभा राहिला.

त्या छोट्या वृक्षावरली एक एक कळी उमलू लागली. कळीकळीचे ते स्मित किती नाजूक आणि मोहक होते! पारिजाताला एवढा आनंद कसला झाला आहे, ते कवीला कळेना!

त्याने सहज वर पाहिले. आकाशाच्या अंगणात संध्या सोनेरी सडा घालीत होती. संमार्जन संपताच आपल्या नाजूक बोटांनी तिने रांगोळी काढायला सुरुवात केली. ज्यांच्या दर्शनाने अप्सरांच्या सुंदर वस्त्रांनीही लाजावे, असे रंग त्या रांगोळीत चमकत होते. मावळतीकडे दिसणारे मेघ— छे! मेघ नव्हते ते! त्या दिव्य रंगवल्लिकेतली फुले, कमळे, गोष्पदे, स्वस्तिके आणि बिल्वदले होती ती! पारिजाताच्या अंगावर आनंदाचे रोमांच का उभे राहिले, ते आता कवीच्या हृदयाला कळले. ते मधुर स्वप्न पाहता पाहता तो स्वत:ला विसरून गेला.

याचवेळी नगराबाहेरच्या मार्गाने आपल्या वल्लभाकडे जाणारी एक अभिसारिका तिथे आली. पारिजाताच्या अर्ध्यामुर्ध्या फुटलेल्या त्या अगणित कळ्या पाहून ती वेडी झाली. या उमलत्या कळ्यांची वेणी आपल्या केशकलापात किती शोभून दिसेल, याची कल्पना करण्यात गुंग होऊन गेली. तो मंदमधुर सुगंध तिला प्रियकराच्या मादक स्पर्शाची, त्याच्या मदिर चुंबनांची आठवण करून देऊ लागला.

घाईघाईने ती पारिजाताची फुले खुडू लागली. आपल्या केसांत ती फुले किती

मोहक दिसतील आणि त्यांच्या सौम्य सुगंधाने मोहित होऊन वादकाने सतारीच्या तारांवरून अंगुली नाचवावी, त्याप्रमाणे आपला वल्लभ आपल्या रेशमी केशपाशावरून स्वत:चा थरथरणारा हात किती स्निग्धपणाने फिरवील, ही कल्पना तिला पळापळाला अधिक उन्मादित करू लागली. तिचे हात झरझर फुले खुडीनात.

पलीकडे उभ्या असलेल्या कवीकडे तिचे लक्ष गेले. लाडिक स्वराने ती म्हणाली,

''अहो, मला थोडी मदत करता का? जरा घाई आहे जायची मला! वल्लभाच्या भेटीकरता आतुर झाले आहे मी! तुम्ही मला साहाय्य केलंत, तर—''

कवीने वळून त्या तरुणीकडे पाहिले. तो नुसता हसला.

सावज जाळ्यात सापडले, अशा कल्पनेने तिने किंचित लाजत, मुरकत त्याच्याकडे एक कटाक्ष फेकला. कवी पुन्हा हसला आणि मावळतीकडल्या सोनेरी स्वप्नसृष्टीत दंग झाला.

''वेडा आहे मेला कुणीतरी!'' ती स्वत:शीच पुटपुटली. ''सौंदर्याची पूजा करायलासुद्धा अक्कल असावी लागते माणसाला!''

ती पुन्हा घाईघाईने फुले खुडू लागली.

इतक्यात कुणातरी शेतकऱ्याची एक शेळी भटकत भटकत तिथे आली. पारिजाताचे ते बुटके झाड पाहून तिच्या तोंडाला पाणी सुटले. पुढचे दोन पाय झाडाच्या बुंध्यावर टेकून आपल्याला मोठ्या आरामात हवा तेवढा पाला खाता येईल, या कल्पनेने तिचा आनंद गगनात मावेना! ती स्वत:शीच उद्गारली,

''देव किती दयाळू आहे. बाभळीच्या त्या काटेरी पाल्याचा मला अस्सा कंटाळा आला होता— म्हणूनच देवानं हे झाड मला दाखवलं!''

ती अधाशीपणाने पाला कुरतडू लागली. तो किती खाऊ आणि कसा खाऊ, असे तिला होऊन गेले. केसांना चाय लागावी, तशी तिने त्या छोट्या वृक्षाच्या चिमुकल्या फांद्यांची स्थिती करून सोडली.

तिने आजूबाजूला पाहिले. पलीकडेच हावरेपणाने फुले खुडीत असलेली तरुणी तिला दिसली. शेळी मोठ्या प्रेमाने— भरल्यापोटी कोण प्रेम करीत नाही?— तिला म्हणाली,

''सखे, तू ही फुलं कशाला खुडत बसली आहेस? उद्या सकाळी त्यांचं शेण होईल. या झाडाची खरी गोडी पानांत आहे.''

तरुणी तिच्याकडे पाहून नुसती हसली.

आपला बहुमोल उपदेश तिला पटला, असे शेळीला वाटले. ती हसत हसत तिला म्हणाली,

"सखे, माझं ऐक, ओच्यात गोळा केलेली ती सारी फुलं फेकून दे. चढ, लवकर झाडावर चढ आणि ही पानं खायला लाग."

अभिसारिका पुन्हा हसली आणि फुले खुडू लागली.

शेळीला वाटले,

"कुणीतरी वेडी बाई आहे ही! बहुधा हिचा प्रेमभंग झाला असावा!"

ती पुन्हा पटापट पाने कुरतडू लागली आणि मटामट ती पोटात कोंबू लागली.

कुठूनतरी एक काळा राक्षस आला आणि पश्चिमेकडली सारी सुंदर रांगोळी त्याने आपल्या पायांनी पुसून टाकली. पूर्वकाळी राक्षस यज्ञांचा विध्वंस करीत असत, ही गोष्ट कवीला आठवली. स्वप्नभंगाने संध्येच्या डोळ्यांत उभे राहिलेले अश्रू त्याला पाहवेनात.

तो पारिजातापाशी आला. त्याची मघाची पुष्पसंपदा कुणीतरी लुटून नेली आहे, एवढे त्याला जाणवले. पारिजाताचे शरीरही ठिकठिकाणी कुरतडल्यासारखे दिसत होते.

उदास होऊन कवीने डोळे मिटून घेतले.

दुसऱ्याच क्षणी एक सूक्ष्म मंदमधुर गंध वायुलहरींच्या तालावर नाचत आणि गात आला.

कवीने पारिजाताच्या स्कंधावर आपले मस्तक ठेवले आणि आर्त स्वराने तो उद्गारला,

"मित्रा, तुझ्यासारखा मी कधी होईन रे?"

■

मूर्ती

नगराच्या प्रमुख चौकात आपल्या इष्ट देवतेची स्थापना करण्याची इच्छा एका राजाला झाली. त्याने राज्यातल्या सर्वश्रेष्ठ शिल्पकाराला त्या कलाकृतीसाठी बोलावून घेतले.

इष्ट देवतेची मूर्ती कशी असावी, याविषयी शास्त्रीपंडितांनी त्या शिल्पकारापुढे मोठमोठी प्रवचने केली.

त्याने ती सारी मुकाट्याने ऐकून घेतली.

राजाने त्याला मुद्दाम आपल्या महालात नेले. नामांकित चित्रकारांनी काढलेले अनेक सुंदर चेहरे त्याने त्याला दाखविले. कैलासवाणी महाराजांनी वृद्धपणी राज्ञीपदावर चढविलेली एक नवयौवना, लावण्यलतिका म्हणून प्रख्यात असलेली सध्याची महाराणी, महाराजांची आवडती नर्तिका, अशा कितीतरी ललना त्या चित्रसंग्रहात होत्या. शिल्पकाराने निर्विकार मुद्रेने त्यांचे सौंदर्य पाहिले.

महिन्यांमागून महिने लोटले. राजाप्रमाणे प्रजाही इष्ट देवतेची मूर्ती पाहायला अधीर झाली. पण शिल्पकाराची कलाकृती काही केल्या पुरी होईना! हे काम त्याला मिळाले, म्हणून मनात चडफडणारे छोटेमोठे शिल्पकार चारचौघांत म्हणू लागले,

"अहो, या पर्वताच्या प्रसववेदना आहेत. शेवटी त्यातून उंदराशिवाय दुसरं काय बाहेर येणार?"

नाजूक रेशमी वस्त्राने आच्छादिलेली ती कलाकृती पाहण्याकरिता नगरातल्या सर्व प्रमुख मंडळींबरोबर जनताही गोळा झाली. शिल्पकाराने तिचे आवरण दूर केले.

त्या मूर्तीकडे पाहताच पंडित नाके मुरडीत उद्गारले,

"छे! ही काही शास्त्रपुराणांत वर्णन केलेली देवी दिसत नाही. ही एक सामान्य स्त्री आहे. हिची पूजा कोण करणार?"

राजा रागारागाने त्या मूर्तीकडे पाहू लागला. तिचे आपल्या आवडत्या नर्तिकेशी तर नाहीच, पण लावण्यलतिका म्हणून प्रख्यात असलेल्या आपल्या महाराणीशीसुद्धा

काही साम्य नाही, हे पाहून चिडून गेला होता. असल्या सामान्य मूर्तीची नगराच्या प्रमुख चौकात स्थापना करणे म्हणजे आपल्या राजधानीच्या सौंदर्याला गालबोट लावण्यासारखे आहे असे त्याला वाटले.

ती मूर्ती छिन्नभिन्न करून टाकण्याकरिता त्याने जवळच पडलेली छिन्नी उचलली. इतक्यात मागच्या जनसंमर्दातून कुणाचे तरी प्रक्षुब्ध उद्‌गार ऐकू आले,

'या पवित्र देवतेला विद्रूप करणारा हात जागच्या जागी छाटला जाईल.'

मंत्री डोळे वटारून पाहू लागले. रक्षक त्या आवाजाच्या दिशेने धावले.

राजाच्या हातून छिन्नी गळून पडली. मात्र शिल्पकाराविषयीचा त्याचा क्रोध अधिकच प्रज्वलित झाला. गुप्तपणाने त्याला पकडून कारागृहात ठेवण्याची कारवाई त्याने तत्काळ अमलात आणली.

त्या दिवशी मध्यरात्र होईपर्यंत राजाची आवडती नर्तिका त्याच्यापुढे नाचत राहिली. पण तिचे शृंगारिक हावभाव पाहूनही त्याच्या शून्य दृष्टीत बदल झाला नाही.

नर्तिका निघून गेली. राजा रंगमहालात आला. त्याची कळी खुलविण्याकरिता महाराणी पुन्हा अठरा वर्षांची कुमारिका झाली. पण त्याच्या विमनस्क वृत्तीत फरक पडला नाही.

महाराणी म्लान मनाने झोपी गेली. राजा मात्र या कुशीवरून त्या कुशीवर तळमळत राहिला. शेवटी त्याने मनाशी काहीतरी निश्चय केला. खड्‌ग घेऊन, शिल्पकाराला ठेवलेल्या कारागृहातल्या कोठडीत त्याने प्रवेश केला.

शिल्पकाराला गाढ निद्रा लागली होती. झोपेत तो हसत होता. कसलेतरी गोड स्वप्न पडत असावे त्याला!

राजाने आपल्या तलवारीचे तीक्ष्ण टोक त्याच्या स्कंधावर ठेवले— ते थोडेसे दाबले.

शिल्पकार दचकून जागा झाला. पण अजूनही त्याच्या मुद्रेवर मघाचे मधुर हास्य नृत्य करीतच होते.

राजा संतापाने ओरडला,

"मृत्यूच्या मांडीवर मान ठेवून हसणाऱ्या मूर्खा—"

शिल्पकार शांतपणाने उद्‌गारला,

"केवढ्या सुंदर स्वप्नातून तुम्ही मला जागं केलंत, महाराज! मी तयार केलेली ती मूर्ती—"

"ती मूर्ती डोक्यावर घेऊन सारं जग नाचतंय, असं तुला स्वप्नात दिसत होतं. होय ना?" उपहासाने राजाने प्रश्न केला.

"अं हं!'' शिल्पकार हसत उत्तरला, "त्या स्वप्नात कलेच्या सत्य स्वरूपाचं मला दर्शन झालं. त्या मूर्तीच्या मुखावरलं ते मोहक स्मित— ते कुणाचं आहे, सांगू? माझ्या आईचं. लहानपणी एका भयंकर तापातून माझा पुनर्जन्म झाला. मध्यरात्री घाम येऊन माझा ताप उतरू लागला, तेव्हा आईच्या त्या सुकलेल्या, सुरकुतलेल्या मुद्रेवर जे दिव्य हास्य मी पाहिलं, तेच त्या मूर्तीच्या—''

"आणि त्या मूर्तीच्या डोळ्यांतला तो शांत स्निग्ध भाव?'' राजाने उत्सुकतेने विचारले.

शिल्पकार क्षणभर घुटमळला. मग राजाच्या नजरेला नजर न देता तो म्हणाला,

"ती माझ्या पत्नीची दृष्टी आहे, महाराज! आपला नवरा हा एक चंचल, लहरी आणि छांदिष्ट कलावंत आहे, हे तिला पुरेपूर ठाऊक आहे. सुरेख चांदणं पडलं की, तो मध्यरात्रीपर्यंत बाहेर भटकत राहतो. पण तो घरी आल्यावर जणूकाही केवळ दोन घटका रात्र झाली आहे, अशा भावनेनं ती त्याची उठा-बस करते. जगात मला जे जे उदात्त, मंगल आणि पवित्र अनुभवायला मिळालं, ते ते माझ्या या मूर्तीत—''

राजा एखाद्या पुतळ्यासारखा स्तब्ध उभा होता.

या विचित्र स्तब्धतेची जाणीव होताच शिल्पकार थांबला.

आता कुठे राजाच्या हातातल्या खड्गाकडे त्याचे लक्ष गेले.

तो हात जोडून म्हणाला,

"महाराज, इष्ट देवतेची मूर्ती आपल्या मनासारखी मी करू शकलो नाही, हे खरं आहे. तशी ती करणं मला शक्य नव्हतं. ती कलावंतांची आत्महत्या झाली असती. नकळत आपल्याला मी नाराज केलं आहे. माझ्या या गुन्ह्याबद्दल हातातल्या खड्गानं आपण खुशाल माझा शिरच्छेद करा. मात्र त्या मूर्तीला—''

शिल्पकाराच्या हातात आपले खड्ग देत राजा म्हणाला,

"गुन्हा तुझा नाही, माझा आहे. हवी ती शिक्षा कर तू मला!''

■

अमावास्येची रात्र

जगातली नाना प्रकारची सोंगेढोंगे पाहून मी अगदी विटून गेलो. झोपेतसुद्धा मला त्यांचीच स्वप्ने पडू लागली.

अमावास्येच्या रात्री अशाच एका विचित्र स्वप्नाने माझी झोप पार उडाली. त्या स्वप्नात एक म्हातारी रंगरंगोटी करून तरुणीप्रमाणे मोहक दिसण्याचा प्रयत्न करीत होती!

मी उठून दिवा लावला. उशाशी पडलेले 'मेघदूत' वाचू लागलो. पण त्यात माझे मन रमेना. राहून राहून दुपारी ऐकलेली एक गोष्ट मला आठवू लागली. एका नवऱ्याचे आपल्या बायकोवर फार प्रेम होते. तो वारंवार बाहेरगावी जाई. प्रवासात वेळात वेळ काढून तो तिला दररोज पत्र पाठवीत असे. आपण परगावी गेल्यावर शेजारचा एक तरुण रात्री आपल्या बायकोच्या सोबतीला येतो, असे त्याला कुठून तरी कळले. त्याच्या मनात संशयाने मूळ धरले आणि—

— आणि ज्या शय्येवर त्याने शेकडो वेळा तिला मोठ्या प्रेमाने जवळ घेतले होते, त्याच शय्येवर गळा दाबून त्याने तिचा प्राण घेतला!

मी 'मेघदूत' दूर फेकून दिले. गवसणीतून सतार काढली. त्या नादब्रह्मात तरी असल्या मुक्या जखमांच्या वेदनांचा विसर पडेल, असे मला वाटले.

पण सतारीतून जे पहिले सूर निघाले, तेच अत्यंत करुण होते. जणूकाही हे जग निर्माण करणारी देवता विश्वाच्या एका कोपऱ्यात बसली आहे आणि आपल्या अपत्याच्या विद्रूपतेने विकल होऊन अश्रू ढाळीत आहे, आपले हुंदके आवरण्याचा प्रयत्न करीत आहे आणि तिला न जुमानता ते तिच्या कंठातून बाहेर पडत आहेत!

मध्यरात्र झाली होती. पण मला घरात बसवेना. मोकळ्या हवेत थोडे फिरून आले, म्हणजे बरे वाटेल, अशा कल्पनेने मी घराबाहेर पडलो.

रस्त्यावरले दिवे पुरे पेंगुळले होते. वारा झोपेत ओसरणाऱ्या माणसासारखा चित्रविचित्र आवाज करीत होता. रस्ते दिवसभराची रहदारी पोटात घालून सुस्त अजगराप्रमाणे निश्चल पडले होते. दिवे मालवलेली लहानमोठी घरे अंधळ्यांच्या

माळेप्रमाणे भासत होती. आईचा शुष्क स्तन चोखण्याचा प्रयत्न करणाऱ्या भिकारणीच्या पोरासारखा अंगावर शहारे उभे करणारा स्वर रातकिडे काढीत होते.

मी वर पाहिले. अवसेच्या दाट काळोखात कितीतरी तारका चमकत होत्या. इथे, तिथे! पूर्वेकडे, पश्चिमेकडे, चोहीकडे! त्यांच्याकडे पाहता पाहता आकाश एखाद्या निबिड अरण्यातल्या दाट जाळीसारखे दिसू लागले. त्या जाळीतून हजार डोळ्यांचा क्रूर वाघ माझ्याकडे टक लावून पाहत होता!

या कल्पनेने माझे मन चरकले. अंगाचा थरकाप झाला.

मला वर पाहवेना. मी लगबगीने पुढे जाऊ लागलो. तोच कुठून तरी माझ्या कानांवर शब्द आले,

"वेड्या, जगातल्या सोंगाढोंगाना कंटाळून तू कुठं जाणार? तू जाशील, तिथं ढोंग तुझ्या स्वागताला सिद्ध आहे, हे विसरू नकोस. हा तुझ्या उजव्या हाताचा बंगला पाहा. या रस्त्याच्या बाजूच्या खोलीतच एक जोडपे झोपले आहे. गळ्यात गळा घालून दोघेही झोपेत हसत आहेत. तू त्यांना पहिलंस, तर म्हणशील, 'प्रेम असावं, तर असं!' पण-वेड्या, जरा खोल चल. चार पायऱ्या उतर आणि त्या तरुणीच्या मनात डोकावून पाहा. तिला स्वप्न पडत आहे, ते तिच्या गालाला ज्याचा गाल लागला आहे, त्याचं नव्हे. लग्नापूर्वीचा तिचा प्रियकर तिच्या स्वप्नात तिला दिसत आहे!"

त्या उजव्या बाजूच्या बंगल्याकडे मला बघवेना. मी नकळत डावीकडे पाहू लागलो. पुन्हा माझ्या कानांवर शब्द आले,

"तुझ्या या डाव्या हाताच्या प्रचंड इमारतीत काय चाललंय, ते तुला पाहायचंय ना? ही इमारत बाह्यत: झोपी गेली आहे. पण तिला एक प्रचंड तळघर आहे. त्या तळघरात एका उद्योगपतीचे बत्तीस कारकून खोट्या हिशेबांच्या वह्या लिहिण्यात गर्क झाले आहेत! प्राप्तिकर कसा चुकवायचा, हे तुला शिकायचं असेल, तर या तळघरात जा."

आता मला राहवेना. मी त्या अदृश्य वाणीला म्हणालो,

"मला मन:शांती हवी आहे. ती घरात नाही. कुठं मिळेल ती मला?"

विकट हास्याने युक्त असा एकच शब्द मला ऐकू आला,

"स्मशानात!"

मी स्मशानभूमीपर्यंत केव्हा आणि कसा आलो, ते माझे मलाच कळले नाही. तिथे अनेक चिता भडकल्या होत्या— प्रीती, भीती, नीती, राग, अनुराग, वासना, भावना, स्वप्ने, रहस्ये... साऱ्यांची हा हा म्हणता राख होत होती!

अग्निज्वाळा काळोखात नाचत गात होत्या! त्यांच्या त्या भीषण गाण्याचा अर्थ मला नीटसा कळला नाही. पण त्यांचे धृपद एकच होते...

'किती क्षुद्र प्राणी आहे हा!'

त्या ज्वाळांचे गाणे ऐकणे मला असह्य झाले. मला मन:शांती हवी होती. पण ती स्मशानातसुद्धा मिळणे शक्य नव्हते!

एखाद्या वेड्याप्रमाणे पाय जिकडे नेतील, तिकडे जावे, म्हणून मी चालू लागलो. इतक्यात एक प्रेत स्मशानात आले. ते आणणाऱ्या मनुष्यांपैकी एकाजवळ जाऊन मी हळूच विचारले,

"म्हातारा आहे वाटतं कुणी?"

"अं हं! अगदी तरणाबांड आहे... आहे कसला? होता बिचारा!"

"काय झालं याला एकाएकी? असा कुठला रोग...?"

"याला रोग झाला असता, तर रोगच मेला असता..."

"मग?"

"मुलाच्या बारशासाठी सासुरवाडीला जायला निघाला होता हा! स्टेशनावर एक मूल गाडीखाली सापडत होतं. त्याला वाचविण्यासाठी हा धावला! मूल बचावलं; पण..."

अरुणोदय होईपर्यंत मी त्या तरुणाच्या चितेपाशी मूकपणाने हात जोडून उभा होतो. ती चिता नव्हती; ते पवित्र यज्ञकुंड होते.

दुसऱ्या दिवशी रात्री मी 'मेघदूत' वाचू लागलो. त्यातल्या ओळीओळींतून सौंदर्य ओसंडून वाहत होते. तो आनंद असह्य होऊन मी 'मेघदूत' बाजूला ठेवले आणि सतार हातांत घेतली. तिच्यातून मोठे मोहक, उदात्त स्वर निघू लागले. माझ्या मनात आले :

हे मधुर स्वर ऐकून कोमेजलेली फुलेसुद्धा पुन्हा हसू लागतील.

■

वृक्ष आणि मी

आमच्या घरापाशी एक झाड आहे. मी कुणाचाही मत्सरही केलेला नाही, पण या झाडाचा मात्र मला हेवा वाटतो!

हिवाळ्यात हे झाड अगदी निष्पर्ण होते. भूमीतून खणून काढलेल्या पाच हजार वर्षांपूर्वीच्या एखाद्या सांगाड्याप्रमाणे ते दिसते. पण आपल्या विद्रूपतेची जाणीव होऊन ते अश्रू ढाळीत असलेले मी कधीच पाहिलेले नाही.

उन्हाळ्यात ते पर्णभाराने अलंकृत होते. जत्रेदिवशी गजबजून जाणाऱ्या एखाद्या देवळाच्या आवारासारखे! पानांच्या त्या गर्दीतून गुलाबी छटा असलेली फुले त्याच्यावर चमकू लागतात. जत्रेतल्या घोळक्यात सुंदर तरुणी दिसतात, तशी! पण या सौंदर्याने ते झाड उद्धट झालेले मी कधीही पाहिलेले नाही.

पावसाळा सुरू होताच गुलाबी छटा असलेली या झाडाची फुले हळूहळू गळून पडतात. यौवनातली स्वप्ने जशी नाहीशी होतात, तशी! मग नुसतीच पाने राहतात. पण या वृक्षाच्या मुखावरले हिरवेगार स्मित कधीही मावळलेले दिसत नाही.

राहून-राहून माझ्या मनात येते, या वृक्षासारखे मला का होता येत नाही?

■

चक्र

विजयी राजाने मोठ्या थाटाने आपल्या नव्या राजधानीत प्रवेश केला. सारी नगरी त्याच्या स्वागतासाठी नववधूसारखा शृंगार करून उभी होती.

ही मुग्ध रमणी दीपमालांनी राजाला ओवाळू लागली. पुष्पवृष्टीच्या रूपाने तिने त्याच्या मस्तकावर मंगलाक्षता टाकल्या. नववधूने सहर्ष पतीचे नाव घ्यावे, त्याप्रमाणे सारी नगरी नव्या राजाच्या जयजयकारात निमग्न झाली.

विजयी राजा अभिमानाने सर्वत्र दृष्टिक्षेप करीत हत्तीवरून पुढे चालला होता. जाता जाता राजमार्गाला येऊन मिळालेली एक गल्ली त्याला दिसली. एखादा ओहळ नदीला मिळावा, तशी ती दिसत होती.

त्या गल्लीकडे राजाने पुन:पुन्हा पाहिले. तिथे दीपोत्सव नव्हता! पुष्पवृष्टी नव्हती! त्याच्या नावाचा जयजयकार नव्हता! बाहेरच्या वैभवशाली समारंभाची पुसट खूणसुद्धा त्या गल्लीत दिसत नव्हती! एखाद्या निश्चेष्ट वेड्या स्त्रीसारखी ती भासत होती.

राजाने मुख्य मंत्र्यांना विचारले,

"महामंत्री, नगरात महोत्सव सुरू आहे, मग या गल्लीत अशी सामसूम का?"

"हा भिकाऱ्यांचा मोहल्ला आहे, महाराज."

"माझ्यासारख्या दिग्विजयी राजाच्या राजधानीत भिकारी आहेत? दिवसा कधी कुणी अंधार पाहिला आहे का? छे! छे! हे माझ्या विजयाला मोठं लांछन आहे. आत्ताच्या आत्ता दवंडी पिटा. उद्या सकाळी नगरातल्या साऱ्या भिकाऱ्यांना राजसभेत बोलवा. प्रत्येकाला एकेक सुवर्णदिनार मिळेल, अशी घोषणा करा."

राजा सिंहासनावर येऊन बसला. उदयाचलावर सूर्य आरूढ व्हावा, तसा!

राजसभेच्या बाहेर गोळा झालेल्या भिकाऱ्यांचा कोलाहल आत ऐकू येत होता. राजाच्याही कानांवर तो पडला. महामंत्र्यांना जवळ बोलावून स्मित करीत त्याने विचारले,

"दानाची सिद्धता आहे?"

"आहे, महाराज!"

"प्रत्येक भिकाऱ्याला एकेक सुवर्णदिनार?"

महामंत्री खाली मान घालून हात जोडून उभे राहिले.

राजा चिडून म्हणाला,

"महामंत्री, तुमच्या या मौनाचा अर्थ काय?"

"महाराज, नगरात भिकारी पुष्कळ आहेत!"

"असतील! पण मी दिग्विजयी राजा आहे. माझे पुत्रपौत्रप्रपौत्र यावच्चंद्रदिवाकरौ इथं राज्य करणार आहेत. माझ्या नगरप्रवेशाचा आनंद सर्वांना व्हायला हवा. अगदी भिकाऱ्यांतल्या भिकाऱ्यालासुद्धा! आजच्या या अपूर्व समारंभाचा मी एक शिलालेखच तयार करून घेणार आहे."

बाहेरचा कोलाहल कानठळ्या बसविण्याइतका वाढला. जणू नदीला महापूर आला होता.

महामंत्री हळूच म्हणाले,

"महाराज, प्रत्येक भिकाऱ्याला एक सुवर्णदिनार देण्यासारखी खजिन्याची स्थिती नाही. युद्धात फार खर्च होऊन गेला आहे. या भिकाऱ्यांना एकेक चांदीचा दिनार दिला, तरी—"

"ठीक आहे. समारंभाची घोषणा करा."

महामंत्र्यांनी दानसमारंभ सुरू होत असल्याची घोषणा केली. प्रत्येक भिकाऱ्याने कोणत्या दाराने आत यायचे आणि कोणत्या दाराने बाहेर जायचे, यासंबंधी द्वारपालाने मोठमोठ्याने ओरडून सूचना दिल्या. मग महामंत्री सभाजनांना उद्देशून म्हणाले,

"या समारंभाचा प्रारंभ बाहेर जमलेल्या भिकाऱ्यांतल्या अत्यंत वृद्ध माणसाच्या हस्ते व्हावा, यात औचित्य आहे. असा वृद्ध हुडकून काढून, त्याला प्रथम आत पाठवायला मी सेवकांना सकाळीच सांगितले आहे. तो आता आत येईल, दान घेईल आणि समारंभ सुरू होईल."

सभेतले सहस्रसहस्र डोळे प्रवेशद्वाराकडे वळले. सारे टकमक पाहू लागले. एक अतिवृद्ध भिकारी गोगलगाईच्या गतीने आत आला. सर्वांचे डोळे त्याच्यावर खिळून राहिले. काल संध्याकाळी नगरप्रवेश करणाऱ्या राजावरही ते असेच खिळून राहिले होते.

नाना प्रकारच्या अवजड ओझ्यांनी वाकलेल्या उंटासारखा तो म्हातारा दिसत होता! त्याच्या डोक्यावर एक पांढरा केससुद्धा दिसत नव्हता. हातातली काठी टेकीत टेकीत तो सिंहासनापुढे आला. थरथरणारे दोन्ही हात जोडून त्याने राजाला नमस्कार केला. मग उजव्या हातातली काठी डाव्या हातात घेऊन त्याने उजवा हात राजापुढे पसरला.

कोशपालाने दिलेला दिनार राजाने कृत्रिम दरबारी स्मित करीत वृद्धाच्या हातावर ठेवला.

तो दिनार डोळ्यांजवळ नेऊन आणि पुन:पुन्हा निरखून पाहून म्हातारा हसू लागला. ते हसू मोठे विचित्र होते. जणू वेड लागलेला काळपुरुषच हसत होता! हसता-हसता वृद्धाने हातातला दिनार राजाच्या अंगावर फेकला. तो तिथून घरंगळत खाली येऊन सिंहासनापाशी पडला.

सारे सभाजन चकित झाले. या भयंकर उर्मटपणाबद्दल म्हाताऱ्याचे डोके उडविले जाईल, अशी भीती त्यांना वाटू लागली.

पण आपला राग आवरून राजाने वृद्धाला प्रश्न केला,

"आजोबा, तुम्ही हा दिनार फेकून का दिला? भिकाऱ्याला असला उर्मटपणा शोभत नाही."

म्हातारा रागाने थरथरत म्हणाला,

"मी भिकारी आहे, महाराज. पण माझा पणजा काही भिकारी नव्हता!"

राजाने छद्मी स्वराने विचारले,

"कोण होते तुमचे पणजोबा?"

म्हातारा छाती पुढे काढून म्हणाला,

"माझा पणजा राजा होता."

"राजा? कुठला?"

"इथलाच. गादीवर बसताना माझ्या पणजाने जी खैरात केली, तिच्यात प्रत्येक भिकाऱ्याला एक सुवर्णदिनार दिला होता! तुमच्यासारखा चांदीचा दिनार देण्यासारखा चिक्कू नव्हता तो!"

राजा शून्य दृष्टीने भिकाऱ्याकडे पाहू लागला. तो विचार करीत होता. या भिकाऱ्याचा पणजा राजा होता. आपला पणतू भिकारी होईल, असे त्या राजाच्या स्वप्नात तरी आले असेल काय?

राजाच्या अंतश्चक्षूंपुढे विश्वचक्र फिरू लागले. एखाद्या लहान मुलाच्या खेळण्याप्रमाणे काळपुरुष ते फिरवीत होता. जन्म, मृत्यू, शांती, युद्ध, प्रीती, द्वेष, ऐश्वर्य ही सारी त्या चक्रात गिरक्या घेत होती. एखाद्या रंगमंचावरला देखावा क्षणात बदलावा, तसे जन्माचे मृत्यूत, युद्धाचे शांतीत, प्रीतीचे द्वेषात आणि दारिद्र्याचे ऐश्वर्यात रूपांतर होत होते. जीवनाचे ते अंतिम सत्यदर्शन होते.

राजा सिंहासनावरून खाली उतरला. तो चांदीचा दिनार त्याने उचलून घेतला. मग मोठ्या नम्रतेने त्या वृद्धाच्या हातात ते नाणे देत तो म्हणाला,

"एका तरुण मित्राची एका वृद्ध मित्राला ही भेट आहे. तिचा स्वीकार व्हावा."

बालकासारखे निर्मळ हास्य करीत वृद्ध भिकाऱ्याने तो दिनार घेतला.

■

दोन भुते

अवर्षणाचे वर्ष होते ते!

गावातले सारे लोक देवळात जमले. बाल-वृद्ध, स्त्री-पुरुष, गरीब-श्रीमंत सारे हात जोडून देवाला विनवू लागले,

'देवराया, या दीनांवर दया कर. प्रभो, तुझ्या कृपेचा मेघ आमच्याकडे वळू दे. भक्तवत्सला, आम्ही सर्व तुझी लेकरे आहो. पाऊस पडला नाही, तर आम्ही काय करावं?'

त्यांची प्रार्थना संपते, न संपते, तोच त्या गर्दीतून एक नास्तिक मनुष्य पुढे आला आणि समुद्रासारख्या गंभीर स्वराने गरजला,

"मूर्खांनो, या दगडी देवाला आळवून उगीच घसा कशाला कोरडा करून घेता? देवळाबाहेर लहान लहान दगडांच्या राशी आहेत ना? त्या दगडांचाच हा थोरला भाऊ आहे. फुलांनी दगडाला देवकळा येते, पण देवपण येत नाही. तुमची कच्चीबच्ची टाचा घाशीत उपाशी मरावीत, अशी तुमची इच्छा नाही ना? मग माझं ऐका. या शृंगारलेल्या दगडाची प्रार्थना करण्याच्या फंदात पडू नका. आत्ताच्या आत्ता सारे माझ्या मागून चला. मी तुम्हाला नदी दाखवतो. तुम्ही सारे अहोरात्र कष्ट करायला लागलात, तर त्या नदीचं पाणी तुमच्या शेतांपर्यंत सहज आणता येईल. खरा देव या समोरच्या दगडात नाही. तो तुमच्या मनगटात—"

कुठून तरी एक अणकुचीदार दगड भिरभिरत आला. पाखराने पिकलेल्या फळावर चोच मारावी, तसा तो त्या उपदेशकाच्या कपाळावर बसला. रक्ताने लाल झालेल्या चेहऱ्याने भोवतालच्या लोकांकडे पाहत तो नास्तिक आवेशाने उद्गारला,

"बंधूंनो, अजून माझं ऐका. डोळे उघडा. प्रार्थना थांबवा. दगडाला पाझर फोडण्याचा हा वेडा उद्योग—"

पुढे त्याच्या तोंडातून शब्दच उमटला नाही. शेकडो गोफणी एकदम चालाव्यात, त्याप्रमाणे त्याच्यावर चारी बाजूंनी दगडांचा वर्षाव होऊ लागला. लोकांनी त्याला एखाद्या विषारी सापाप्रमाणे ठेचून, ठेचून ठार मारले!

नक्षत्रामागून नक्षत्रे जाऊ लागली. पण आकाशातून पावसाचा थेंबसुद्धा खाली

उतरेना. गोरगरिबांच्या घरात चूल रुसून बसली. आईबापांना मुलांच्या केविलवाण्या तोंडांकडे पाहण्याचा धीर होईना! भरदिवसा, घरी, दारी, शेजारी मृत्यूची काळीकुट्ट विक्राळ छाया विकट हास्य करीत त्यांचा पाठलाग करू लागली.

गावातले सारे लोक पुन्हा देवळात जमले. बाल-वृद्ध, स्त्री-पुरुष, गरीब-श्रीमंत सारे हात जोडून देवाला विनवू लागले,

'देवराया, या दीनांवर दया कर. प्रभो, तुझ्या कृपेचा मेघ आमच्याकडे वळू दे. भक्तवत्सला, आम्ही सर्व तुझी लेकरं आहोत!'

त्यांची प्रार्थना संपते, न संपते, तोच त्या गर्दीतून एक आस्तिक मनुष्य पुढे आला. शरद ऋतूतल्या नदीच्या प्रवाहासारख्या प्रसन्न स्वराने तो म्हणाला,

"बंधूंनो, इथं अशी नुसती प्रार्थनाच करीत काय बसता? आपण सर्व एकाच देवाची लेकरं आहोत— एका आईची मुलं आहोत— एका कुटुंबातील माणसं आहोत. होय ना?"

सर्वांनी होकारार्थी मान हलवली.

आस्तिक पुढे बोलू लागला,

"चला तर मग माझ्याबरोबर! गावातलं सारं धान्य आपण एकत्रित करू या. पेवांत भरलेलं, तळघरांत पुरलेलं, गंज्यांत लपवलेलं, भुयारांत दडवलेलं सारं धान्य, त्याचा दाणा न् दाणा, आपण शोधून काढू या. या गोळा केलेल्या धान्यातून प्रत्येकाला फक्त पोटापुरतं द्यायचं, असं आपण ठरवू या. एवढं आपण केलं, तर गावातलं कुत्रंसुद्धा उपाशी मरणार नाही. पण असं केलं नाही, तर बाहेर दगडांच्या राशी पडल्या आहेत ना? तशा गावात ठिकठिकाणी प्रेतांच्या राशी दिसू लागतील. चला, बंधूंनो, चला. खरा देव तुमच्यासमोर नाही. तो तुमच्या हृदयात—"

कुठूनतरी एक अणकुचीदार दगड भिरभिरत आला. कडकडाट करीत कोसळणाऱ्या विजेने उंच वृक्षाच्या शेंड्यावर प्रहार करावा, तसा तो त्या उपदेशकाच्या कपाळावर बसला. रक्ताच्या माखलेल्या हातांनी लोकांना शांत करण्याचा प्रयत्न करीत तो आवेशाने ओरडू लागला,

"वेड्यांनो, देव दयाळू आहे, हे विसरू नका. तुम्ही सारे देवाची लेकरं आहा. तुमच्यापैकी प्रत्येकापाशी जे आहे, ते त्याचं एकट्याचं नाही. ते सर्वांचं—"

पुढे त्याच्या तोंडातून शब्दच उमटला नाही. शेकडो बंदुका एकदम चालाव्यात, त्याप्रमाणे त्या आस्तिकावर चोहोबाजूंनी दगडांचा वर्षाव होऊ लागला. लोकांनी त्याला एखाद्या पिसाळलेल्या कुत्र्याप्रमाणे ठेचून, चेचून ठार मारले.

त्या वर्षीच्या दुष्काळात त्या गावातली सर्व गरीब माणसे पटापट मेली. उरलेली मूठभर श्रीमंत माणसे भीतीने गाव सोडून पळून गेली.

त्या निर्जन गावात आता फक्त ते पडके देऊळ उभे आहे. कधी कधी मध्यरात्री त्या देवळाच्या आवारात दोन भुते हातात हात घालून हसत खिदळत फिरत असलेली दिसतात. एखाद्या वेळी ती दोघे त्या पडक्या देवळातल्या गाभाऱ्यापाशी येऊन देवाला विचारतात,

"देवा, हे गाव असं ओसाड का झालं? तुझी प्रार्थना करणारी ती माणसं कुठं आहेत?"

ती दोघे कान देऊन देवाचे उत्तर ऐकू लागतात. शेजारच्या वृक्षावरल्या झोप चाळवलेल्या पाखरांचा सौम्य फडफडाट तेवढा त्यांच्या कानांवर पडतो!

■

तीन पर्वत

आपल्या डोळ्यांतून नेहमी गंगायमुनाच का वाहाव्यात, हे हिमालयाला कळेना. तो अस्वस्थ झाला आणि जगभर भटकू लागला.

फिरता फिरता त्याला एक ज्वालामुखी भेटला. त्याच्या तोंडातून बाहेर पडणारी आग पाहून हिमालय त्याला म्हणाला,

''मित्रा, मला आता रडण्याचा कंटाळा आला आहे. कृपा कर आणि तुझ्या तेजस्वीपणाचा थोडा भाग मला दे.''

ज्वालामुखी उदास मुद्रेने उत्तरला,

'वेड्या, एका घटकेच्या तेजस्वीपणासाठी मला वर्षानुवर्षे आतल्या आत जळत राहावं लागतं. त्या दु:खाची कल्पनासुद्धा येणार नाही तुला! असं जळत राहण्यापेक्षा तुझ्यासारखं रडत राहणं फार बरं!'

त्या दोघांनी एकमेकांशी खूप वाद घातला, पण एकाचे म्हणणे दुसऱ्याला पटेना! खरा सुखी असा पर्वत शोधण्याकरिता ते दोघे मिळून जगभर फिरू लागले. फिरता फिरता ते एका डोंगरापाशी आले. त्याला त्यांनी विचारले,

''तू कधी रडतोस काय?''

त्याने आश्चर्याने प्रतिप्रश्न केला,

''रडणं म्हणजे काय?''

त्यांनी त्याला पुन्हा प्रश्न केला,

''तू आतल्या आत जळतोस काय?''

त्याने चकित होऊन विचारले,

''जळणं म्हणजे काय?''

तो डोंगर सुखी आहे, अशी दोघांचीही खात्री झाली. ते त्याला म्हणाले,

''तुझ्यासारखा सुखी—''

आपले दोन्ही हात त्यांच्या तोंडावर ठेवीत तो म्हणाला,

''माझ्यासारखा दु:खी प्राणी उभ्या जगात तुम्हाला मिळणार नाही!''

त्यांनी प्रश्न केला,

"तू रडत नाहीस. तू जळत नाहीस. तुला रे कसलं दु:ख आहे मग?"
"दुरून डोंगर साजरे, असं म्हणत सारं जग मला सदैव हिणवीत असतं!" ∎

पृथ्वी आणि स्वर्ग

त्या विरक्त पुरुषाची तपश्चर्या पाहून पंचमहाभूतांनासुद्धा आश्चर्य वाटले. सूर्य वरून फुललेल्या निखाऱ्यांच्या राशीच्या राशी त्याच्यावर फेकून देई. पण तो हू की चूसुद्धा करीत नसे. मग जणूकाही ते निखारे विझविण्याकरता मुसळधार पाऊस कोसळे. पण त्याच्या अंगावर कधी काटा उभा राहत नसे. प्रचंड वावटळी येत आणि जात. असंख्य उत्तुंग वृक्ष उन्मळून पडत. पण तो तपस्वी ध्रुवासारखा स्थिर राही. आकाश एखाद्या राक्षसासारखे अक्राळविक्राळ स्वरूप धारण करून विजेचे दात करकरा चावीत त्याच्या अंगावर धावून येई. तो मात्र त्याच्याकडे डोळे उघडूनसुद्धा पाहत नसे. शेवटी अंगात पिशाचाचा संचार झाल्यासारखी पृथ्वी गडबडा लोळू लागली. तरीही त्याची शांती ढळली नाही. त्याच्या ध्यानधारणेत खंड पडला नाही.

परमेश्वर प्रसन्न झाला. त्याने त्या विरक्ताच्या मस्तकावर हात ठेवला. तपस्व्याने डोळे उघडले. तो उठला. त्याने साष्टांग लोटांगण घातले.

देव म्हणाला,

"वत्सा, तुला काय हवं, ते माग. इंद्रपद मागितलंस, तर तेसुद्धा तुला देईन मी!"

तपस्वी उत्तरला,

"देवा, मला स्वतःसाठी काही नकोय! पण या पृथ्वीवरल्या लाखो लोकांची दुःखं मला पाहवत नाहीत. त्या सर्वांना अधूनमधून स्वर्गात जाता यावं, त्यांनी तिथल्या आनंदाचा आस्वाद घ्यावा आणि पृथ्वीवर तो आनंद निर्माण करण्याचा प्रयत्न करावा, असा वर तू मला दे."

देव विचारात पडला. तो म्हणाला,

"हे व्हायचं कसं?"

तपस्वी तीव्र स्वराने म्हणाला,

"अशक्य हा शब्द मला ठाऊक नाही. मी तुझ्यापाशी दुसरं काही मागत नाही.

पृथ्वीवरून स्वर्गापर्यंत जाणारी, कितीही माणसं चढू लागली, तरी न मोडणारी अशी शिडी तू निर्माण कर. दुसरं काही मला नको.''

देवाने तशी शिडी केली. स्वर्गात जाऊ इच्छिणाऱ्या माणसांचे तांडेच्या तांडे त्या तपस्व्याभोवती गोळा झाले. त्याने त्या सर्वांकडे वत्सल दृष्टीने पाहिले. त्याच्या तपाच्या प्रारंभकाली काहींनी ती जागा सारवून दिली होती. कुणीतरी त्या जागेवर रांगोळी काढली होती. कुणी फुले आणली होती. त्याचे चित्त एकाग्र व्हावे, म्हणून कित्येकांनी मंजूळ स्वरांत प्रार्थना म्हटल्या होत्या. ती सारी माणसे त्याने जनसंमर्दातून निवडून काढली. त्यांच्याकडे पाहून तो हसत म्हणाला,

''तुम्ही माझे शिष्य आहात. स्वर्गसुखाचा अनुभव तुम्हाला पहिल्यांदा मिळायला हवा. मात्र एक गोष्ट लक्षात ठेवा. आपल्याला पृथ्वीवर स्वर्ग आणायचा आहे. तिथली सुखं इथं कशी निर्माण होतील, हे पाहायचं आहे. या दृष्टीनं सूक्ष्म निरीक्षण करण्याकरिता जेवढा वेळ लागेल, तेवढाच तुम्ही तिथं काढा. तुम्ही तिथून परत आल्यावर मग मी या लोकांना क्रमाक्रमानं स्वर्गाचं दर्शन घेण्याची संधी देईन.''

काळपुरुषानं क्रीडा करता-करता सूर्यचक्र पुन:पुन्हा फिरविले. पण त्या शिष्यांपैकी एकही शिडीवरून खाली उतरताना दिसेना!

तपस्वी अस्वस्थ झाला. मात्र त्याच्यापेक्षाही अधिक अस्वस्थ झाले होते स्वर्गात जाऊ इच्छिणारे पृथ्वीवरले लोक! त्यांनी दंगा करायला सुरुवात केली. रेटारेटी, लट्ठालट्ठी, हाणामारी यांना ऊत आला.

तपस्वी दोन्ही बाहू उभारून तारस्वराने त्यांना सांगत होता,

''अशी घाई करू नका. प्रत्येकाला स्वर्गात जायला मिळावं, म्हणूनच ही शिडी मी परमेश्वराकडून मागून घेतली आहे. एकामागून एक चढा. लहानांना आधी जाऊ द्या, बायकांना—''

आपण बहिऱ्यांच्या जमावापुढे ओरडत आहो, अशी त्याची लवकरच खात्री झाली. त्याच्याकडे कुणी ढुंकूनसुद्धा बघत नव्हते. मग त्याचा उपदेश ऐकायची गोष्ट दूरच राहिली! जो तो त्या शिडीकडे धावत होता. वरच्या पायरीवर आपल्याला आधी जायला मिळावे, म्हणून धडपडत होता. इतरांना धक्के देत, मागे रेटीत, प्रत्येक मनुष्य स्वर्गाकडे धाव घेत होता.

हळूहळू शिडीच्या वरच्या पायऱ्यांवर भयंकर गर्दी झाली. अनेक लोक तिला लोंबकळू लागले. आपल्याला पाऊल ठेवायला जागा मिळावी, म्हणून इतरांना खाली ढकलून देण्यापर्यंत त्यांची मजल गेली!

माणसे पटापट खाली पडत होती, त्यांचे हातपाय मोडत होते. या कोसळून खाली पडणाऱ्या लोकांच्या आक्रोशापुढे दुसरे काहीही ऐकू येत नव्हते. 'थांबा,

थांबा' हे त्या तपस्व्याचे शब्द वाळवंटात पडलेल्या पाण्याच्या थेंबासारखे कुठल्या कुठे नाहीसे होत होते.

त्याला त्या किंकाळ्या ऐकवेनात! ती दंगल बघवेना! त्याने डोळे मिटून परमेश्वराची प्रार्थना केली,

"प्रभो, माझी ही एवढी प्रार्थना ऐक, ही शिडी जगातून नाहीशी करून टाक.''

शिडी अदृश्य झाली! परमेश्वराने तपस्व्याला विचारले,

"वत्सा, आणखी काय हवंय तुला?''

"मी एकदा स्वर्गात जाऊन येईन, म्हणतो. मला तिथल्या कुठल्याही सुखाची इच्छा नाही. पण माझे शिष्य तिथं गेले आहेत. त्यांना घेऊन मी परत येईन. स्वर्गासारखं सुख पृथ्वीवर कसं निर्माण करावं, हे या जड आणि मूढ जनतेला ते शिकवतील. तेवढा अनुग्रह माझ्यावर कर.''

तपस्वी परमेश्वराबरोबर स्वर्गात गेला. आपले शिष्य शोधू लागला.

एक शिष्य कुठल्या तरी आठव्या श्रेणीच्या अप्सरेबरोबर जलक्रीडा करीत होता! दुसरा एक उन्मादक नृत्य पाहण्यात गुंग झाला होता! तिसरा कल्पवृक्षाखाली बैठक मारून बसला होता! चौथा लक्ष्मीच्या शोधात स्वर्गभर सैरावैरा धावत होता!

त्यांच्यापैकी एकाने त्या तपस्व्याकडे क्षणभर पाहिले आणि जवळच्या सेवकाला उद्देशून तो उद्गारला,

"हा कोण गोसावडा आलाय इथं? दे त्याला हाकलून! उगीच टक लावून बघतोय माझ्याकडे! या बैराग्यांचे डोळे मोठे फुटके असतात! दुसऱ्याचं सुख त्यांना बघवत नाही.''

इतर शिष्य काय करीत आहेत, हे पाहायला तपस्वी तिथे उभाच राहिला नाही. स्वर्गाकडे पाठ फिरवून टिपे गाळीत तो पृथ्वीच्या दिशेने पावले टाकू लागला.

■

मैलाचा दगड

फिरता-फिरता मी एका मैलाच्या दगडापाशी आलो. थकल्यासारखे वाटत होते, म्हणून विसावा घेण्याकरिता मी त्याच्यावर बसण्याचा विचार करू लागलो.

इतक्यात माझ्या कानांवर शब्द पडले,

"ए मूर्ख माणसा—"

मी चकित होऊन पाहू लागलो. भोवताली चिटपाखरूसुद्धा दिसत नव्हते.

तो दगड एका ओसाड माळरानाच्या बाजूला होता, हे खरे! पण भरदिवसा तिथे भुताटकी असेल, हे—

मला पुन्हा शब्द ऐकू आले,

'माणसासारखा मूर्ख प्राणी या दुनियेत दुसरा कुणी नसेल!'

त्या दगडावर घाईघाईने चढणारा एक काळा कुळकुळीत डोंगळा हे वक्तृत्व करीत होता, हे आता कुठे माझ्या लक्षात आले. मी कुतूहलाने त्याचे बोलणे ऐकू लागलो.

तो हसत पुढे म्हणाला,

"माणसं मैलाचा दगड म्हणून त्या धोंड्याला हिणवतात! पण ही स्वर्गाला लागलेली शिडी आहे, हे त्या मूर्खांना कुठं ठाऊक आहे?"

तो घाईघाईने वर चढू लागला. त्या दगडाच्या वरच्या बाजूपाशी आला. मग तो हर्षभराने ओरडला,

"आता स्वर्ग दोन बोटं उरला हं!"

त्याच्यामागून अनेक डोंगळे झरझर वर चढत होते. त्यातला एक लठ्ठ डोंगळा झटकन पुढे झाला. त्याचा धक्का लागताच तो पहिला डोंगळा कोसळून खाली पडला. लगेच तो ओरडला,

"नाहीतरी मी खाली उडी टाकणारच होतो! ही शिडी स्वर्गाला लागली आहे, असं साऱ्या मुंग्या म्हणतात. ते खरं, का खोटं, हे मला डोळ्यांनी पाहायचं होतं! वेड्या कुठल्या! हा शुद्ध मैलाचा दगड आहे! दुसरं काही नाही. माणसासारखा शहाणा प्राणी या दुनियेत दुसरा कुणी नसेल!"

∎

आवाहन

हे पृथ्वीमाते,

माणसाच्या वाटेत खडे-काटे पसरण्यात तुला आनंद वाटत असावा, अशी वारंवार मला शंका येते. एखादा खडक हा तुझ्या दृष्टीने धुळीचा कणसुद्धा नसेल! पण अंधारात तो मनुष्याची वाट अडवतो; त्याचे वाहन उलथवून टाकतो. एखादी खोल खाण ही तुझ्या गालावरची क्षणिक खळी असेल; पण प्रवाशाचे पाऊल थोडेसे चुकले, तर त्या खाणीत पडून त्याचा कपाळमोक्ष होतो!

आताच वार्ता आली आहे— तू संतापली आहेस, थरथर कापत आहेस! तुझ्या आश्रयाने उभे असलेले एक सुंदर नगर उद्ध्वस्त झाले आहे. हजारो माणसे कोसळणाऱ्या इमारतींखाली सापडली आहेत. पराक्रमी पुरुष, सुंदर ललना, चिमणी बालके या सर्वांचा तू क्षणार्धात चोळामोळा करून टाकला आहेस.

अशावेळी वाटते, तू एखादी क्रूर राक्षसी तर—

नाही, तू राक्षसी नाहीस. तू माताच आहेस. तू साऱ्या जीवनसृष्टीचा आधार आहेस. वरवर तुझे हृदय दगडाचे आहे, असा भास होतो; पण आत ते जीवनरसाने भरले आहे. मनुष्याने तुला भाजले, ठिकठिकाणी टोचले, तुझी कातडी सोलली, तुला खोलखोल जखमा केल्या, तरी तू हू की चू करीत नाहीस! तूच त्याचे सदैव पालनपोषण करतेस. त्याने तुझ्याकडे चार दाणे ठेवायला दिले, तर अल्प अवधीत तू त्याची कोठारे भरून टाकतेस.

हे जलराणी,

तू माणसाची मैत्रीण आहेस की वैरीण आहेस, याविषयी माझ्या मनात अनेकदा संशय निर्माण होतो. एखाद्या आईच्या मांडीवर बालकाने ब्रह्मानंदात लोळावे, त्याप्रमाणे तुझ्या पाठीवर माणसे स्वच्छंदाने खेळत असतात. पण तुझी लहर केव्हा फिरेल, तुझे अकांडतांडव केव्हा सुरू होईल आणि तुझ्या क्षोभात हजारो माणसांना केव्हा समाधी मिळेल, याचा नेम नसतो.

हातच्या काकणाला आरसा कशाला हवा? आकाशवाणी ओरडून सांगत

आहे— नद्यांच्या पात्रांतून चालणारे तुझे नृत्य हे शंकराला मोहून टाकणाऱ्या भिल्लिणीचे नृत्य राहिलेले नाही; ते प्रत्यक्ष रुद्राचे प्रलयकाळचे तांडव झाले आहे. गावेच्या गावे वाहून जात आहेत. पोटच्या पोरांप्रमाणे वाढविलेली गुरे पुराच्या पाण्यात बुडत असलेली माणसांना पाहावी लागत आहेत. पिढ्यान् पिढ्या कष्ट करून निर्माण केलेली जीवनाची स्थिरता तुझ्या एका क्रुद्ध कटाक्षाने धुळीला मिळत आहे. तुझा प्रवाह जीवनाचा नाही; मरणाचा आहे!

अशावेळी वाटतं, तू एखादी क्रूर राक्षसी तर—

नाही, तू राक्षसी नाहीस; तू रमणी आहेस. जीवनातल्या सुखाचा, सौंदर्याचा सारा आधार तू आहेस. तुझ्या आरशात माणसाने पहिल्यांदा आपले रूप पाहिले. तुझ्या कृपेनेच पृथ्वीची मुद्रा हसरी राहते. तू नसशील, तर नानाविध सुंदर रंगांची फुले क्षणांत कोमेजून जातील. तू नसशील, तर आकाशाशी हस्तांदोलन करणाऱ्या देवदारांची मान क्षणभरसुद्धा ताठ राहणार नाही! तू पृथ्वीशी एकरूप होतेस, म्हणूनच मनुष्य जगू शकतो. तुझ्या कणाकणांत संजीवनी भरली आहे.

हे अग्निराजा,

तुझे सौम्य सुंदर स्वरूप मला नेहमीच प्रिय वाटत आले आहे. राखेच्या ढिगातून तुझे स्फुलिंग चमकले, म्हणजे बिळाबाहेर डोकावून पाहणाऱ्या सशाच्या डोळ्यांचीच मला आठवण होते, असे नाही. निर्जीव भासणाऱ्या देवतेच्या मूर्तीत चलनवलन सुरू झाल्याचा भास मला होतो. प्रचंड काळ्याकुट्ट गुहेत माणसाला कोंडून, ती चारी बाजूंनी बंद करून टाकावी, तशी काळोख पडला की, आदिमानवाची स्थिती होत असेल. गारगोट्यांच्या घर्षणातून तू प्रकट झालास, तेव्हा तुझ्या दर्शनाने तो वेडा झाला! ती गुहा— काळोखाची आणि अज्ञानाची ती गुहा— तू फोडलीस. तिथे प्रकाश पोहोचवलास.

पण—

पण तू देव आहेस की राक्षस, हे कोडे अजून मला उलगडत नाही! तू स्वच्छंद नाचू लागलास, की तुझ्या मुखावरील स्मिताच्या रेषा राक्षसाच्या जिभांसारख्या वाटतात. ज्या मानवाचा तू उपकारकर्ता म्हणवितोस, त्याची आणि त्याच्या परिश्रमांची क्षणार्धात राखरांगोळी करायला तू कधीच कचरत नाहीस! तुझे ते अक्राळविक्राळ स्वरूप पाहिले की, देवाचे रूप घेऊन कुणी राक्षसच—

नाही, तू राक्षस नाहीस! तुझ्या कृपेनेच मानव पशूच्या पातळीवरून देवाच्या पातळीवर येऊ शकला. तुझा स्पर्श दाहक असला, तरी तुझे प्रेम मोहक आहे. तू मूर्तिमंत प्रकाश आहेस. तुझ्यामुळे अन्नाच्या कणाकणाला रुची आली आहे, अंधाराला प्रकाशाची किनार लाभली आहे, मानवी बुद्धीला क्षितिजापलीकडे पाहण्याचे सामर्थ्य

प्राप्त झाले आहे. तुझ्या प्रभावाने प्रकाशित होणाऱ्या आणि नागाप्रमाणे डुलणाऱ्या प्रत्येक ज्योतीच्या मस्तकावर एकेक मूल्यवान मणी आहे. असे अगणित मणी तू आम्हाला सतत देत आला आहेस. तू प्रकाशाचा कुबेर आहेस. तेजाचा सागर आहेस.

हे वायुदेवा,

तू रागावून आमच्याकडे पाठ फिरवून गेलास, तर साऱ्या जगाला स्मशानाची कळा येईल, हे मला कळते. ग्रीष्मात तुझा स्पर्श किती सुखप्रद असतो! तळमळणाऱ्या मुलाच्या अंगावरून आईने फिरविलेल्या हातासारखा स्नेहपूर्ण वाटतो तो! वेणूंच्या वनात तू स्वत:शीच गुणगुणू लागलास, म्हणजे त्या संगीताने सारी सृष्टी मोहून जाते. प्रेमिकांची हृदये कुजबुजत आहेत, असा भास होतो. उंचउंच वृक्षांच्या फांद्यांवर बसून तू झोके घेऊ लागलास की वाटते, हे वृक्ष नाहीत; या सतारी आहेत. तुझ्या स्पर्शाने त्यांच्या तारांतून मधुर स्वर निघत आहेत. ते स्वर स्वर्गाचा शोध घेण्याकरिता गात-गात वर चालले आहेत.

पण हा तुझा सुंदर मुखवटा आहे की काय, या कल्पनेने मी व्याकूळ होतो. एखाद्या वेड्यापिशा माणसाप्रमाणे झंझावाताचे स्वरूप धारण करून, झिंज्या उपटाव्यात, तशी मोठमोठी झाडे तू उन्मळून टाकू लागलास की, माझ्या मनाचा थरकाप होतो. आईने पाठुंगळीला घेतलेल्या बालकाप्रमाणे प्रचंड जहाज सागरिकेवर झुलत जात असते. तुला ते पाहवत नाही. तू पिसाटासारखा थैमान घालू लागतोस. लहान मुलाने चेंडूच्या उशा काढाव्यात, तशी मग त्या जहाजाची अवस्था होते आणि... आणि त्या जहाजावरल्या निष्पाप माणसांनी परमेश्वराला उद्देशून काढलेले प्रार्थनेचे शब्द पूर्णपणे त्यांच्या तोंडांतून बाहेर पडण्यापूर्वीच—

त्याआधीच तो चिमुकला चेंडू कुठल्या कुठे नाहीसा होतो!

अशावेळी वाटते, तू देव नाहीस... तू राक्षस...

नाही, तू राक्षस नाहीस. तू प्राणिमात्राचा आत्मा आहेस. मुरलीमधला मधुर स्वर तू आहेस; संगीताचा आत्मा तू आहेस; बालकांच्या क्रीडांचा, रमणींच्या लीलांचा, शूरांच्या साहसांचा, कवींच्या आणि संशोधकांच्या नवनिर्मितीचा प्राण तू आहेस.

तुझ्या स्पर्शात अमृत आहे. तुझ्या हास्यात जीवन आहे.

हे आकाशराजा,

तू नुसता भास आहेस, असे पंडित म्हणतात. मला ते कळत नाही. माझ्या दृष्टीला तू दिसतोस! माझ्यापुरता तरी तू सत्य आहेस. ऊन, चांदणे, पाऊस— किती विविध प्रकारची पेये आपल्या विशाल पेल्यात भरून तू मुक्तहस्ताने जगाला

देतोस! काळ्याकुट्ट काळोखातही तू हसतोस. काळोख ही प्रकाशाची छाया आहे आणि प्रकाश हे काळोखाचे शरीर आहे, हे आम्हाला कळत नाही; तुला ते पूर्णपणे ठाऊक आहे. म्हणूनच तू काळोखातही स्मित करतोस. पण त्या स्मिताने केवढा चमत्कार घडतो! तुझे स्मित फुलताच कांबळ्याप्रमाणे भासणारा काळोख चंद्रकळेसारखा मोहक वाटू लागतो.

आमच्यासमोर तू कधीही पृथ्वीचे चुंबन घेत नाहीस; पण दूर दूर कुठेतरी तिच्या ओठांवर आपले ओठ तू हळूच टेकतोस. तुझ्यातला तत्त्वज्ञ कवीही आहे, हे पाहून मनुष्याला केवढा धीर वाटतो. मात्र तू एखाद्या नववधूसारखा लाजरा आहेस. तुझे ते चुंबन जवळून पाहण्याचा कुणी प्रयत्न केला, तुला त्याची नुसती चाहूल लागली, तरी तू झटकन आपली मान वर करतोस.

एवढी विशालता, एवढी सात्त्विकता, एवढी विनयशीलता तुझ्यापाशी आहे. पण एखाद्या वेळी तू विलक्षण क्रुद्ध होतोस. त्यावेळी तुझी मुद्रा काळवंडून जाते. तुझी स्वत:शी चाललेली पुटपुट सिंहगर्जनेसारखी वाटते. ज्वालेला चाबूक हातात घेऊन तू तो कडकड वाजवू लागतोस.

तुझा तो अवतार पाहून माझ्या मनात येते, तूसुद्धा एक राक्षस...

नाही, तू राक्षस नाहीस. तुझे आमच्यावर अनंत उपकार आहेत. दिवाळीत मुलाला पहाटे उठवून आई अभ्यंगस्नान घालते, तसा तू दररोज सकाळी मानवतेला सोनेरी उन्हाने न्हाऊ घालतोस. दिवसाची सारी दु:खे विसरून मानवाने शांत निद्रा घ्यावी, म्हणून रात्री तू त्याला चांदण्याची उशी करून देतोस. रस्त्याच्या कडेला झोपलेल्या भणंग भिकाऱ्यालाही आपण जगन्मातेच्या प्रेमळ पदराखाली आहो, असा भास तुझ्यामुळेच होतो. तुझ्या नुसत्या अस्तित्वात काव्य आहे!

हे मानवा,

तुझे हात भीषण महायुद्धातल्या निष्पाप रक्ताने भरून गेले आहेत; लाल लाल झाले आहेत. हे लाल रक्त पापाने मिळविलेल्या पैशांच्या काळ्या डागांनी अधिकच भेसूर दिसत आहे.

नगरेच्या नगरे उद्ध्वस्त करणारे अणुगोलक शोधून तू त्यांचा निर्दयपणाने उपयोग करीत आहेस. कामक्रोधांचे, मदमोहांचे आणि लोभमत्सरांचे नग्न नर्तन तुझ्या मनाच्या मंदिरात सुरू आहे. त्या उत्तान आणि बीभत्स हालचालींतून नृत्याची नाजूक कला आपल्याला दर्शन देत आहे, अशी स्वत:ची खोटी समजूत तू करून घेत आहेस. तुझी संस्कृती हे तुझे कातडे आहे; आतडे नाही!

हे सारे पाहून वाटते, तूसुद्धा एक राक्षस—

नाही, तू राक्षस नाहीस. मोठ्या कष्टाने एक एक पायरी चढत तू अंधारातून

प्रकाशात आला आहेस. आदिमानवाशी तुझी तुलना केली म्हणजे, तुझे मोठेपण सहज लक्षात येते. तुझ्यात अजून अमंगल पुष्कळ आहे; पण तू मंगलाचे कणही साक्षेपाने गोळा करीत आला आहेस.

हे मानवा!

पंचमहाभूतांनी तुला घडविले. त्यांच्या साऱ्या गुणदोषांचा वारसा तुझ्याकडे यावा, हे क्रमप्राप्तच आहे. पृथ्वी, आप, तेज, वायू आणि आकाश यांची रौद्र व कोमल, उच्छृंखल व संयमित अशी दोन्ही रूपे तुझ्यामध्ये मिसळली आहेत. पण तुला जन्म देणाऱ्या या महाभूतांच्या उच्छृंखलपणाला तू बंधन घातले आहेस; त्यांच्या रुद्रतेला तू सौम्य केले आहेस. त्यांची अंध, उद्दाम शक्ती तुझ्या बुद्धीने डोळस आणि सेवाशील बनविली आहे.

हे मानवा!

तीच तुझी बहिर्मुख बुद्धी आता तुला अंतर्मुख केली पाहिजे. तू गगनचुंबी पर्वताच्या शिखरावर जाऊन जसा उभा राहिलास, तसा मानवी विकारांच्या तळाशी जा. नगरांचा विध्वंस करणाऱ्या गोलकांप्रमाणे नगरांचे वैभव वृद्धिंगत करणारा गोलकही जगात आहे. तो तुला अजून सापडलेला नाही. तो फार फार सूक्ष्म आहे. पण तो तुझ्या हृदयातच आहे. शोध, खोल जाऊन शोध; म्हणजे तो तुला सापडेल.

तुला निर्माण करणाऱ्या महाभूतातल्या अमंगलाला तू बंधन घातलेस; त्यांच्यातल्या मंगलाचा तू विकास केलास. तोच प्रयोग आता तुला स्वत:वर केला पाहिजे. चल, आपल्या मनात खोल खोल चल. हृदयाचा तळ गाठ. जीवनाच्या खाणीतल्या अगदी खालच्या कपारीपर्यंत जा! म्हणजे हा प्रयोग करायला लागणारे धैर्य तुला मिळेल.

पंचमहाभूतांतून त्यांच्यावर अधिकार गाजविणारा मानव निर्माण झाला. त्या मानवापासून त्याच्यावर अधिकार गाजविणारा नवा मानव उद्या निर्माण होईल. उद्या नाही तर हजारो वर्षांनी. चल, त्या सहस्र सहस्र वर्षांच्या पवित्र यात्रेला आजच प्रारंभ कर. त्या शुभ मार्गावर पहिले पाऊल टाक.

■

दोघे

तो एक सामान्य मनुष्य होता. एका साधूने त्याच्या बाळपणी त्याला सांगितले होते,

'कधीतरी मध्यरात्री मुहूर्तावर एक याचक तुझ्याकडे येईल. तो जे मागेल, ते तू दिलंस, तर परमेश्वर प्रसन्न होऊन जगातली सर्व सुखं तुला देईल.'

साधूच्या त्या वचनावर विश्वास ठेवून नेहमी मध्यरात्रीपूर्वी दोन घटका तो जागा होई आणि दाराकडे कान लावून बसे. मध्यरात्र उलटून, दोन घटका झाल्या, म्हणजे निराश मनाने तो अंथरुणावर अंग टाकी.

अशी वर्षेच्या वर्षे गेली. पण मध्यरात्री त्याच्याकडे कधीही कुणीही याचक आला नाही.

त्या साधूच्या वचनावरला त्याचा विश्वास अगदी उडून जाण्याच्या बेतात होता. इतक्यात एका मध्यरात्री त्याचे दार कुणीतरी जोरजोराने ठोठावले. त्या ठोठावण्याच्या मागोमाग कठोर आवाज आला :

"मला तेल हवंय... तुझ्यापाशी असेल, तेवढं तेल मला दे!"

तो तेल आणण्याकरता घरात जाणार, तोच कुणीतरी पुन्हा दार ठोठावले. मात्र ते ठोठावणे अगदी सौम्य होते. लगेच एक कोमल आवाज आला,

"मला तेल हवंय! तुझ्यापाशी असेल, तेवढं तेल मला दे!"

तो लगबगीने घरात गेला. त्याने सर्व भांडी धुंडाळून पाहिली. फक्त पळीभर तेल घरात शिल्लक होते.

ते हातात घेऊन त्याने दार उघडले.

"ओत, तुझ्या हातांतले ते तेल, ओत." कठोर आवाजाची व्यक्ती म्हणाली.

"कुठं?"

"माझ्या मस्तकावरल्या जखमेत! तिथला मणी- पण ती सारी कुळकथा तुला सांगून काय उपयोग आहे? माझं नाव अश्वत्थामा. पांडवांच्या शिबिरात अपरात्री

शिरून मी त्यांच्या पुत्रांचा वध केला. मी सूड उगवला. सुडाचं समाधान मला मिळालं. पण त्याच्यापायी या सतत वाहणाऱ्या जखमेच्या वेदना सोशीत आणि त्या वेदना सुसह्य व्हाव्यात, म्हणून दारोदार तेलाची भीक मागत मला फिरावं लागत आहे.''

''द्वेषानं कधी कुणाचं कल्याण झालं आहे काय?'' तेल मागणारी ती दुसरी व्यक्ती स्वत:शीच पुटपुटली. लगेच ती त्या घरमालकाकडे वळून म्हणाली,

''माझ्या हातातली पणती विझली आहे. अंधारातून लक्षावधी माणसं जात आहेत. त्यांना प्रकाश दाखवायला हवा. ओत, ते सारं तेल या पणतीत ओत.''

त्या व्यक्तीच्या सहृदयतेने द्रवून गेलेल्या त्या मनुष्याने विचारले,

''आपलं नाव काय, महाराज?''

''गौतम बुद्ध!''

ते नाव ऐकताच त्या माणसाच्या हातातील तेलाचे भांडे गळून खाली पडले. त्यातले सारे तेल जमिनीवर सांडले. त्या सांडलेल्या तेलाकडे तिघेही खिन्न दृष्टीने पाहू लागले.

थोड्या वेळाने त्या माणसाने वर मान करून पाहिले.

दारात तो एकटाच उभा होता. आकाशातल्या चांदण्या त्याच्याकडे पाहून आपसांत डोळे मिचकावीत होत्या!

■

निसर्ग

प्रो. ॲन्ड्रोक्लिजांची आता पन्नाशी उलटली होती. पण सर्कसमधली सिंह-वाघांची कामे अजून तेच करवून घेत. मुलाने आपला हा पराक्रमी धंदा पुढे चालवावा, वाघ-सिंहांना आपल्यापुढे गुडघे टेकायला लावण्यात जो उन्माद आहे, त्याचा त्याने उपभोग घ्यावा, अशी प्रोफेसर मजकुरांची फार इच्छा होती. पण ती सफल होण्याचे काहीच लक्षण दिसेना. झिरझिरीत पातळ नेसलेल्या तरुणी ज्यात नायिका म्हणून मिरवितात आणि नायकांना चोरून चुंबने देतात, अशा कादंबऱ्यांपलीकडे जग त्यांच्या चिरंजीवांना अज्ञात होते.

मुलाच्या बाबतीत झालेल्या या आशाभंगामुळे प्रोफेसर मधूनमधून उदास होत. शेवटी मनाचा हा खिन्नपणा घालविण्याकरिता त्यांनी कुठल्या तरी नव्या प्रयोगात लक्ष घालायचे ठरविले. विश्वामित्राने प्रतिसृष्टी निर्माण केल्याची कथा लहानपणी एका पुराणिकाच्या तोंडून त्यांनी ऐकली होती. आपणही सर्कशीतला विश्वामित्र व्हायचे, अशी त्यांनी मनात प्रतिज्ञा केली.

आजपर्यंत त्यांच्या सर्कशीत वाघ आणि शेळी एके ठिकाणी खात-पीत असत. ती फार जुनीपुराणी गोष्ट झाली, असे प्रोफेसरांच्या मनाने घेतले. त्यांनी सिंह व ससा यांच्यावर हा प्रयोग करण्याचा चंग बांधला. तो सिंह आफ्रिकेतल्या जंगलात त्यांना मिळाला होता. त्यांनी त्याच्या पायातला काटा काढल्यामुळे किंवा त्याचे असेच दुसरे काही काम केल्यामुळे तो त्यांचा दोस्त झाला होता.

प्रयोगाला सुरुवात झाली. पण काही झाले, तरी तो सिंह पशूच होता! प्रोफेसरांच्या नव्या ध्येयवादाची त्याला कल्पना करता येईना! समोर आलेल्या प्रत्येक सशाचा तो फडशा पाडू लागला.

काही दिवस गेले. मग मात्र त्याच त्याच पक्वान्नाचा कंटाळा आल्यामुळे असो, सर्कशीला आलेल्या एका पुढाऱ्याचे अहिंसेवरले व्याख्यान ऐकून डोळे उघडल्यामुळे असो, आणेली देऊन दर्शन घ्यायला आलेल्या एका मुलाने दुसऱ्याला 'सिंह आणि

ससा' ही 'हितोपदेशां'तली जी गोष्ट सहज सांगितली, तिचे मर्म मनात ठसल्यामुळे असो, अथवा दुसऱ्या काही खासगी कारणामुळे असो, प्रोफेसर मजकुरांकडे प्रेमाने पाहत त्याने सशाला कुरवाळायला सुरुवात केली.

प्रोफेसरांचा आनंद गगनात मावेना. त्या दिवशी तारेवर काम करणाऱ्या सर्कस सुंदरीला त्यांनी त्या सिंहाची दृष्ट काढायला लावली.

आता तो भाग्यवान ससा सिंहाशी गुजगोष्टी करू लागला. त्याच्या अंगावर बागडू लागला. जणूकाही हे कोवळे गवतच आहे, असे मानून त्याची आयाळ कुरतडू लागला.

हा हा म्हणता हा चमत्कार ज्याच्या त्याच्या तोंडी झाला. प्रोफेसरांच्या सर्कशीकडे लोकांचे लोंढेच्या लोंढे वाहू लागले. रात्री सर्कशीच्या तंबूकडे पाहिले, म्हणजे इथे कुठल्या तरी जागृत दैवताची जत्रा भरली आहे की, एखाद्या लोकप्रिय राजकीय पक्षाची मजलस चालली आहे, हे प्रेक्षकांच्या लक्षात येत नसे.

आता प्रोफेसरांची उदासीनता पार पळाली. त्यांचा अहंकार जागृत झाला. जगावे, खूप खूप जगावे, यापेक्षाही मोठ-मोठे चमत्कार जगाला करून दाखवावे, हे सारे जग सर्कशीसारखे आहे, त्याच्यात क्रांती करून सोडावी, अशा विचारांनी त्यांना बेचैन करून टाकले.

एके दिवशी एक धार्मिक पुढारी त्यांच्या खेळाला आले. सिंह आणि ससा यांची ती जीवश्चकंठश्च मैत्री पाहून ते प्रसन्न झाले. अभिनंदनपर भाषण करता करता ते प्रोफेसरांना उद्देशून म्हणाले—

"महाशय, तुमचं कर्तृत्व फार मोठं आहे, हे मी कबूल करतो. पण ते या सर्कशीच्या रिंगणात कोंडून पडलं आहे, याचं मला वाईट वाटतं. बाहेर जगात काय अनर्थ चालले आहेत, नीतीची पदोपदी कशी पायमल्ली होत आहे, चित्रपट पाहायला जाऊन तिथल्या काळोखात तरुण-तरुणी कोणती कृष्णकृत्यं करीत आहेत, याची तुम्हाला कल्पना नाही. या तंबूत ससा आणि सिंह गुण्यागोविंदानं नांदले, म्हणून तेवढ्यानं जग थोडंच सुधारणार आहे? या अफाट विश्वाच्या तंबूत स्त्री आणि पुरुष यांनी एकमेकांकडे पवित्र दृष्टीनं पाहिलं पाहिजे. तरुण पुरुषानं तरुण स्त्रीला माता मानलं पाहिजे. तिनं तो आपला पिता आहे, असं— पिताच नाही, पितामह आहे, असं..."

टाळ्यांच्या प्रचंड कडकडाटात त्यांचे पुढचे शब्द कुणालाच ऐकू गेले नाहीत, पण त्या ऐकलेल्या व न ऐकलेल्या भाषणाचा प्रोफेसर अॅन्ड्रोक्लिजांवर फार

विलक्षण परिणाम झाला. प्रोफेसरांनी आपली सर्कस दुसऱ्या एका धंदेवाल्या मनुष्याला विकून टाकली. अगदी तो सिंह आणि ससा यांच्यासकट!

खूप खूप विचार करून जग नीतिमान बनविण्याकरिता त्यांनी एक आश्रम काढला. त्या आश्रमात फक्त तरुण-तरुणींनाच प्रवेश मिळे. शहाण्याने सुधारणेला घरापासूनच प्रारंभ करावा, हे सुभाषित लक्षात घेऊन त्यांनी आपल्या चिरंजीवांना आश्रमात येऊन राहण्याची आज्ञा केली. वडिलांच्या इच्छेखातर, विशेषत: त्यांनी सर्कशीत मिळवलेल्या पैशासाठी, आपल्याला वैराग्याचे नाटक केले पाहिजे, असे मनाला पढवीत चिरंजीव आश्रमात दाखल झाले. तिथल्या तरुणींचा घोळका पाहून आपल्या आजपर्यंतच्या अज्ञानाची त्यांना कीव आली. जगातले सारे कादंबरीकार महानीरस लोक आहेत, अशी त्यांची खात्री झाली. विशेषत: एक अठरा वर्षांची तरुणी पाहून—

ती कुणा वेश्येची मुलगी होती, म्हणे! तिच्याकडे पाहून त्यांना वाटले, जन्मभर हिच्याकडेच पाहत राहावे. दुसरा काही उद्योग करू नये; अगदी कादंबऱ्यासुद्धा वाचू नयेत!

वडिलांनी चिरंजीवांना आश्रमाचे नियम समजावून सांगताच त्यांनी त्या मुलीकडे पाठ फिरविली. मात्र ती फिरविताना ते राहून राहून स्वत:शी म्हणत होते,

"देवाइतका मूर्ख प्राणी साऱ्या दुनियेत दुसरा कोणी नसेल. माणसाच्या पाठीला डोळे द्यायचे सोडून—"

प्रोफेसरांनी सर्कशीची शिस्त आश्रमात सुरू केली. त्यामुळे तो सुरळीत चालू लागला. त्याची कीर्ती जिकडेतिकडे पसरली. त्यांच्या अहंकारवृक्षाला पूर्वी पानेफुले आली होती. आता त्याच्यावर सुंदर फळे लटकू लागली.

एके दिवशी एक मोठे राजकीय पुढारी आश्रम पाहायला आले. तिथल्या तरुण-तरुणींचा संयम पाहून ते थक्क झाले. आश्रमवासीयांना उद्देशून भाषण करताना ते म्हणाले,

"मित्रहो आणि मैत्रिणींनो, तुमच्या आचार्यांचं कर्तृत्व फार मोठं आहे. आमच्या बाहेरच्या जगात अंगावरून तांगा गेला आणि त्यात पदर फडफडल्याचा भास झाला, तरी आम्ही सारे पुरुष मागं वळून त्या तांग्याकडे पाहत राहतो. पण इथं-इथं सुंदर तरुणींचा धक्का लागला, तरी कुणाचं अंग रोमांचितसुद्धा होत नाही. निसर्गावर तुमच्या गुरुजींनी मिळवलेला विजय फार मोठा आहे. सर्कशीतल्या सिंहाला सशावर प्रेम करायला लावण्यापेक्षा हे अधिक अवघड काम आहे. पण तुमच्या आचार्यांचं कर्तृत्व आश्रमाच्या चतु:सीमांत कोंडून पडावं, ही मोठी दु:खाची

गोष्ट आहे. बाहेर मोठमोठी कार्यं त्यांची वाट पाहत आहेत. एका गावात दोन तट पडले असून, त्यांच्यामधून विस्तवसुद्धा जात नाही. तिथं माणसं जनावरासारखी वागत आहेत. त्या पशूंत माणुसकी निर्माण करण्याची किमया आम्हा पुढाऱ्यांना कधीच साधणार नाही. म्हणून मी आचार्यांना विनंती करतो की—''

आश्रमाची व्यवस्था मुलावर सोपवून प्रोफेसर त्या गावी गेले. तिथल्या दोन्ही तटांच्या पुढाऱ्यांची त्यांनी गाठ घेतली. सर्कशीतला चाबूक आणि आश्रमातले धर्मग्रंथ ही दोन्ही साधने इथे निरुपयोगी आहेत, अशी त्यांची लवकरच खात्री झाली. पण पदरात पराभव घेऊन जायला त्यांचा अहंकार काही केल्या तयार होईना.

सर्कशीच्या धंद्यात मिळविलेले आपले सर्व द्रव्य त्यांनी तिथे आणले. गावात गुप्तदानाला सुरुवात झाली. हा हा म्हणता तिथला ज्वालामुखी शांत होऊ लागला. पूर्वी एकमेकांच्या डोक्यात धोंडे घालणारे गावकरी आता परस्परांच्या गळ्यात पुष्पहार घालू लागले.

या अकल्पित शांतिस्थापनेची अद्‌भुत वार्ता चोहीकडे पसरली. प्रोफेसरांचा कीर्तिडिंडिम सगळीकडे निनादू लागला. एका वर्तमानपत्राने लिहिले,

'पूर्वी राक्षसांशी युद्ध करण्याकरिता पृथ्वीवरच्या राजांना देव बोलावीत असत. पण आता देवदैत्यांची लढाई सुरू झाली, की इंद्र प्रोफेसर ॲन्ड्रोक्लिजांनाच निमंत्रण पाठवील, याविषयी आम्हाला रतिमात्र शंका नाही.'

त्या वर्तमानपत्राचे कात्रण जपून ठेवण्याकरिता प्रोफेसरांनी कपाट उघडले. तेव्हा आपली सारी पुंजी संपुष्टात आली आहे, असे त्यांच्या लक्षात आले.

गावातले गुप्तदान थांबले.

दान थांबताच दंगे पूर्ववत सुरू झाले. त्या भांडणाऱ्या लोकांना उपदेश करण्याकरिता प्रोफेसर पुढे गेले. त्यांना पाहताच दोन्ही पक्षांचे लोक आपले वैर क्षणभर विसरले. 'लुच्चा-लबाड-लफंगा!' अशा अपशब्दांना दगडाधोंड्यांची जोड देऊन त्यांनी त्यांचे स्वागत केले.

निराश होऊन प्रोफेसर आपल्या आश्रमाकडे परतले. पण आता आश्रम जागेवर होता कुठे? त्यातली सारी चीजवस्तू फुंकून त्या वेश्येच्या मुलीसह आपला मुलगा बेपत्ता झाला आहे, असे शेजारच्या खेड्यांतल्या लोकांकडून त्यांना कळले.

भ्रमिष्ट मन:स्थितीत ते फिरू लागले. फिरता फिरता एका मध्यरात्री ते कुठल्या तरी गावाबाहेरच्या एका तंबूपाशी आले. आत सर्कशीचा खेळ चालला असावा. एकदम त्यांच्या मनात आले, अस्से आत जावे आणि सिंहांच्या पिंजऱ्यात शिरून आपल्या या पराभूत जीवनाचा अंत करून टाकावा!

ते वेड्यासारखे धावत सुटले. द्वाररक्षकाला न जुमानता, लोकांच्या आरड्याओरड्याकडे

लक्ष न देता, ते सिंहाच्या पिंजऱ्यात शिरले. सिंहाने चिडून आपल्यावर झडप घालावी, म्हणून त्यांनी त्याची आयाळ जोराने धरून ओढली. सारे लोक भयभीत झाले. पण दुसऱ्याच क्षणी त्या भीतीचे आश्चर्यात रूपांतर झाले. तो सिंह प्रोफेसर ॲन्ड्रोक्लिजांचा हात चाटू लागला होता. त्यांनी निरखून पाहिले.

होय, तोच तो आफ्रिकेतला सिंह! उभ्या जगात तो तेवढा त्यांना विसरला नव्हता!

■

स्वप्न

ती मूर्ती पाहून त्याचे मन हरपले. तो शिल्पकार होता. पण अशी सुंदर मूर्ती त्याने आजपर्यंत कधीच पाहिली नव्हती. सारी वने-उपवने धुंडाळीत, सर्व रंगांची आणि गंधांची फुले गोळा करावीत आणि त्या फुलांनी या मूर्तीची सुंदर पूजा बांधावी, असे त्याला वेड लागले.

त्याने अनेक सुंदर मूर्ती पाहिल्या होत्या. अनेक रमणीय मूर्ती घडविल्या होत्या. पण या मूर्तीच्या डोळ्यांसारखे भावपूर्ण, पण तेजस्वी डोळे त्याने कुठेच पाहिले नव्हते.

छे! ती निर्जीव मूर्ती नव्हती. सजीव सुंदर असावी ती! तिच्या डोळ्यांत शृंगार, वात्सल्य, वीरत्व, करुणा आणि भक्ती यांच्या छटांचे अपूर्व मिश्रण झाले होते. त्या मूर्तीचे डोळे त्याच्या अंत:करणात डोकावून पाहत होते. पण त्याच वेळी क्षितिजाच्या भिंती उल्लंघून, ग्रहगोलांच्या लखलखत्या झुंबरांनी सुशोभित केलेले आकाश ओलांडून, पलीकडले काहीतरी पाहण्याचा ते प्रयत्न करीत होते!

ती सजीव सुंदरी आहे की काय, हे पाहण्याकरिता त्याने हळूच आपले दोन्ही बाहू पसरले.

त्याच क्षणी त्याचे डोळे उघडले. त्याचे बाहू पसरलेले होते. पण त्याच्या बाहुपाशात काही नव्हते! तो वायुलहरींना कवटाळीत होता.

वर तारे चमचमत होते. भोवताली रातकिडे किरकिरत होते. आता त्याला सारे आठवले- आपण सौंदर्याचा शोध करीत-करीत या अरण्यात शिरलो. संध्याकाळ झाली. रात्र या अरण्यातच काढली पाहिजे, हे उघड होते. सुरक्षितपणासाठी मधल्या एका टेकडीवरल्या प्रचंड खडकावर आपण विश्रांतीकरिता पडलो. सायंकाळ होताच कमळाच्या पाकळ्या मिटाव्यात, त्याप्रमाणे आपली शिणलेली गात्रे हा हा म्हणता निद्राधीन झाली. ती मूर्ती हे त्या निद्रेत पडलेले एक अद्भुत स्वप्न होते.

छे! ती या अरण्यातली एखादी परी किंवा वनदेवता असावी! आपल्याला स्वप्नात दर्शन देऊन ती इथेच कुठेतरी लपून बसली असेल!

या कल्पनेने तो बेचैन झाला. पलीकडेच त्याची छिन्नी पडली होती. ती तशीच

टाकून अंधारात तो इकडेतिकडे फिरू लागला. चार पावले पुढे जावे आणि 'देवी, देवी' म्हणून मोठ्याने हाक मारावी, असा त्याचा क्रम चालला होता. मधूनच त्या शब्दांचा प्रतिध्वनी त्याच्या कानांवर पडे. मधूनच त्याच्या आवाजाने दचकलेल्या घरट्यातल्या पाखरांची चाळवाचाळव सुरू होई. पण त्याच्या हाकेला अस्पष्ट असे उत्तर कुठूनही येईना!

अरुणोदय होईपर्यंत तो तसाच भटकत राहिला. काट्यांनी त्याचे पाय रक्तबंबाळ झाले. पण त्या स्वप्नातल्या सुंदरीचे त्याला दर्शन झाले नाही. ती कुठे लपून बसली असावी, याचा तो विचार करू लागला.

शेवटी थकून आपली छिन्नी घेण्याकरता तो त्या प्रचंड खडकाकडे परत आला. याच ठिकाणी रात्री त्याला ते सुंदर स्वप्न पडले होते. त्या स्वप्नाच्या स्मृतीने तो व्यथित झाला. तो मंद, अस्फुट स्वराने पुटपुटला,

"देवी, तू कुठं आहेस? कुठं आहेस तू?"

आपल्या कानांवर त्याचा विश्वास बसेना. त्याच्या कानांवर कोमल स्वरातले शब्द पडले,

"मी इथंच आहे."

तो इकडेतिकडे पाहू लागला. कुठेच कुणी दिसत नव्हते. मग हे शब्द कुणाचे? की तो केवळ भास होता?

तो गोंधळून पाहू लागला. पुन्हा त्याला शब्द ऐकू आले,

"मी इथंच आहे."

ते कोमल, मंजूळ शब्द त्या प्रचंड ओबडधोबड खडकातून येत आहेत, अशी आता त्याची खात्री झाली. ती सुंदर मूर्ती या खडकातच लपून बसली आहे, हे त्याच्या लक्षात आले.

त्याने आपली छिन्नी उचलली. स्वत:ची छिन्नी, ते सुंदर स्वप्न आणि समोरचा प्रचंड खडक यांच्या पलीकडचे सारे विश्व त्याच्या लेखी विस्मृतीत बुडून गेले.

■

शोध

आपल्याला काय हवे आहे, हे काही केल्या त्याला कळेना! पण त्याची तळमळ थांबेना. पूर्वी मऊमऊ उशीच्या कुशीत मस्तक खुपसून तो हा हा म्हणता निद्रामग्न होई. उशीत मस्तक घुसळताना क्षणाक्षणाला त्याचे मन मधुर स्मृतिलहरींवर तरंगू लागे. आईच्या पदराशी झोंबून केलेले शैशवातले दुग्धपान, ग्रीष्माच्या काहिलीत नदीच्या डोहात लाभलेले शांतशीतल स्नान, त्रिभुवनातले सौंदर्य आपल्या समोरच्या मुग्धेत अवतरले आहे, असा भास होऊन यौवनाच्या धुंदीत बेभानपणे केलेले आत्मदान, पाखरांच्या किलबिलाटाची आठवण करून देणारे वाळे पाळण्यात वाजताच ऐकू आलेले विश्वगान, या साऱ्या स्मृती जणूकाही मातेच्या मायेने त्याला थोपटीत. मग एखाद्या बालकाप्रमाणे तो झोपी जाई.

आताही अंथरुणावर अंग टाकताच त्या स्मृती त्याच्या मनात जाग्या होत. त्याच्या उघड्या डोळ्यांपुढून पुन:पुन्हा गात, नाचत जात. पण काही केल्या त्याचे डोळे मिटत नसत. पूर्वी क्षणार्धात फुलणाऱ्या त्या कळ्या आता त्याला निर्माल्यवत वाटत. पूर्वी अंगावर रोमांच उभा करणारा त्यांचा उष्ण स्नेहशील स्पर्श आता त्याला पिशाचाच्या थंडगार हातासारखा भासे! त्या स्पर्शाने त्याच्या अंगावर शहारे उभे राहत.

जणूकाही गात-गात गगनात स्वैरपणाने उडणारी चिमणीपाखरे कुणातरी क्रूर शिकाऱ्याच्या छऱ्यांनी रक्तबंबाळ होऊन धरणीवर पडली होती; त्या शिकाऱ्याने नाजूक हाताने त्यांचे रक्त पुसले होते; त्यांच्यात पेंढा भरला होता. दुरून तर सजीव भासत होती; पण-पण त्यांचे पंख स्तब्ध होते, त्यांचे कंठ मूक होते, त्यांचे डोळे थिजले होते!

पूर्वी आपले आवडते पक्वान्न तो आकंठ खाई. मग शरीरातल्या असमाधानाच्या बुडबुड्यांचा आवाज कुठल्या कुठे नाहीसा होई. कळशी समाधानाने भरून जाई.

पूर्वी बागेतल्या चिमण्या फुलांत त्याला इंद्रधनुष्याचे रंग दिसत. आता इंद्रधनुष्यात विलासी अप्सरेच्या केशकलापातून चुरगळून पडलेल्या लोकरीचा भास त्याला होऊ लागला.

पूर्वी द्रव्य मोजताना निरनिराळ्या नाण्यांचा आवाज त्याला नवनव्या ढंगाने

गाणाऱ्या गायिकांसारखा वाटे. आता त्याला त्यात फक्त तापलेल्या लोखंडावर लोहाराने घातलेले घण ऐकू येऊ लागले.

पूर्वी शयनमंदिरात प्रवेश करणाऱ्या पत्नीची तो अधीरतेने वाट पाहत राही. पळ त्याला युगासारखे वाटे. आता तिची चाहूल ऐकूनही त्याच्या हृदयाचे कारंजे कोरडेच राही.

पतंगाची दोरी बालकाच्या हातात असते; पण पतंग आकाशात उंच उडत राहतो. आपलेही तसेच झाले आहे, असे त्याला तीव्रतेने वाटू लागले.

विचार करता-करता त्याच्या मनात आले, आजपर्यंत आपण सामान्य माणसाप्रमाणे जगलो; आपण सपाटीवर वावरलो. आपल्या जीवनाला शिखर नाही. या मळलेल्या चाकोरीला आपले मन विटले आहे. वर्षानुवर्षे तेच अन्न खाऊन जीभ जशी कंटाळते, एकच वस्त्र लेऊन शरीर जसे बंड करते, तशी आपल्या आत्म्याची स्थिती झाली आहे. या गावंढ्या गावात त्याचा विकास करणारी एकही गोष्ट नाही. आपला अस्वस्थपणा आपल्या दिव्य असंतोषातून उद्‌भवला आहे. ही सात्त्विक तृष्णा शांत झाल्याशिवाय आपल्याला समाधान लाभणार नाही. वार्धक्याची छाया आपल्यावर पडली नाही, तोच आत्म्याचे समाधान करण्याचा मार्ग आपण शोधून काढला पाहिजे.

एका मध्यरात्री तो उठला व कुणालाही न सांगता घराबाहेर पडला.

फिरत-फिरत तो एका निसर्गसुंदर गावात आला. विश्रांतीकरिता तो नदीकाठच्या देवळाकडे वळला. देवालयात कसला तरी समारंभ चालला होता.

त्याने पुढे जाऊन पाहिले— एक कवी प्रीतीचे स्तोत्र अफाट जनसंमर्दापुढे गाऊन दाखवीत होता. पुंगीच्या नादात नाग डुलावा, तसा तो विशाल समुदाय त्या गीतश्रवणाने गुंग होऊन डुलत होता. त्या गीतातले शब्द किती कोमल, किती रंगदार, किती ढंगदार होते! जणूकाही प्रियकराच्या पहिल्या स्पर्शाने सलज्ज झालेल्या तरुणीच्या गालांवरल्या मोहक छटाच! त्या गीतातल्या कडव्याकडव्यांतून नव्यानव्या कल्पना प्रकट होत होत्या. जशी काही बागेत एकमेकांचा पाठलाग करीत भिरभिरणारी फुलपाखरे! आणि शेवटच्या कडव्यातली ती उत्कट, उदात्त भावना! कवी गात होता, 'प्रियतमे, प्रेम हा यज्ञ आहे, हे मी जाणतो. ही पाहा, मी त्यात माझ्या मीपणाची आहुती दिली. सुंदरी, आता नदी सागराला मिळाली आहे. तू नदी आहेस का सागर आहेस, हे मला कळत नाही. पृथ्वी व आकाश यांचं मीलन झालं आहे. मी पृथ्वी आहे की आकाश आहे, याची शुद्धी मला राहिली नाही. हे देवी, हवं तर, या प्रियकराच्या पंचप्राणांचे पैंजण पायी घालून तू जीवननृत्य कर. त्या पैंजणांतून तुला एकच नाद ऐकू येईल, मी तुझा आहे. सखी, मी तुझा आहे! लाडके, मी तुझाच आहे.'

त्या रात्री अतिथी म्हणून कवीच्याच घरी राहण्याची संधी मिळाली, तेव्हा त्याला अत्यानंद झाला. मध्यरात्री तो कसल्या तरी दंग्याने अर्धवट जागा झाला. जवळपास कुठेतरी आग लागली असावी, निदान चोरी तरी झाली असावी, असे त्याला वाटले!

तो धडपडत उठून बसला.

तो आवाज घरातूनच येत होता. कविराज पत्नीबरोबर भांडत असावेत! तो लक्ष देऊन ऐकू लागला. रात्री भात मऊ झाल्याबद्दल कवी कठोर वाक्ताडन करीत होता. त्याची प्रियतमा मोठमोठ्याने रडत होती. शेवटी कोंडलेले मांजर उलटावे, त्याप्रमाणे ती बोलू लागली. कवीच्या चोरट्या प्रेमप्रकरणांचे तर्पण तिने तावातावाने सुरू केले. शेवटी 'शब्दापेक्षा कृती शतपटीने श्रेष्ठ असते' या सुभाषिताचा आश्रय घेऊन कवीने तिचे तोंड बंद केले!

अतिथी मुकाट्याने उठला आणि कुणालाही न सांगता घराबाहेर पडला.

भ्रमत-भ्रमत डोंगरपठारावर वसलेल्या एका गावी तो आला. गावात मोठी धामधूम चालली होती. परचक्र परतवून लावणारा शूर सेनापती आज आपल्या जन्मग्रामाला भेट देणार होता. त्याच्या स्वागतात पाहुणा सामील झाला. पळत्या ढगांतून गंगेच्या प्रवाहात पडणाऱ्या पर्जन्यबिंदूप्रमाणे तो आनंदाच्या लाटांवर तरंगणाऱ्या त्या जनसंमर्दात मिसळून गेला.

सेनापतीचे भाषण ऐकता ऐकता त्याचे बाहू स्फुरू लागले. आपल्याला हवे होते, ते इथे मिळणार, अशी त्याची खात्री झाली. सेनापती एखाद्या तुतारीप्रमाणे उच्च स्वराने सांगत होते,

'माझ्या मातृभूमीच्या या मातीत मोठा दिव्य गुण आहे. तिनंच मला शूर केलं. या गावातला प्रत्येक मुलगा वीरपुरुष झाला पाहिजे, हे विसरू नका. या गावातल्या शेवटच्या माणसाच्या रक्ताचा शेवटचा थेंब धरणीवर पडेपर्यंत आपला देश परतंत्र होणार नाही, अशी माझी खात्री आहे.'

पाहुणा म्हणून त्याने सेनापतींच्या पंगतीला भोजन केले. जेवता-जेवता ते आपल्याकडे पुन:पुन्हा का पाहत आहेत, हे त्याला कळेना! पण त्याला त्या गोष्टीचा अभिमान वाटला. सेनापतींच्या तंबूतच त्याची झोपण्याची व्यवस्था झाली.

मध्यरात्री कसल्या तरी विचित्र स्पर्शाने तो अर्धवट जागा झाला. एखादा सापबीप आपल्या अंगावरून जात नाही ना, अशी शंका त्याच्या मनात आली.

तो धडपडत उठला. तंबूत तारकांच्या अंधूक प्रकाशात आपल्या अंथरुणाजवळ बसलेली एक आकृती त्याला दिसली. त्याच्या हातात एक जड थैली कोंबीत ती म्हणाली,

''मित्रा, तुझ्याकडे माझं एक काम आहे.''

घोगरा झालेला तो आवाज सेनापतीचा आहे, हे त्याने ओळखले. तो आवाज

म्हणत होता, 'उद्या सकाळी तू माझ्याबरोबर राजधानीत चल. तुला मी राजाचा शरीरसंरक्षक करतो. संधी साधून तू राजाला जगातून नाहीसा कर. त्याला मुलगा नाही. त्याच्या मागून मीच वारस आहे गादीचा. त्याला नाहीसा केल्यावर वर्ष, दोन वर्षे तू अज्ञातवासात काढ. मग माझ्याकडे ये. मी तुला सेनापती करीन, महामंत्री करीन!'

सेनापती परत आपल्या जागी गेला. थोड्या वेळाने त्याच्या घोरण्याचा आवाज ऐकू येऊ लागला. राजाच्या खुनाचे विचार मनात घोळविणाऱ्या या मनुष्याला चटकन इतकी शांत झोप कशी येते, याचे पाहुण्याला आश्चर्य वाटू लागले.

तो मुकाट्याने उठला आणि कुणालाही न सांगता त्या गावाबाहेर पडला.

शहरातले अनुभव पुरे झाले, असे वाटून तो तपोवने पाहत चालला.

भटकत भटकत तो एका नदीच्या उगमापाशी आला. तिथल्या तपोवनांतही माणसांची गर्दी जमलेली पाहून त्याला नवल वाटले.

''ही कसली यात्रा आहे?'' असा त्याने एका पांथस्थाला प्रश्न केला.

तो हसून उत्तरला,

''तू या जगात राहतोस की परलोकात? आज इथं कडाक्याचा वादविवाद होणार आहे. स्वामी आस्तिकानंद आणि स्वामी नास्तिकानंद परमेश्वराच्या अस्तित्वाविषयी चर्चा करणार आहेत. देशातले सर्व विद्वान ही चर्चा ऐकण्याकरिता या तपोवनात गोळा झाले आहेत.''

त्याने दोन्ही स्वामींचे दर्शन घेतले. त्यांची तेज:पुंज शरीरे पाहून त्याच्या मनात मोठा आदर निर्माण झाला.

दोघेही जाडे पंडित होते. वादविवाद दहा घटका रंगला! पण कुणाचाही पराजय होईना. शेवटी दोघेही हमरीतुमरीवर आले. आस्तिकानंद किंचाळून म्हणाला,

''देवद्रोही कुत्रा आहेस तू! ईश्वर कुठेही नाही, माणसांतसुद्धा नाही, अशी तुझी खात्री आहे ना?''

नास्तिकानंदाने गर्जून उत्तर दिले,

''नाही, ईश्वर कुठंही नाही. तो तुझ्यात नाही, माझ्यात नाही.''

''तर... मग—'' असे म्हणून आस्तिकानंदाने वादविवादापूर्वी पूजिलेला भलामोठा देव उचलला आणि तो नास्तिकानंदाच्या डोक्यात घातला.

डोके फुटले होते, तरी नास्तिकानंदाने तोच देव उचलला आणि नेम धरून आस्तिकानंदाच्या डोक्यात घालीत तो म्हणाला,

''मला मारायला तुझ्या देवाला यावं लागलं! पण तुझा निकाल — सृष्टीतला एक साधा दगड तुझा निकाल करील! जा, देव आहे, की नाही हे निश्चित करायला स्वर्गात जा.''

दोघेही मूर्च्छित पडले.

कुणालाही न सांगता प्रवासी त्या गर्दीतून बाहेर पडला. मिळेल त्या वाटेने धावू लागला.

तो आता गावी परत येत होता हे खरे, पण राहूनराहून त्याला वाटे, 'आपण जे शोधायला गेलो होतो, ते काही आपल्याला मिळालेले नाही. आपले हरपले श्रेय आपल्याला अद्यापि सापडलेले नाही.'

त्याची चाल मंदावली. जलद चाललो, तर संध्याकाळपर्यंत आपण घर गाठू, हे ठाऊक असूनही त्याला पुढे पाऊल टाकावेसे वाटेना. रणांगणातून पराभूत होऊन आलेल्या सैनिकासारखी त्याची स्थिती झाली होती.

आकाशाच्या चुलीतले निखारे फुलले होते. जणूकाही विश्वमाउलीचीच ती स्वयंपाकाची वेळ होती. तो गलितगात्रांनी आणि उदास मनाने मार्गावरच्या एका वृक्षाच्या सावलीत बसला. इतक्यात एक अठरा-वीस वर्षांची शेतकरीण त्याच्या दृष्टीला पडली. केवढ्या लगबगीने नवऱ्याची न्याहरी घेऊन चालली होती ती! भाजणाऱ्या उन्हाची, निथळणाऱ्या घामाची, कशाचीही त्या हसतमुख तरुणीला पर्वा नव्हती. तिचे सारे लक्ष शेताकडे, तिथे न्याहरीची वाट पाहत बसलेल्या कारभाऱ्याकडे लागले होते... प्रवाशाला नकळत कवीच्या संसाराची आठवण झाली!

तो उठला आणि जवळच्या गावात गेला. देवळाच्या समोरच एका कोष्ट्याचे घर होते. घरातला पुरुषच माग चालवीत होता. तो त्याच्याशी गोष्टी करीत बसला. कोष्टीण आजारी असल्यामुळे तिचे काम नवराच करीत आहे, असे त्याला आढळून आले. बायकोच्या आजारपणामुळे घरधन्याचे पुष्कळच नुकसान झाले होते; पण तो कुणालाही बोल लावीत नव्हता, कुणाचाही हेवादावा करीत नव्हता! का कोण जाणे, सेनापतीच्या तंबूतली ती मध्यरात्र प्रवाशाच्या डोळ्यांपुढे उभी राहिली!

उन्हे कलली. शाळा सुटायची वेळ झाली. प्रवासी शाळेपाशी जाऊन उभा राहिला. शिक्षकाच्या अंगावर रफू केलेली पैरण होती. पण तो हसत होता, मुलांबरोबर गात होता, त्यांच्या डोळ्यांत आनंदाची कारंजी थुईथुई नाचवीत होता... प्रवासी अतृप्त दृष्टीने ते दृश्य पाहत राहिला.

त्याला ईश्वर आहे की नाही, याविषयी दोन संन्याशांनी केलेले ते पाषाणयुद्ध आठवले! तो झपाझप चालू लागला.

मध्यरात्रीच्या सुमाराला तो आपल्या गावाच्या सीमेपाशी आला. काळोखाचे पांघरूण घेऊन स्वप्नदेवतेच्या कुशीत ते साधेभोळे, चिमणे गाव झोपले होते. त्याने वर पाहिले. तारका डोळे मिचकावून म्हणत होत्या,

'तू जे शोधायला निघाला होतास, ते इथंच आहे.'

■

दरी आणि डोंगर

देव सृष्टी रचू लागला.

कितीतरी युगे त्याच्या डोळ्यांपुढे अगणित कल्पनाचित्रे नाचत होती. त्यातले कुठले आधी रंगवू आणि कुठले मग रंगवू, असे त्याला होऊन गेले होते. त्या कल्पनाचित्रात एक विशाल सागर होता. त्याच्या पृष्ठभागावर नाजूक, निळसर लाटा पाठशिवणीचा खेळ खेळत होत्या. त्या लाटांसारखी त्याच्या मनातही अनंत सौंदर्ये उचंबळत होती. त्यातली एक मोहक आकृती पुसट होते न होते, तोच दुसरी तिथे उमटत होती.

ती सारी चित्रे साकार व्हावीत, म्हणून तो भरभर सृष्टी रचीत गेला— त्याच्या कल्पनेतला कोळी जसे नाजूक सुंदर जाळे झरझर विणणार होता, तशी! त्याच्या कल्पनेतला कवी जशा मधुर मोहक ओळी सरसर लिहिणार होता, तशी! फुले, चांदण्या, दरी, डोंगर, नदी, समुद्र- सहस्रावधी वस्तू त्याच्या कल्पनेतून निर्माण होऊ लागल्या. त्यांचे रंग, रूप, आकार कसे आहेत, याची त्यालासुद्धा जाणीव होईना. प्रत्येक वस्तू निर्माण करताना तो आनंदाच्या समुद्रात डुंबत होता. पण प्रत्येक वस्तू निर्माण होताच त्या समुद्राच्या जवळच असलेल्या असमाधानाच्या वाळवंटात तो तळमळत पडला होता. मग त्या असमाधानातून मुक्त होण्याचा एकच मार्ग त्याला दिसे. तो म्हणजे पुढल्या निर्मितीत गुंग होऊन जाण्याचा!

देवाची सर्व स्वप्ने साकार झाली. अनिर्वचनीय आनंदाने त्याचे अंत:करण भरून गेले. आता विश्रांती घ्यावी, असा विचार त्याच्या मनात आला. पण त्या विचाराने त्याने तिथे पाऊल टाकले न टाकले, तोच अनेक कुसळांनी त्याला सळो की पळो करून सोडले! ती कुसळे कसली आहेत, हे तो निरखून पाहू लागला. निर्मितीच्या आनंदात ज्या असमाधानाची शल्ये त्याला बोथट वाटली होती, तीच आता त्याला तीव्रतेने टोचू लागली.

निर्मितीच्या श्रमाने तो थकून गेला होता. पण या कंटकशय्येवर पडून विश्रांती घेणे शक्य नव्हते. तो उठला. आपण निर्माण केलेल्या प्रत्येक वस्तूत काही वैगुण्य आहे की काय, हे पाहण्यासाठी तो सृष्टीत सर्वत्र फिरू लागला.

प्रथम आकाशातल्या चांदण्यांची चौकशी केली त्याने. त्या हसून म्हणाल्या,

"देवाधिदेवा, आमचं सारं ठीक चाललं आहे. काही काही कमी नाही आम्हाला. मात्र आमच्यापैकी एखादीच्या मनात मधूनच येतं—"

"काय येतं?" देवाने उत्सुकतेने प्रश्न केला.

"ही खाली फुलं दिसतात ना? ती आपल्यापेक्षा अधिक सुंदर आहेत. देवानं आपल्याला पृथ्वीवर जन्म द्यायला हवा होता. मग आपण अधिक सुंदर दिसलो असतो. परवा एकीनं या वेडाच्या भरात खाली उडी टाकली—"

"आणि फूल होऊन ती पृथ्वीवर हसू लागली?"

"अं हं! दगड होऊन पडलीय ती तिथं!"

देव हसत हसत समुद्रतीरावर गेला. जवळच एक नदी सागराला मिळाली होती. त्या संगमाच्या जागी मोठे विलक्षण दृश्य त्याला दिसले. नदी आणि समुद्र यांचे भांडण चालले होते. समुद्र आपल्या हातांनी नदीला मागे लोटीत होता. नदी आपल्या बाहूंनी त्याला मिठी मारीत होती. दोघे मोठमोठ्याने ओरडत होती.

देव नदीला म्हणाला,

"तुमचं दोघांचं पटत नसेल, तर मी तुला मागं घेऊन जातो."

नदी हसली आणि म्हणाली,

"मागं जाऊन— एवढंसं तळं होऊन राहायची आणि चिखलानं बुजबुजून जायची इच्छा नाही माझी. मला विशाल जीवन जगायचंय. या समुद्राचा खारटपणा मला आवडत नाही; पण त्याच्याशी एकरूप व्हायचंय मला!"

देव समुद्राकडे वळून म्हणाला,

"तुला ही नदी आवडत नसेल, तर..."

खो खो हसत समुद्राने त्याला मधेच थांबविले. तो उद्गारला,

"देवा, तुझ्या सृष्टीचं तुलाच ज्ञान नाही! मी नदीशी भांडतोय खरा! पण त्याचं कारण निराळं आहे. भांडणाशिवाय प्रेम रंगत नाही कधी!"

देव हसत पुढे चालला. आपल्या सृष्टीत काही न्यून राहिले नाही, या कल्पनेने तो आनंदित झाला होता. चालता-चालता एका उंच डोंगराच्या आणि खोल दरीच्या मध्ये तो आला.

त्याने डोंगराला विचारले,

"काय रे बाबा, तू सुखी आहेस ना?"

पर्वताने इतक्या जोराने मान हलवून नाही म्हटले की, त्याचे शिखर तुटून पडते की काय, असे वाटू लागले. तो कपाळाला आठ्या घालून म्हणाला,

"देवा, या पोकळीत उंच मान करून अष्टौप्रहर मला उभं राहावं लागतं! ढग जाता येता माझी थट्टा करतात. मला चापट्या मारतात. पण त्यांचा सूड मला घेता

येत नाही. जागेवरून हलताच येत नाही मला! माझ्या मानानं ही खालची दरी किती सुखी आहे, पाहा! तिला झऱ्याचा सुंदर कंबरपट्टा आहे. तिच्या पायांतले पाखरांचे पैंजण नेहमी छुमछुमत असतात. सूर्य उगवला, तरी धुक्याची सुंदर निळसर दुलई घेऊन ती गाढ झोपू शकते. काही कर आणि देवा, मला तिच्या जागी ने!''

देवाने दरीला प्रश्न केला,

''तू सुखी आहेस ना?''

नाक मुरडून दरी उत्तरली,

''देवा, तू मोठा अन्यायी आहेस. डोंगराची दासी म्हणून तू मला निर्माण केलंस. त्याच्या पायाशी मला जखडून टाकलंस. रात्री नुसता हात वर केला, तरी त्याला आभाळातल्या चांदण्या खुडता येतात; पण त्यांची माळ करून घालायला केस कुठं आहेत त्याला? उघडाबोडका फत्तर आहे नुसता तो! मला ती आकाशातली फुलं हवीत, इंद्रधनुष्याचा गोफ हवा, विजेची सोनेरी कर्णफुलं हवीत! मला डोंगराच्या जागी ने!''

'तथास्तु!' असे उद्गारून देव विश्रांतीकरिता निघून गेला.

आपली योगनिद्रा संपवून तो सृष्टीचे निरीक्षण करण्याकरिता परतला. पृथ्वीवर फुले हसत होती. आकाशात चांदण्या चमकत होत्या. नदी आणि समुद्र यांचा प्रेमकलह पूर्ववत सुरू होता. मात्र पूर्वी ज्या ठिकाणी दरी होती, तिथे दरी दिसेना! डोंगर होता, तिथे डोंगर दिसेना! एक अफाट, ओसाड, माळ तिथे पसरला होता.

हे दृश्य पाहून देव खिन्न झाला. इतक्यात त्या वाळवंटाच्या आतून अगदी खोल स्वरातले शब्द त्याला ऐकू आले,

''देवा, मी चुकलो, क्षमा कर मला. मी पोकळीत आनंदात राहीन...''

लगेच कोमल आवाजातले शब्द ऐकू आले,

''देवा, मी चुकले, क्षमा कर मला. डोंगराच्या पायथ्याशीसुद्धा खूप खूप सुख आहे...''

■

मृगजळ

सूर्य डोक्यावर आला. उन्हाच्या झळांनी वृक्षवेली मूर्च्छित पडल्या. धरणी सुस्कारे सोडू लागली.

दोन पाडसे तृषाक्रांत होऊन चोहीकडे वणवण हिंडत होती. पण गारव्याचा स्पर्श झालेली वाऱ्याची झुळूकसुद्धा त्यांना कुठे भेटेना!

त्यांनी डोळे ताणून दूर दूर पाहिले. क्षितिजापाशी काहीतरी लखलखत होते.

पाणी— पाणीच होते ते! सूर्याच्या किरणांत ते चमकत होते. क्षितिजावरले त्याचे ते मोहक चंदेरी नृत्य - जणूकाही जलदेवताच तिथे स्वच्छंद नाचत होती.

हरीणशावके क्षितिजाच्या रोखाने धावू लागली.

पहिले बाणाच्या वेगाने पळत सुटले. त्याने मधेच मान मुरडून पाहिले. दुसरे फार मागे राहिले होते.

पहिले धावता-धावता ओरडून म्हणाले,

"अरे वेड्या, असा रेंगाळू नकोस. तू क्षितिजापर्यंत पोहोचायच्या आधीच ही चंदेरी नदी आटून जाईल! किती आळशी आहेस तू! क्षितिजावर लखलखणारी ही गंगा- मूर्खा, देवाची कृपा आहे ती! ती केव्हा नाहीशी होईल..."

त्याने निरखून पाहिले. दुसऱ्या हरणाने आपला वेग अद्यापि वाढविला नव्हता.

पहिले पूर्वीपेक्षाही अधिक वेगाने दौडू लागले. जणूकाही अंतराळातून चमकत जाणारी वीजच!

आकाशाला लागलेला वणवा हळूहळू विझत चालला. राखेच्या ढिगाऱ्यांप्रमाणे दिसणारे ढग मावळतीकडे फिरू लागले. पेटलेल्या वृक्षखंडासारखे भासणारे काही मेघही तिथे दिसत होते. पण त्यांच्यातून निघणाऱ्या ज्वालांत आता दाहकता राहिली नव्हती.

दुसऱ्या हरणाने समोर पाहिले. क्षितिजाची कडा काळ्या रंगाने सारवल्यासारखी झाली. आपण रेंगाळत आलो, ही फार मोठी चूक केली, असे त्याला वाटू लागले.

इतक्यात कुणाच्या तरी कण्हण्याचा आवाज त्याच्या कानांवर पडला.

त्याने पुढे येऊन पाहिले. ते दौडत आलेले हरीण उरी फुटून पृथ्वीवर पडले

होते. त्याच्या उघड्या तोंडातून रक्तबिंदू ठिबकत होते. ते क्षीण स्वराने उद्‌गारले,

"पाणी, थोडं पाणी!"

दुसऱ्या हरणाचे डोळे भरून आले.

पहिले हरीण जड स्वरात म्हणाले,

"ऐक, नीट कान देऊन ऐक. पाणी—"

दुसरे हरीण ऐकू लागले. दूर कुठेतरी झरा खळखळत होता! खडकावरून उड्या मारताना त्या निर्झराच्या पायांतल्या वाळ्यांचा किती मंजूळ आवाज होत होता!

ते आनंदाने आपल्या मित्रापाशी जाऊन म्हणाले,

"गड्या, ऊठ. जवळच पाणी आहे कुठंतरी! चल ऊठ, वेड्या! इतका वेळ वाऱ्यासारखा धावलास आणि आता—"

पहिल्या हरणाने काहीच उत्तर दिले नाही!

दुसऱ्याने वाकून पाहिले. पहिल्याच्या दृष्टीत शून्यत्व आले होते!

दुसऱ्या हरणाने व्याकूळ होऊन वर पाहिले. आकाशाच्या महालांत पावलापावलाला दीप उजळत होते! आणि त्यांचे स्वागत करण्याकरिता तो झरा मघापेक्षाही मोकळ्या आवाजाने गाऊ लागला होता!

■

हत्ती आणि मुंगी

एकदा एक हत्ती आणि एक मुंगी यांची गाठ पडली. हत्ती मुंगीकडे पाहून तुच्छतेने हसला आणि म्हणाला,

"ए प्राण्या, किती क्षुद्र, किती दुर्बळ आहेस तू! तुला कुणी निर्माण केलं?"

"परमेश्वरानं."

"शक्य नाही."

"ते का?"

"मला निर्माण करणारा परमेश्वर इतका भिकार प्राणी कसा निर्माण करील? त्या परमेश्वराच्या घरी कुणी वेडा नोकर असेल! त्यानं वेडाच्या लहरीत माझ्यासारखा प्रचंड प्राणी निर्माण करण्याचा प्रयत्न केला असेल! आणि मग तुझ्यासारखा हा क्षुद्र हत्ती जन्माला आला असेल!"

मुंगी मधेच म्हणाली,

"ए राक्षसा, किती प्रचंड, किती बेढब प्राणी आहेस तू! तुला कुणी रे निर्माण केलं?"

"परमेश्वरानं!"

"शक्य नाही."

"ते का?"

"मला निर्माण करणारा परमेश्वर असला लठ्ठंभारती प्राणी कसा निर्माण करील? तुझ्या परमेश्वराच्या घरी कुणीतरी जाडजूड, माथेफिरू मनुष्य असेल! त्यानं वेडाच्या लहरीत माझ्यासारखा प्राणी निर्माण करण्याचा प्रयत्न केला असेल! आणि मग तुझ्यासारखी ही राक्षसी मुंगी जन्माला आली असेल!"

■

सत्य

आकाशाच्या अंगणात उषा शालीन पावलांनी येऊन उभी राहिली. कठोर तप आचरणाऱ्या नाजूक पार्वतीसारखी दिसत होती ती! तिच्या हातांत रांगोळीचे साहित्य होते. ती हळूच ओणवली. एक गोड भूपाळी गुणगुणत ती उगवत्या सूर्यबिंबाचे चित्र रेखाटू लागली.

अरण्यातल्या पर्णकुटिकेत ध्यानस्थ बसलेल्या संन्याशाने डोळे उघडले. पूर्वेच्या दारात उषेने काढलेले सुंदर सूर्यबिंब त्याला दिसले. तो लगबगीने उठला. तळ्यात कंबरेएवढ्या पाण्यात उभे राहून उगवत्या सूर्याला अर्घ्य देण्याचा त्याचा क्रम कित्येक वर्षे चुकला नव्हता. तो क्रम प्रथम आजच—

दारातल्या झाडाच्या फांदीवरून त्याने खसकन छाटी ओढली. झोपडीच्या कोपऱ्यातला कमंडलू झटकन उचलला. हा हा म्हणत तळ्याच्या वाटेने तो चालू लागला.

आकाशाच्या अंगणात उषा हसत, नाचत, लाजत, मुरकत आली. विश्वामित्राच्या आश्रमात उन्मादक नृत्य करीत येणाऱ्या मेनकेसारखी दिसत होती ती! तिच्या पायांतले पैंजण मंजूळ किलबिल करीत होते. तिने दीपनृत्याला प्रारंभ केला. क्षणाक्षणाला ती नृत्याशी अधिक एकरूप होऊ लागली. काही क्षण गेले आणि आता ती नर्तिका राहिली नव्हती. ती स्वतःच दीपज्योती झाली होती.

चित्रशाळेतल्या शय्येवरून चित्रकाराने हे पाहिले. तो लगबगीने उठला. कितीतरी दिवस तळ्याचे प्रातःकाळचे सौंदर्य चित्रबद्ध करण्याची कल्पना त्याच्या मनात घोळत होती. त्याच्या मनात आले, अशी सुंदर सकाळ पुन्हा कधी उगवेल, कुणी सांगावे? सुवर्णक्षण— मग ते कुठल्याही उत्कट अनुभूतीचे असोत— फार विरल असतात!

तो लगबगीने उठला. घाईघाईने त्याने रंग, कुंचले, इत्यादी साहित्य गोळा केले. अगदी जवळच्या वाटेने तो नगराबाहेर पडला आणि तळ्याच्या दिशेने चालू लागला.

संन्यासी आणि चित्रकार यांची तळ्याच्या काठावर दृष्टभेट झाली.

चित्रकाराला वाटले, या संन्याशाचे चित्रसुद्धा कधीतरी काढायला हवे. पण त्या चित्राला पार्श्वभूमी मात्र अगदी निराळी हवी. उदास संध्याकाळ, कोमेजून गेलेले तळे—

संन्याशाच्या मनात आले, काय माणूस आहे हा! प्रात:कालच्या मंगल वेळीसुद्धा देवाचे नाव निघत नाही, याच्या तोंडून! छे, छे! याचा आत्म्याचा असा अध:पात होऊ देता उपयोगी नाही. केव्हातरी याला आपल्याला आश्रमात नेऊन, धर्माचे ज्ञान करून द्यायला हवे!

दोघांनाही एकमेकांकडे अधिक वेळ टक लावून पाहणे कठीण वाटू लागले. त्यांनी आपली दृष्टी तळ्याकडे वळविली.

पाहता-पाहता संन्याशाने एकदम कपाळाला आठी घातली आणि तळ्याकडे पाठ फिरविली.

चित्रकार मात्र अनिमिष नेत्रांनी पाहत राहिला.

माणसाच्या पाठीला डोळे नसले, तरी मनाला हजार डोळे असतात! चित्रकार काय करीत आहे, हे संन्याशाने त्या डोळ्यांनी पाहिले. तो कठोर स्वराने उद्गारला,

"ए वेड्या, असा पाहतोहेस काय टक लावून?"

चित्रकार हसून उत्तरला,

"काय पाहतोय? सौंदर्य!"

"सौंदर्य?"

"होय, साधुमहाराज. सौंदर्य!"

"आकाशातलं?"

"अं हं! पृथ्वीवरलं!"

"तळ्यात उमलू लागलेल्या कमळाचं?"

"अं हं. तळ्यात पाणी भरणाऱ्या तरुणीचं! तिच्या उघड्या पोटऱ्या, ओणवी आकृती, सोनेरी उन्हात चमकणारे केस, कळशी बुडविताना हाताला आलेला डौलदार बाक... या सर्वांचं सौंदर्य पाहतोय मी!"

"अरे वेड्या, हे सौंदर्य नाही. ही माया आहे. तुला सुंदर दिसणारी ही तरुणी म्हणजे एक मांसाचा गोळा आहे— हाडांचा सांगाडा आहे."

चित्रकार पाठ न वळविता म्हणाला,

"हे खरं ना, साधुमहाराज? मग तुम्ही तळ्याकडे पाठ फिरवून का उभे आहात? या मांसाच्या गोळ्याला भिऊन? या हाडाच्या सांगाड्याची भीती वाटून?"

संन्यासी दातओठ खात म्हणाला,

"अरे मूर्खा, ती तळ्यातली तरुणी हा मूर्तिमंत मोह आहे. तू पाहतोहेस, ते सौंदर्य म्हणजे रौरव नरकाचा रस्ता आहे. पाठ फिरव, अजून पाठ फिरव."

चित्रकार मोठ्याने हसत म्हणाला,

"साधुमहाराज, सौंदर्य हा स्वर्गाचा मार्ग आहे, नरकाचा नाही. तुम्ही इथं आहात, म्हणून मी इथून दुरून या सौंदर्याकडे पाहतोय. तुम्ही नसता, तर मी धावत जाऊन त्या तरुणीला..."

"अरे पाप्या..."

"अरे ढोंग्या..."

दोघेही एकदम थांबले. त्यांचे अभद्र शब्द एका तिसऱ्याच उद्गारात बुडून गेले होते. तो उद्गार होता—

"आई...!"

दोघेही उत्सुकतेने पाहू लागले. एक चार-पाच वर्षांचे बालक 'आई, आई' अशा हाका मारीत तळ्याकडे धावत येत होते. त्याची हाक कानांवर पडताच हातातली कळशी काठावर ठेवून ती तरुणी लगबगीने पुढे आली. त्या बालकाने तिला कडकडून मिठी मारली. तिने त्याला एखाद्या फुलासारखे उचलले. मग ती त्याचे मटामट मुके घेऊ लागली.

त्या दृश्याकडे पाहता-पाहता संन्यासी स्वतःशी म्हणाला,

"देवा, मला क्षमा कर. तू किती विविध रूपांनी अवतार घेतोस, हे मला आजपर्यंत कळलं नव्हतं. माझ्या अज्ञानाची मला क्षमा कर."

त्या दृश्याकडे पाहत चित्रकार स्वतःशी उद्गारला,

"माते, मला क्षमा कर. तुझ्या मघाच्या आकृतीइतके सुंदर जगात दुसरं काही नसेल, असं मला वाटलं. या अज्ञानाची मला क्षमा कर."

∎

मनुष्य

राजा स्वप्नात कुशीवर वळला. स्वत:शीच हसला.

त्याच्यापुढे एक चिमुकला हसरा कुमार उभा राहिला. आपल्या आणि त्याच्या मुद्रेतले साम्य राजाला मोठे आश्चर्यकारक वाटले!

कुमाराने बागेतून रंगीबेरंगी फुलपाखरे पकडून आणली होती. त्यांच्या सुंदर मोहक रंगांनी बेभान होऊन तो बोलत होता. त्याची आई म्हणत होती,

"बाळ, यातल्या प्रत्येक फुलपाखराला आई आहे. ती आपल्या बाळाचा शोध करीत असेल. ते कुठं दिसत नाही, म्हणून तिचे डोळे पाणावले असतील. ती हात जोडून देवाची प्रार्थना करीत असेल, 'माझं बाळ सुखरूप परत येऊ दे!"

कुमाराने क्षणार्धात ती सारी फुलपाखरे आनंदाने मुक्त केली.

राजा दुसऱ्या कुशीवर वळला. स्वत:शीच हसला.

त्याच्यापुढे एक वृद्ध गंभीर संन्यासी उभा राहिला. त्याच्या आणि आपल्या मुद्रेतले साम्य राजाला मोठे आश्चर्यकारक वाटले.

एका नगराच्या महाद्वारात तो संन्यासी उभा होता. नगरात घुसू पाहणाऱ्या धिप्पाड सशस्त्र सैनिकांना तो विनवीत होता,

"निष्पाप बायकामुलं मारून तुम्हाला काय मिळणार आहे? त्यांनी तुमचा कुठला अपराध केला आहे? कृपा करा आणि इथंच थांबा."

ते उन्मत्त सैनिक आपली प्रार्थना ऐकत नाहीत, असे पाहून तो निश्चयी स्वराने उद्‌गारला,

"माझ्या प्रेतावर पाय देऊनच तुम्हाला या नगरात प्रवेश करावा लागेल!"

संन्याशाच्या छातीला भाले भिडले, तरी तो हसत होता. त्याच्या अंगातून रक्ताची कारंजी उडाली, तरी तो हसत होता. त्याचे निर्जीव शरीर धरणीवर पडले, तरी तो हसत आहे, असाच भास होत होता.

कुणाच्या तरी हुंदक्यांनी राजाची स्वप्नसृष्टी चाळवली. त्याला प्रथम वाटले, तो चिमुकला कुमार स्फुंदत आहे. मग त्याच्या मनात आले, हे हुंदके त्या वृद्ध संन्याशाचे असावेत!

पुढल्याच क्षणी त्याने डोळे उघडले. तो मंचकावर एकदम उठून बसला. लढाईतली लूट म्हणून पकडून आणलेली आणि पलीकडच्या महालात करकचून बांधून ठेवलेली ती सुंदर तरुणी त्याच्या डोळ्यांपुढे उभी राहिली.

तो विजेच्या वेगाने त्या महालात शिरला. त्या तरुणीच्या दीन मुद्रेची आणि निष्पाप नेत्रांची पर्वा न करता त्याने तिचे कडकडून चुंबन घेतले!

तिच्या पदराला त्याने हात घातला—

—आणि पुन्हा तो स्वत:शीच हसला!

आरसेमहाल

नव्या राणीचे लावण्य पाहून सारे लोक मोहून गेले. मोठमोठी माणसे म्हणू लागली, ''असलं सौंदर्य त्रिखंड धुंडाळलं, तरी कुठं आढळायचं नाही! ब्रह्मदेवानं हिला निर्माण केली, तेव्हा मेनका आणि उर्वशी या मनात भयभीत होऊन गेल्या असतील! त्यांनी काहीतरी कारवाई करून हिला पृथ्वीवर पाठवलं असावं! नाहीतर असलं रत्न—''

मानवी जीवनपुष्पाच्या पाकळ्या फुलवीत काळ गात गात चालला होता.

राणी शृंगारसाधना करीत आरशापुढे बसली, की तिला वाटे, ज्याच्यातून रोज नव्या नाजूक रंगाच्या छटा निर्माण होतात, अशा रत्नासारखं आपलं लावण्य आहे. ज्याची एक एक नवी पाकळी दररोज फुलत आहे, असे ते एक कल्पलतेवरले फूल आहे. या पुष्पाचा उन्मादक सुगंध—

तो उन्मादक सुगंध सदैव दरवळत राहावा, म्हणून तिने आपल्या रंगमहालास आरसेमहालाचे स्वरूप दिले. सभेतसुद्धा सिंहासनाच्या अवतीभोवती भव्य नक्षीदार आरसे तिने बसवून घेतले!

प्रतिक्षणी या आरशांतली आपली विविध, मोहक प्रतिबिंबे पाहताना ती भान विसरून जाई. प्रात:काली शयनमंदिरात मंचकावर आळसटपणाने लोळताना आणि मध्यरात्री मंद दीपप्रकाशात पतीशी प्रणयचेष्टा करताना, राजसभेत आपल्यापुढे वाकलेली मोठमोठ्या मानकऱ्यांची मस्तके पाहताना आणि आपल्यावर खिळलेल्या सुंदर रमणींच्या कटाक्षांचे नजराणे घेताना, तिचे मन आकाशगंगेच्या तरंगांवर झुलू लागे. आरशाआरशांतल्या प्रतिबिंबांतून आपले लावण्य प्रणयगीते गात साऱ्या जगाला धुंद करीत आहे, असा भास तिला होई. ती सारी प्रतिबिंबे पाहून तिचा आनंद आणि अहंकार सहस्रपटींनी वाढत असे.

मानवी जीवनाचा पतंग उंच उंच उडवीत काळ रमतगमत चालला होता!

महाराज अचानक दिवंगत झाले. आता महालातले आणि दरबारातले सारे आरसे तसेच ठेवायचे की काढून टाकायचे, हा सेवकांना प्रश्न पडला. एकाने भीतभीत तसे विचारले. तत्क्षणी त्याची अंधारकोठडीत रवानगी झाली. राणी आपल्या मोहक प्रतिबिंबाचे निरीक्षण करीत गंभीर स्वराने म्हणाली,

"ध्यानात ठेवा, महालातला किंवा दरबारातला प्रत्येक आरसा हा माझा मित्र आहे. त्याचा जो अपमान करील, त्याचा तत्क्षणी शिरच्छेद होईल."

मानवी जीवनाच्या ग्रंथाची फाटकी पाने मोठ्या कष्टाने जुळवीत काळपुरुष कोळिष्टकांनी बुजबुजलेल्या एका खोलीत बसला होता.

रुग्णशय्येवरून उठून राणी दरबारात आली. सिंहासनावर बसताच तिने आपल्या असंख्य प्रतिबिंबांकडे पाहिले. सुरकुतलेल्या चेहऱ्याची एक प्रौढ, कुरूप स्त्री त्या सर्व आरशांतून आपल्याकडे उपहासाने पाहत आहे, असे तिला वाटले. ती लोकांकडे पाहू लागली. ते ओठांतल्या ओठांत आपले हसू दाबीत आहेत, असा तिला भास झाला. ती चिडली आणि कर्कश स्वराने ओरडली,

"फोडा, फोडा हे सारे आरसे! यातून कुणीतरी चेटकीण—"

पण कोणीही पुढे आले नाही.

सारे आरसे तिथे होते. प्रत्येकातून ती सुरकुतलेल्या चेहऱ्याची प्रौढ, कुरूप स्त्री एकसारखी विकट हास्य करीत होती.

राणीला ती मूक निर्भर्त्सना ऐकवेना! ती लगबगीने सिंहासनावरून उठली. महालात येऊन डोळे मिटून मंचकावर पडली. थोड्या वेळाने तिने डोळे उघडून पाहिले. मंचकासमोरच्या प्रत्येक आरशातून ती मघाचीच सुरकुतलेल्या चेहऱ्याची प्रौढ, कुरूप स्त्री आपल्याला वेडावीत आहे, असे तिला वाटले. ती मोठ्याने किंचाळली.

दासी धावत आल्या.

"फोडा, फोडा हे सारे आरसे!' जिव्हारी बाण लागलेल्या जनावराप्रमाणे राणी चीत्कारली.

पण एकाही दासीचे पाऊल पुढे पडले नाही.

राणी संतापाने बेभान झाली. स्वतःच्या हाताने ते आरसे फोडण्याकरिता ती तिरीमिरीने उठली. पण त्यांना हात लावण्याचा धीर तिला होईना. प्रत्येक आरशातून एक हडळीसारखी दिसणारी भयंकर स्त्री दात-ओठ खात तिच्याकडे रोखून पाहत होती. त्या राक्षशिणीच्या डोळ्याला डोळा द्यायचा तिला धीर होईना!

त्या कैदाशिणीच्या तडाख्यातून सुटण्याकरिता ती धावत सुटली.

महाल मागे पडला. राजसभा मागे पडली. नगर मागे पडले. दूरच्या डोंगरमाथ्यावरले देवालयाचे शिखर अस्पष्ट दिसू लागले. तिने भक्तिभावाने त्या शिखराकडे पाहिले आणि हात जोडून ती अडखळत पुटपुटली,

"तू तरी माझं या हडळीपासून रक्षण कर. माझे सारे मित्र माझ्यावर उलटले आहेत!"

■

तारा आणि जंतू

ते दोघे मित्र लहानपणीच आपल्या खेड्यातून बाहेर जायला निघाले.

वृद्ध गावकऱ्यांनी त्यांना उपदेश केला,

"पोरांनो, आपलं गाव सोडून बाहेर कशाला जाताय? अरे, याच गावात तुमचे आजे, पणजे, खापरपणजे जन्माला आले. लहानाचे मोठे झाले. देवाघरी गेले. देवानं त्यांना कधी काही कमी पडू दिलं का? अरे देवदत्ता, बाबा भगदत्ता, तुम्हा दोघांना वेडबीड तर नाही ना लागलं? खुशाल इथं राहा. परमेश्वर देईल, ती मीठभाकर खा."

एका प्रमुख वृद्धाला उद्देशून देवदत्त म्हणाला,

"नाही आजोबा, मी नाही इथं राहणार. नदी डोंगर सोडून दूर दूर जाते, म्हणून ती समुद्रापर्यंत पोहोचते. मीही तसाच दूर दूर फिरत जाणार आहे. या गावात कुणालाही ठाऊक नसलेली एखादी विद्या शिकून येणार आहे."

म्हातारेबुवा रागावले. ते भगदत्ताकडे वळून म्हणाले,

"नि तू रे पोरट्या? तू कसला दिग्विजय करणार आहेस? मिऱ्याएवढी झाली नाहीत पोरं नि चालली मेरुमांदाराला मिठ्या मारायला!"

भगदत्त नम्रपणे उत्तरला,

"आजोबा, मीही एखादी नवी विद्या शिकून येणार आहे. सर्वांच्या उपयोगी पडेल, अशी!"

ते दोघे मित्र काही काळ बरोबर फिरत राहिले. त्यांनी शहरे पाहिली, खेडी पाहिली, उद्याने पाहिली.

मग एके दिवशी देवदत्त भगदत्ताला म्हणाला,

"हल्ली रोज रात्री मला एक स्वप्न पडतं. त्या स्वप्नात मी हिमालयाच्या शिखरावर उभा आहे आणि हातानं आकाशातली एकेक चांदणी खुडीत आहे, असं मला दिसतं."

भगदत्त म्हणाला,

"तुझ्यासारखं मलाही रोज रात्री एक स्वप्न पडतं. मी खूप लहान झालो आहे, एक सूक्ष्म कीटक झालो आहे, अस्फुट कळीच्या आत शिरून लपंडाव खेळत

आहे, पाण्याच्या एका थेंबात दडून बसलो आहे, कसं काहीतरी मला स्वप्नात दिसतं!''

दोघांनी आपापल्या स्वप्नाचा अर्थ लावण्याचा खूप प्रयत्न केला, पण काही केल्या त्यांना त्या स्वप्नाचा अर्थ कळेना. शेवटी देवदत्त अभिमानाने म्हणाला,

''माझं स्वप्न भव्य आणि सुंदर आहे. तुझं क्षुद्र आणि कुरूप आहे. आपण मित्र असलो, तरी आपले मार्ग भिन्न आहेत, हे या स्वप्नांवरनं उघड होत आहे!''

भगदत्त काहीच बोलला नाही.

दुसरे दिवशी ते दोघे मित्र आपापल्या स्वप्नांच्या मागून भिन्नभिन्न मार्गांनी चालू लागले. मात्र एकमेकांचा निरोप घेताना, जी विद्या मिळेल, तिचा आपल्या गावाच्या सेवेसाठी उपयोग करायचा, अशी दोघांनी शपथ घेतली.

बारा वर्षांनी त्या दोघा मित्रांची पुन्हा भेट झाली. दोघांनाही या अकल्पित पुनर्भेटीचा अत्यंत आनंद झाला. त्या आनंदावर अद्भुताचा कळसही चढला. अगदी निरनिराळ्या वाटांनी ते दोघे परत आपल्या गावी आले होते. पण एकाच दिवशी, एकाच वेळी!

आपण कोणती विद्या शिकून आलो आहो, हे देवदत्ताने सांगितले. तो एक यंत्र बरोबर घेऊन आला होता. त्या यंत्रातून रात्री आभाळाकडे पाहिले की, आकाशातल्या चांदण्या खूप मोठ्या दिसू लागत. अगदी जवळ आल्यासारख्या भासत. निळ्या पारिजातकाच्या पांढऱ्याशुभ्र फुलांचा सडा पडत आहे आणि त्यातली काही फुले आपल्यावर उधळली जात आहेत, असा त्या यंत्रातून पाहणाऱ्याला भास होई. सारे गाव देवदत्ताचे कौतुक करू लागले. देवदत्ताने स्वर्ग पृथ्वीवर आणला, असे म्हणू लागले.

रोज रात्री देवदत्त लहानापासून थोरापर्यंत सर्वांना आपल्या यंत्राच्या साहाय्याने लखलखणाऱ्या तारामंडळात नेऊन सोडी. सारे गाव त्याच्यावर खूश झाले. देवदत्ताने गावाचे नाव मोठे केले, असे जो तो म्हणू लागला.

एका म्हाताऱ्याने भगदत्ताला विचारले,

''तू काही विद्या घेऊन आलायस, की नाही? का गेलास, तसाच हात हलवीत परत आलास?''

भगदत्त नम्रपणे म्हणाला,

''मीही एक शास्त्र शिकून आलो आहे. पण माझ्या विद्येत देवदत्तासारखं भव्य, दिव्य काही नाही. माझ्यापाशीही एक यंत्र आहे. त्यातून पाहिलं की, डोळ्यांना न दिसणारे बारीक बारीक जंतू दिसू लागतात.''

सारी मंडळी हे ऐकून खो खो हसू लागली. एक म्हातारेबुवा म्हणाले,

''घाणेरडे किडे आणि जंतू एरवी काय थोडे बघतो आम्ही? ते मुद्दाम यंत्रातून

बघायला कशाला जायचं? देवदत्त आम्हाला स्वर्गात नेतो, पण तुझ्याबरोबर या नरकात यायला कोण तयार होणार, बाबा? देवदत्तासारखं तूही गावाचं नाव मोठं करशील, असं आम्हाला वाटत होतं. पण तुझ्यासारख्या वेड्याला ते कसं जमणार? हिरा तो हिरा, नि गारगोटी ती गारगोटी!''

भगदत्त गप्प बसला.

काही महिने लोटले. पावसाळा सुरू झाला. गावात माणसे पटापट आजारी पडू लागली. काही कारण नसताना त्यांना अकस्मात वांत्या होऊ लागत. काही केल्या त्या थांबत नसत. गावातल्या पिढीजात वैद्यांनी या आजारी मंडळींना चूर्णे दिली, आसवे पाजली, अरिष्टे चाखवली. पण कुणालाही गुण येईना. सारा गाव भयभीत होऊन गेला.

देवदत्तसुद्धा या विकाराने आजारी पडला. हळूहळू तो इतका गळून गेला की, आता आपण या दुखण्यातून उठतो की नाही, अशी भीती त्याला वाटू लागली.

सारे गाव ज्या तळ्याचे पाणी पीत होते, तेच दूषित झाले असावे, असा भगदत्ताला संशय आला. त्याने ते पाणी आपल्या यंत्राच्या साहाय्याने तपासले. त्या पाण्यातले डोळ्यांना न दिसणारे सूक्ष्म जंतूंचे विचित्र जग त्याने आबालवृद्धांना दाखविले. पाणी उकळून शुद्ध करून पिण्याचा सल्ला त्याने गावाला दिला. आजाराला कंटाळलेल्या सर्व लोकांनी तो मुकाट्याने ऐकला. रोगाने गावातून पळ काढला.

आता जो तो भगदत्ताची स्तुती करू लागला. देवदत्त मागे पडला. त्याचे यंत्र म्हणजे करमणूक होती, असे म्हणून अनेक लोक त्याची निंदा करू लागले.

बरे वाटू लागल्यावर स्वत: देवदत्त एके दिवशी भगदत्ताला भेटायला आला. तो त्याला म्हणाला,

''मित्रा, मी तुझ्यापेक्षा फार मोठी विद्या कमावली आहे, असा मला उगीचच गर्व झाला होता. माझ्या हातून तुझा कळत नकळत अपमान झाला असला, तर त्याबद्दल मला क्षमा कर. पण खरं सांगतो, तुझी विद्या माझ्यापेक्षा फार श्रेष्ठ आहे. तू नसतास, तर माझे प्राण काही वाचले नसते!''

भगदत्त नम्रपणाने त्याला म्हणाला,

''मित्रा, असं काही बोलू नकोस. तुझी विद्या फार फार श्रेष्ठ आहे. तिनं मला केवढा धीर दिला आहे, याची तुला कल्पना नाही.''

देवदत्त भगदत्ताकडे आश्चर्याने पाहू लागला.

भगदत्त पुढे बोलू लागला,

''मित्रा, विद्या शिकताना पावलोपावली क्षुद्र जंतूंशी आणि मलिन कीटकांशी

माझा संबंध येत होता. मी शास्त्र शिकलो, पण कुरूप, ओंगळ कीटकांच्या सतत सहवासानं आणि जंतूंच्या दर्शनानं माझी मन:स्थिती मोठी विचित्र झाली होती. सारं जग मला ओंगळ वाटू लागलं होतं. जंतूंच्या भक्ष्यस्थानी पडण्याकरिता परमेश्वरानं मनुष्याला निर्माण तरी कशाला केलं, असं मला वाटू लागलं होतं. माझ्या ज्ञानामुळे भव्यतेवरला आणि दिव्यत्वावरला माझा सारा विश्वास उडाला होता. पण इथं परत आल्यावर मी तुझ्या यंत्राच्या मदतीनं आकाशातल्या चांदण्यांशी गुजगोष्टी करू लागलो. मग माझा तो विश्वास पुन्हा जागृत झाला. हे जीवन जसं ओंगळ जंतूंचं आहे, तसंच ते सुंदर चांदण्यांचंही आहे. मला हे तुझ्यामुळे कळलं!''

■

कलंक

ते एक नवे राज्य होते. या नव्या राज्यात नवे जग निर्माण करण्याची प्रतिज्ञा करून महामंत्र्यांनी कारभाराची सूत्रे हातात घेतली होती.

या नव्या जगाची स्वप्ने पडावीत, म्हणून महामंत्री अनेकदा आपल्या प्रासादतुल्य पर्णकुटिकेच्या गच्चीवर बसत. त्यांचे काही हितशत्रू म्हणत,

"ते तिथं हवा खात बसतात!"

काही विरोधक टवाळकी करीत,

"पत्नीच्या ओठांना ओठ लावल्याशिवाय महामंत्र्यांचं डोकंच चालत नाही मुळी!"

विरोधकांची जीभ नेहमीच विषाने माखलेली असते, हे महामंत्र्यांना माहीत होते. त्यामुळे अशा प्रकारच्या कुत्सित उद्गारांकडे त्यांनी कधीच लक्ष दिले नाही.

जुन्या जमान्यातला सारा अपवित्रपणा कसा काढून टाकावा, याचा विचार करण्यात त्यांनी कितीतरी रात्री घालविल्या. नाना प्रकारच्या कल्पना त्यांना सुचत होत्या. त्या कल्पनांची गर्दी पाहून एकदा त्यांच्या ध्यानात आले, ध्येयवादी हासुद्धा एक प्रकारचा मद्यपी असतो!

मात्र ही कल्पना मनात येताच त्यांचे अंग शहारले. चुकून का होईना, मद्याची कल्पना आपल्या मनाला शिवून गेली, याचे त्यांना विलक्षण दुःख झाले. ते लगेच उठले. प्रायश्चित्त म्हणून ऐन मध्यरात्री थंडीच्या कडाक्यात थंडगार पाण्याने त्यांनी स्नान केले!

एका मध्यरात्री ते असेच जागत विचार करीत बसले होते.

जांभई देण्याकरिता त्यांनी वर पाहिले. आकाशात पूर्ण चंद्रबिंब हसत होते. महामंत्री त्याच्याकडे पाहू लागले. क्षणार्धात त्यांच्या भव्य भालप्रदेशावर आठ्या दिसू लागल्या. त्या चंद्रावर एक काळा डाग अगदी स्पष्ट दिसत होता.

आपल्या राज्यातल्या चंद्रावर कलंक असावा? या नव्या युगात? आपण महामंत्री असताना? नवे जग निर्माण करण्याकरिता आपण एखाद्या योग्याप्रमाणे रात्र-रात्रभर चिंतन करीत असताना?

महामंत्री उठले आणि खाली पाहत अस्वस्थपणे गच्चीवर फेऱ्या घालू लागले. काही करून आपल्या राज्यातल्या चंद्रावरला हा कलंक नाहीसा केलाच पाहिजे, अशी त्यांनी आपल्या मनाशी प्रतिज्ञा केली.

प्रतिज्ञा करून त्यांनी पुन्हा वर पाहिले. आकाशातले कलंकित चंद्रबिंब मघासारखेच हसत होते. त्यांना त्या चटोर चंद्राची कीव आली. गच्चीवर गुडघे टेकून, डोळे मिटून, हात जोडून परमेश्वराची प्रार्थना करीत ते म्हणाले,

"प्रभो, या कलंकित चंद्राला क्षमा कर. आपल्या पापाची या दुर्दैवी जीवाला जाणीव नाही."

दुसरे दिवशी महामंत्र्यांनी या महत्त्वाच्या प्रश्नाचा विचार करण्याकरिता राजधानीतल्या सर्व विद्वान नागरिकांची सभा बोलाविली. चंद्रावरला कलंक कसा काढून टाकावा, याविषयी सूचना करण्याकरिता एक प्रातिनिधिक समिती सभेत निश्चित करण्यात आली. सभेला मुले, बायका, साहित्यिक आणि बेकार लोक यांची खूप गर्दी होती. त्यापैकी प्रत्येकाचा एक-एक प्रतिनिधी समितीवर घेण्यात आला.

इतक्यात दाढी वाढलेला, अंगावर लक्तरे असलेला एक वृद्ध मनुष्य गर्दीतून पुढे आला आणि म्हणाला,

"मलाही या समितीवर घ्या, महाराज!"

"कुणाचा प्रतिनिधी म्हणून तू समितीवर येऊ इच्छितोस?" महामंत्र्यांनी मृदू स्वराने प्रश्न केला.

त्याने मागे वळून पाहिले. सभेला जमलेल्या लोकांत त्याच्याइतके फाटके कपडे कुणाचेच नव्हते. सारे पुरुष गुळगुळीत दाढी करून आले होते. त्या हजारो लोकांत त्याच्यासारख्या सुरकुतलेल्या चेहऱ्याचा एकही मनुष्य दिसत नव्हता!

तो खाली मान घालून महामंत्र्यांना म्हणाला,

"मी कुणाचाही प्रतिनिधी नाही. माझ्या जातीचे लोक जगात नेहमीच थोडे असतात! पण ग्रहगोलांचा अभ्यास करण्यात सारा जन्म घालविला आहे मी!"

"ग्रहगोलांच्या अभ्यासकांची जागा ज्योतिर्विद्या मंदिरात आहे. इथं या प्रातिनिधिक समितीत नाही."

महामंत्र्यांच्या या उत्तराचे सभेने टाळ्यांच्या कडकडाटात स्वागत केले.

"पण... मंत्रिमहाराज..." तो वृद्ध जागेवरून न हलता तावातावाने बोलू लागला.

"हा कुणीतरी वेडा मनुष्य दिसतो!" महामंत्री हसून म्हणाले.

त्यांनी लगेच रक्षकांना खूण केली. वेड्याला क्षणार्धात सभेतून दूर नेण्यात आले. महामंत्र्यांच्या जयजयकारात सभा संपली.

पागलखान्यात ठेवलेला तो म्हातारा अधिकाऱ्याला दररोज विचारी,

"त्या समितीच्या सूचना प्रसिद्ध झाल्या का?"

त्याच्या या विचित्र वेडाचे अधिकाऱ्याला मोठे कौतुक वाटे. सूचना प्रकाशित होताच त्याने ते पत्रक वृद्धाला आणून दिले. मात्र ते देता देता तो हळूच म्हणाला,

"आज महामंत्री पागलखाना बघायला येणार आहेत. पत्रक वाचून होताच ते लपवून ठेव. मी तुला ते दिले आहे, हे त्यांना कळता कामा नये."

पत्रक वाचायला सुरुवात करताच त्या वृद्धाच्या मुद्रेवर प्रथम मंद स्मित उमटले. मग तो हसू लागला. शेवटी त्याचे हसू त्याला काही केल्या आवरता येईना.

पागलखान्यातले अनेक वेडे त्याच्याभोवती जमले. पण त्याला इतका कसला आनंद झाला आहे, हे कुणालाच कळेना!

तो म्हातारा पुन:पुन्हा मिटक्या मारीत ते पत्रक वाची आणि मोठमोठ्याने हसू लागे.

शेवटी साऱ्या वेड्यांच्या आग्रहाखातर तो ते पत्रक मोठ्याने वाचू लागला :

चंद्रावरला डाग

मुलांच्या प्रतिनिधीचे मत :

चंद्रावरला डाग ही पांढऱ्याशुभ्र टीपकागदावर पडलेली शाई आहे. तो डाग काढून टाकता येणार नाही. मात्र चांदण्याचे टीपकागद तयार करून ते आपल्या राज्यात सर्व विद्यार्थ्यांना फुकट कसे द्यावेत, याचा सरकारने अवश्य विचार करावा.

स्त्रियांच्या प्रतिनिधीचे मत :

चंद्रावरला डाग हा काजळाचा डाग आहे. डोळ्यात काजळ घालता घालता चंद्राचे बोट चुकून आपल्या गालाला लागले असावे! आरशापुढे उभे राहताच हा डाग त्याला दिसेल व तो त्याला सहज पुसून टाकता येईल. आपल्या सरकारने त्याची काळजी करण्याचे कारण नाही. पण या उदाहरणावरून एक गोष्ट उघड होते. पुरुष हल्ली डोळ्यांत काजळ घालू लागले आहेत. ललनांच्या नैसर्गिक हक्कावर हे पुरुषजातीचे अतिक्रमण आहे. म्हणून पुरुषांच्या बाबतीत काजळबंदीचा कायदा सरकारने शक्य तितक्या लवकर अमलात आणावा.

साहित्यिकांच्या प्रतिनिधीचे मत :

आम्हा साहित्यिकांत नेहमीच दुफळी असते. म्हणून चंद्रावरला डाग दोन प्रकारचा असू शकेल, असे मला प्रामाणिकपणे वाटते. चंद्राला दृष्ट लागू नये,

म्हणून त्याच्या आईने त्याच्या गालावर ही तीट लावली असावी! अथवा हा डाग प्रणयक्रीडेमध्ये चंद्राच्या प्रणयिनीने त्याच्या गालाला केलेला दंश (कृपा करून हॅवलॉक एलिस पाहा) असू शकेल! व्यक्तिश: मी दुसऱ्या मतालाच मान्यता देईन. पहिले मत वत्सलरसाला पोषक आहे. पण साहित्याच्या आजच्या बाजारात या रसाचा भाव फार उतरला आहे. हा डाग पुसून टाकण्याची खटपट करणे मूर्खपणाचे होईल. प्रेमाची चिन्हे अमर असतात, हे कळण्याकरिता भारतातल्या ताजमहालावरल्या सर्व कविता सरकारने एकदा अवश्य वाचून पाहाव्यात.

बेकारांच्या प्रतिनिधीचे मत :

हा डाग कसा पडला, ते सांगणे कठीण आहे. ते सांगायला विद्वत्ता हवी. विद्वत्ता फक्त शाळेतच मिळते. कधी शाळेत गेलो नाही, म्हणून याबाबतीत आम्ही अधिक बोलणे सत्याला सोडून होईल.

मात्र हा डाग कसा नाहीसा करावा, हे सांगण्याचा अधिकार आमचाच आहे. इथून चंद्रापर्यंत पोहोचेल, अशी एक शिडी तयार करावी! पण ती करायला फार वेळ लागेल. म्हणून आपल्या राज्यातल्या नेहमीच्याच शिडीवर एका बेकाराने चढावे, मग दुसऱ्या बेकाराने चढून त्याच्या खांद्यावर उभे राहावे. त्यानंतर तिसऱ्या बेकाराने दुसऱ्याच्या खांद्यावर उभे राहावे. असे करीत करीत ज्या शेवटच्या मनुष्याला हाताला चंद्र लागेल, त्याने आपल्या खिशातला हातरुमाल डोळ्यांतल्या पाण्यात भिजवून हा कलंक पुसून टाकावा. सरकारने ही योजना अमलात आणल्यास आपल्या राज्यातला चंद्र तर निष्कलंक होईलच, शिवाय बेकारीचा प्रश्न अगदी सुलभ रीतीने सोडविल्याचे श्रेय महामंत्र्यांना मिळेल.

त्या पत्रकाचे वाचन संपते, न संपते, तोच महामंत्री पागलखाना पाहायला आले.

पाहता पाहता ते त्या वृद्धाजवळ येऊन उभे राहिले.

"कसं काय ठीक आहे ना, शास्त्रज्ञ?" त्यांनी स्नेहपूर्ण स्वराने प्रश्न केला.

"जिकडंतिकडं आनंदीआनंद आहे, महामंत्री! पण... आपल्या हातून एक लहान चूक झाली आहे!"

अहिंसात्मक पद्धतीने डोळे वटारून महामंत्र्यांनी विचारले,

"चूक? आणि माझ्या हातून?"

"चुका काय, परमेश्वराच्या हातूनसुद्धा होतात!" महामंत्र्याकडे रोखून पाहत तो वृद्ध उद्‌गारला. मग क्षणभर थांबून तो म्हणाला, "आपण मला पागलखान्याची

शिक्षा दिली. पण माझ्या अपराधाच्या मानानं ती फार सौम्य आहे. आपण मला समुद्रात बुडवून टाकायला हवं!''

"ते का?"

"आपल्या राज्याला लागलेला कलंक आहे मी.''

∎

सौंदर्याचा शोध

सौंदर्याचा शोध करीत करीत कवी एका खेडेगावापाशी आला.

गावात पाऊल टाकताच त्याचे मन उबगून गेले.

रस्त्यावर ढोपरभर खोल खड्डे पडले होते. देवळाची कललेली भिंत एखाद्या वाकलेल्या म्हातारीसारखी भासत होती आणि धुळीने भरलेली ती बैठी कौलारू घरे? उकिरड्यावर लोळून आलेल्या कुत्र्यांच्या घाणेरड्या पिलांसारखी दिसत होती ती.

त्याने दूरवर पाहिले. प्रसन्न क्षितिजाच्या पार्श्वभूमीवर एक हिरवी टेकडी हसत होती. जणू परदेशी गेलेल्या प्रियकराचे चिंतन करीत सज्जावर स्तब्ध बसलेली मुग्ध तरुणीच!

गावाकडे क्रुद्ध कटाक्ष टाकीत तो त्या टेकडीच्या रोखाने झपझप चालू लागला. धापा टाकीतच तिच्या माथ्यावर तो पोहोचला.

मग विसावा घेण्याकरिता एका खडकावर तो बसला.

त्याने आजूबाजूला पाहिले. आपल्या डोळ्यांवर त्याचा विश्वास बसेना. वेडेवाकडे ओबडधोबड खडक भोवताली पसरले होते! अपघातात सापडून छिन्नभिन्न झालेल्या माणसांसारखे वाटले ते त्याला! खुरटे निस्तेज गवत तेवढे त्या विद्रूप खडकांना सोबत करीत होते. दूर दूर चोहीकडे लहान लहान झुडपे वेड्यासारखी हातवारे करीत उभी होती.

अस्वस्थ होऊन शिलाखंडावरून तो उठला. आल्या वाटेने त्याने उत्सुकतेने पाहिले. ती नाचत-नाचत, गिरक्या घेत-घेत खाली गेली होती. एका हिरव्यागार यक्षसृष्टीत गुप्त झाली होती.

त्याने डोळे विस्फारून पाहिले. मघाचेच गाव होते ते! आईचा पदर धरून गोजिरवाण्या बालकाने खेळत राहावे, तसे ते त्या हिरव्या झाडीच्या आडून हसत होते आणि आशीर्वादाकरिता तपस्व्याने उंच केलेल्या हातासारखा दिसणारा तो देवळाचा कळस... किती सुंदर दिसत होता तो!

त्याचा आपल्या डोळ्यांवर विश्वास बसेना! पण त्याची पावले मुकाट्याने खाली जाणाऱ्या वाटेकडे वळली.

■

द्रष्टे

एक होता राजा. त्याला कितीतरी राण्या होत्या. मात्र त्यातली एकसुद्धा त्याची नावडती नव्हती! कुणीतरी म्हणे,

'राजाला एक तरी नावडती राणी हवी! नाहीतर तो राजा कसला?'

तो हसून उत्तर देई,

"मला आकाशातले सारे तारे आवडतात. पृथ्वीवरली सारी फुलं आवडतात. माझा नावडता तारा अजून उगवलेला नाही! मला न आवडणारं फूल अजून फुललेलं नाही!"

फार फार प्रेम होते त्याचे प्रजेवर. तिच्या तक्रारी त्याला लहान फुलांच्या हट्टाप्रमाणे वाटत. मोठ्या मुलाच्या पराक्रमाप्रमाणे तो तिच्या कर्तबगारीचे कौतुक करी. त्याच्याविरुद्ध प्रजेपैकी कुणी काही कटू बोलले, तरी तो हसून म्हणे,

"दूध पिता पिता वासरू गाईला ढुश्या मारीतच असतं. निसर्गाचा नियमच आहे हा!"

त्याची अशी अनेक वर्षे सुखात गेली.

पण एक वर्ष मोठे विचित्र आले. त्या वर्षी ग्रीष्म ऋतू संपता संपता जणूकाही आकाशातले सर्व ज्वालामुखी जागृत झाले होते! पर्जन्याच्या स्पर्शाने पुलकित होणाऱ्या पृथ्वीचे हृदय त्याच्या विरहाने विदीर्ण होऊन गेले, अंगावर अर्धवस्त्र धारण करून अरण्यात नळराजाचा शोध करणाऱ्या दमयंतीच्या विलापाप्रमाणे तिच्यावरून येणाऱ्या उष्ण झळा वाटू लागल्या.

तळी सुकली. विहिरी आटल्या. झाडे अंगाला राख फासून बसली. त्यांच्या निष्पर्ण फांद्या बैराग्यांच्या उंच, सुकून गेलेल्या हातांप्रमाणे भासू लागल्या.

दुपार झाली की, तहानेने व्याकूळ होऊन गुरेढोरे पाणी शोधीत जिकडेतिकडे धावू लागत. शेवटी निराश होऊन बिचारी धापा टाकीत, फेस गाळीत, झाडांच्या सावल्यांत विसावा घेण्याकरिता येत. पण त्या सावल्यासुद्धा त्यांना चटके देत.

असे दिवसामागून दिवस जाऊ लागले. पण आकाशात एखादा कृष्णमेघ डोकावूनसुद्धा पाहीना!

शेतकऱ्यांच्या तोंडचे पाणी पळाले.

मात्र राजाच्या डोळ्यांत ते क्षणाक्षणाला उभे राहू लागले.

सारी प्रजा भयभीत झाली. काय केले, म्हणजे पाऊस पडेल, हे तिला कळेना! राजाने राज्यातल्या सर्व वृद्धांची सभा बोलाविली.

'असा दुष्काळ आपण पाहिला तर नाहीच, पण ऐकलासुद्धा नाही!' असे ते अहमहमिकेने सांगू लागले. कुणाला काही उपाय सुचेना?

राजाने आपला सारा खजिना, सारे जडजवाहीर बाहेर आणून ठेवले. पण त्याचा काय उपयोग होता? धान्याच्या मोबदल्यात ते कोण विकत घेणार होते? पोट भरले, म्हणजे मनुष्याला शृंगार सुचतो. पण पोटातली आग काही मोत्याच्या पाण्याने विझत नाही!

राजा हतबुद्ध झाला.

इतक्यात एक वृद्ध उठून म्हणाला,

"महाराज, आपल्या राज्याच्या चार दिशांना चार उंच पर्वत आहेत. त्या प्रत्येक पर्वतावर एक एक द्रष्टा राहतो, असं आम्ही लहानपणापासून ऐकत आलो आहो. प्रसंग मोठा कठीण आहे. ते द्रष्टेच या वेळी आपल्याला मार्गदर्शन करू शकतील."

राजा स्वतः त्या सर्व दुर्गम पर्वतांवर गेला. प्रत्येक तपस्व्याला भेटून, त्याच्या पायांवर डोके ठेवून, तो त्याला राजधानीला घेऊन आला.

आता आकाशात वणवा पेटू लागला होता. पृथ्वी रावणाच्या चितेप्रमाणे जळत होती!

ते चार तपस्वी राजधानीत आलेले पाहून प्रजेने समाधानाचा सुस्कारा सोडला. या विचित्र अवर्षणावर दैवी अथवा मानवी उपाय ते निश्चित शोधून काढतील, अशी आशा त्यांच्या आगमनाने सर्वांच्या मनात निर्माण झाली.

त्या तपस्व्यांचा नगरप्रवेश मोठ्या समारंभाने झाला. मग राजाने दरबार भरविला. सिंहासनापेक्षाही उंच अशा चार आसनांवर त्याने त्या द्रष्ट्यांना बसविले. ते काय सांगतात, हे ऐकायला हजारो लोक जिवाचे कान करून दरबाराभोवती उभे राहिले.

राजाने त्यांची यथाविधि पूजा केली. नंतर त्यांच्यापुढे हात जोडून तो म्हणाला,

"महाराज, आम्ही मोठ्या संकटात आहो. आणखी आठ दिवसांत पाऊस पडला नाही, तर— छे! कल्पनेनंसुद्धा मला ती चित्रं डोळ्यापुढं उभी करता येत नाहीत. महाराज, दया करा आणि तत्काळ पाऊस कसा पडेल, हे आम्हाला सांगा. लाखो निष्पाप जिवांची जबाबदारी माझ्यावर आहे."

चौघा द्रष्ट्यांनी डोळे मिटले. पाव घटका झाली, अर्धी घटका झाली! पण ते डोळे उघडीनात! प्रेक्षकांची मनोवृत्ती अधिकच उत्सुक झाली.

शेवटी डावीकडल्या आसनावरला तपस्वी डोळे मिटून बोलू लागला. प्रफुल्ल कमलातून भृंगाचा गुंजारव ऐकू यावा, तसा त्याचा स्वर भासत होता. तो म्हणाला,

"राजा, परमेश्वराशी एकरूप होण्याचं माझं साधन कल्पना हे आहे. तुझ्या राज्यावर ही आपत्ती का कोसळली, याचं कारण तिनं शोधून काढलं आहे. तुझ्या प्रजेत धूम्रपानाचं व्यसन धिंगाणा घालीत आहे. या धूम्रपानामुळे धुराचे प्रचंड ढग हरघडी वर आकाशात जातात. त्यांचा घाणेरडा वास नंदनवनातल्या फुलांवरून तरंगत आलेल्या स्वर्गीय मेघमालेला सहन होणं कसं शक्य आहे? तो वास चुकविण्याकरिता गगनमंडळातले सारे मेघ कुठंतरी दूर दूर जाऊन दडी मारून बसले आहेत! या व्यसनाचा नायनाट झाल्याशिवाय तुझ्या राज्यात पाऊस पडणार नाही. लोकहो, करा, आताच्या आता प्रतिज्ञा करा की, यापुढं—"

तो एकदम थांबला. प्रेक्षकांतले बहुतेक पुरुष एकमेकांकडे चिंतातुर मुद्रेने पाहू लागले होते.

दुसरा तपस्वी अर्धवट डोळे उघडून बोलू लागला. देवळातल्या अनेक घंटा एकदम वाजू लागाव्यात, तसा त्याचा स्वर वाटला. तो म्हणाला,

"परमेश्वराशी एकरूप होण्याचं माझं साधन आहे नीती! राजा, तुझ्या राज्यात पावलोपावली नीतीची पायमल्ली होत आहे. एक पुरुष हव्या तेवढ्या बायका करतो. मग त्यातल्या अनेक स्त्रिया व्यभिचारी होतात. व्यभिचारानं पृथ्वीवरला पापाचा भार वाढतो. अशा पापी पृथ्वीकडे पर्जन्याची कृपादृष्टी कशी वळणार? राजा, तूच सांग, तुला किती बायका आहेत?"

राजा खाली मान घालून उभा राहिला. तपस्वी उच्च स्वराने उद्गारला,

"एका पुरुषानं एकच स्त्री करावी, असा कायदा तू कर. लक्ष्मी विष्णूला घेऊन क्षीरसागरात बसली आहे, ती काय उगीच? पार्वतीनं कैलासावर आपला संसार थाटला आहे, त्याचं कारण हेच आहे. नीतीची शक्ती तुम्हा पामरांना अद्यापि कळत नाही. लोकहो, एकपत्नीव्रताची प्रतिज्ञा करा आणि मग पर्जन्यवृष्टीचा चमत्कार पाहा."

राजाच्या डोळ्यांतून टिपे गळू लागली. आपल्या पापाचे फळ भोगायची पाळी प्रजेवर यावी, याचे त्याला मनस्वी दुःख होत होते.

तिसरा योगी एकदम डोळे वटारून बोलू लागला. एखाद्या गुहेतून खळखळत झरा बाहेर यावा, तसा त्याचा स्वर होता. तो म्हणाला,

"राजा, शास्त्र हे परमेश्वराशी एकरूप होण्याचं माझं साधन आहे. पाऊस पडत

नाही, म्हणून तुम्ही काय रडत बसणार? मनुष्यप्राणी हा काही निर्बुद्ध पशू नाही. पाणी नाही, पाणी नाही, म्हणून कपाळाला हात लावून तुम्हाला पाणी मिळणार नाही! परमेश्वरानं एवढा मोठा समुद्र निर्माण केला आहे. मात्र सृष्टी निर्माण करण्याच्या गडबडीत हे पाणी गोड करायचं तो विसरून गेला! त्याची ती चूक आपण सुधारली पाहिजे. म्हणून राजा, माझं तुला एकच सांगणं आहे. तुझ्या राज्यातला सर्व गूळ, सारी साखर, सारा मध, एकूणएक गोड पदार्थ गोळा कर आणि ते समुद्रात ओत. ते खारं पाणी एकदा गोड झालं, म्हणजे... शास्त्र ही कामधेनू आहे, हे विसरू नकोस, राजा!''

त्याचा सल्ला संपायच्या वेळी प्रेक्षकांत एकच हलकल्लोळ उडाला. बहुतेक स्त्रिया उरलेल्या वयोवृद्ध द्रष्ट्याचे भाषण ऐकायला जाग्यावर राहिल्याच नाहीत. त्या लगबगीने आपल्या घराकडे जाऊ लागल्या. जाता जाता त्या पुटपुटत होत्या,

''मध, गूळ, साखर...''

प्रेक्षकांतला हा गोंधळ चौथ्या तपस्व्याच्या लक्षात आला नाही. तो डोळे उघडून एकदम वर पाहू लागला. आकाशात स्वच्छंदाने गात-गात संचार करणाऱ्या पाखरासारखा त्याचा स्वर होता. तो म्हणाला,

''राजा, परमेश्वराशी मनुष्य एकाच मार्गाने एकरूप होऊ शकतो, तो म्हणजे प्रार्थना. प्रार्थनेच्या सामर्थ्याची तुम्हा पामरांना काहीच कल्पना नाही. प्रार्थनेचं फळ विलंबानं मिळतं, हे खरं; पण ते मिळतंच मिळतं! आजपासून तुझ्या राज्यात घरोघर सकाळ-संध्याकाळ प्रार्थना सुरू कर. मग पुढल्या वर्षी पाऊस पडतो की नाही, ते पाहा. नीती, शास्त्र, वगैरेंची शक्ती मर्यादित आहे. तसं प्रार्थनेचं नाही. म्हणून माझं तुला एकच सांगणं आहे—''

त्याचे पुढले शब्द आकाशातल्या मेघांच्या गडगडाटापुढे कुणालाच ऐकू गेले नाहीत. सर्वांनी चमकून बाहेर पाहिले. गगनमंडळात कृष्णमेघांचा दरबार भरला होता. त्या दरबारात वीज एखाद्या नृत्यनिपुण नर्तिकेप्रमाणे नाचत होती. ती आपल्या कटाक्षांनी प्रेक्षकांची हृदये विद्ध करीत होती.

प्रचंड जलाशयात हजारो हत्ती पाणी पीत असावेत, तसा आवाज आकाशातून येऊ लागला.

पुढल्याच क्षणी पर्जन्यधारा पृथ्वीवर कोसळल्या.

हजारो वर्षे झाली या गोष्टीला! त्या देशात आता निरनिराळ्या लोकांचे राज्य आहे. मात्र त्या प्रजावत्सल राजाचे एखादे लहानसे स्मारकदेखील त्या प्रदेशात आढळत नाही. त्याच्या राज्याच्या सीमा असलेले चार पर्वत पूर्ववत उभे आहेत. प्रत्येक पर्वतावर एक-एक सुंदर समाधी आहे. या सर्व समाधींची नित्य पूजा होत

असते. प्रत्येक समाधीजवळ एक शिलालेख कोरलेला आहे. प्रत्येक शिलालेखात राज्यावर कोसळलेले अवर्षणाचे संकट आपल्या तपोबलाने दूर करणाऱ्या सर्वश्रेष्ठ मानवाचे हे स्मारक आहे, अशा अर्थाचे शब्द आहेत!

हे चार महापुरुष निरनिराळ्या काळी जन्माला आले असावेत, असे अनेक इतिहास संशोधक म्हणतात.

∎

समुद्र

बालक वाळूत खेळत होते. चपळ, चिमुकल्या हातांनी लहान लहान किल्ले बांधीत होते. लाटा लगबगीने किनाऱ्याकडे धावत होत्या, उसळत, फेसाळत! तरी ते किल्ले बांधीतच होते!

समुद्रापर्यंत आपल्या साम्राज्याची सीमा नेऊन भिडविणारा राजा तेथे आला. त्या बालकाकडे पाहताच तो चकित झाला. त्याचे सारे केस पांढरेशुभ्र होऊन गेले होते. पण त्याच्या मुद्रेवर मात्र तान्ह्या बाळाचे निरागस हास्य विलसत होते.

राजाने मोठ्या सहानुभूतीने विचारले,

"बाळ, तुझे केस असे पांढरे कशानं झाले?"

मान वर न करता बालकाने उत्तर दिले,

"वाऱ्यानं ही वाळू सारखी उडते. ती माझ्या केसांत—"

वाक्य पुरे न करता अर्धवट राहिलेला किल्ला बांधण्यात तो गुंग होऊन गेला.

राजाने पुन्हा प्रश्न केला,

"बाळ, वाळूचा किल्ला कधी टिकेल का? या भरतीच्या लाटा घटकाभरात तुझे सारे किल्ले पार धुऊन टाकतील."

बालक नुसते हसले आणि किल्ला पुरा करू लागले.

राज्यात सौंदर्यसम्राज्ञी ठरलेली स्त्री सागरतीरावर आली. त्या बालकाकडे ढुंकूनसुद्धा न पाहता ती समुद्राला म्हणाली,

"तुझ्या अप्सरा कुठं आहेत, त्या दाखीव मला. तेवढ्यासाठी मुद्दाम आले आहे मी! माझ्या सौंदर्याला शोभतील, अशा खूप खूप दासी हव्या आहेत मला!"

समुद्राच्या लाटा पुढे आल्या, मागे गेल्या. पण त्यांच्यातून एकही अप्सरा वर आली नाही.

सौंदर्यसम्राज्ञी हसली आणि उद्गारली,

"माझ्यापुढं यायची लाज वाटत असेल तुझ्या अप्सरांना!"

ती परत जायला वळली, तेव्हा त्या बालकाकडे तिचे लक्ष गेले.

"पोर वेडं दिसतंय!" ती स्वत:शीच पुटपुटली.

जवळ जाताच त्याचे पांढरेशुभ्र केस तिला दिसले. ती दचकली. अशी विचित्र विद्रूपता तिने पूर्वी कधीच पाहिली नव्हती!

त्या बालकाकडे पाठ फिरवून लगबगीने ती चालू लागणार होती. इतक्यात त्याने मान वर केली. तिच्याकडे दृष्टी जाताच ते हसले. 'आई' म्हणून त्याने आपले दोन्ही चिमुकले बाहू पसरले.

ती धावत सुटली. लांब लांब जाऊन तिने मागे वळून पाहिले. समुद्र किंवा बालक यांच्यापैकी कुणीही दिसत नव्हते. आपली विस्कटलेली वेषभूषा ती सारखी करू लागली.

त्या राज्यातला कवी भटकत भटकत समुद्राकाठी आला. फार तहान लागली होती त्याला! समुद्राचे पाणी तो ओंजळीने पिऊ लागला. त्या पाण्याचा खारटपणा जाणवताच त्याने तोंड थोडे वेडेवाकडे केले. लगेच क्षितिजापर्यंत पोहोचलेल्या पाण्याच्या विस्ताराकडे पाहून तो हसला. त्याने प्रसन्न मुद्रेने आकाशाकडे पाहिले. पाण्याने ओथंबलेले काळे ढग त्याला दिसले. दोन्ही हात जोडून तो समुद्राला म्हणाला,

"देवाधिदेवा, क्षमा कर मला. स्वत:साठी सारा खारटपणा ठेवून या मेघांना तू मधुर जीवन देतोस, याचा विसर पडला होता मला!"

हसतमुखाने त्याने पुन्हा आपली ओंजळ भरली.

वाळूत किल्ले बांधीत असलेल्या बालकाने हे सारे पाहिले. तो हातांतला किल्ला अर्धवट टाकून त्याच्याकडे धावत आला.

"हे पाणी गोड आहे?" त्याने कवीला विचारले.

कवीने होकारार्थी मान हलवीत मोहक स्मित केले.

"आणि माझे केस?" बालकाने प्रश्न केला.

"फार सुंदर दिसताहेत ते!"

"सुंदर!"

"अतिशय सुंदर!"

"सारे लोक म्हणतात, ते पांढरे झाले आहेत... म्हाताऱ्यासारखे!"

चटकन उठून कवीने बालकाच्या तोंडावर हात ठेवला. त्याच्या कानात तो कुजबुजला,

"या लाटा सारखी फुलं उधळताहेत तुझ्यावर... त्यामुळे—"

त्याला मिठी मारून बालकाने विचारले,

"माझ्याबरोबर खेळायला याल?"

"त्यासाठीच तर इथं आलोय मी!"

दोघे मिळून वाळूत किल्ले बांधू लागले.

आषाढातली काळीकुट्ट रात्र हातात विजेची चूड घेऊन वेड्यासारखी आकाशात धावत होती.

समुद्रकाठच्या एका चंद्रमौळी झोपडीत कवी बालकाचे मस्तक थोपटीत त्याला झोपवीत होता. विजेच्या चुडीतून उडणाऱ्या ठिणग्यांच्या चांदण्या कशा होतात, हे तो त्याला सांगत होता.

इतक्यात सारे आकाश लखलखाटाने उजळले. समुद्राकडे धावत जात असलेली दोन माणसे झोपडीच्या उघड्या दारातून कवीला दिसली.

एक भयंकर शंका मनात येऊन तो उठला. झोपडीबाहेर धावत आला. त्याच्या मागोमाग बालकही आले.

दोघांनीही अंधारात लगबगीने किनारा गाठला. ती दोन माणसे वेड्यासारखी खवळलेल्या समुद्रात शिरत होती. कवीने त्यातल्या पुरुषाचा हात धरला. त्याला मागे ओढले. बालकाने स्त्रीच्या पायांना विळखा घातला.

पुरुष कर्कश स्वराने ओरडला,

"सोड, सोड मला. मला मरायचंय! राज्य गेल्यावर माझ्यासारख्यानं जगण्यात काय अर्थ आहे?"

स्त्री किंचाळली,

"सोड, सोड मला. शत्रूच्या सैनिकांनी मला विद्रूप करून सोडलंय. माझ्यासारखीनं कशाला जगावं आता?"

बालक काकुळतीने म्हणाला,

"आपण सारी मिळून खेळू या. तुम्ही किल्ले बांधायला या आमच्याबरोबर. त्यात किती गंमत असते, ते यांना विचारा."

"खरंच, फार फार मौज असते वाळूत किल्ले बांधण्यात."

कवीच्या तोंडून हे उद्गार बाहेर पडतात, न पडतात, तोच आकाशात लखलखाट झाला. कवीची हसरी मुद्रा त्या स्त्रीला आणि पुरुषाला एकाच क्षणी दिसली.

पुरुष ओरडला,

"तू याच वेड्याच्या नादाला लागून जोगीण व्हायला निघाली होतीस. म्हणून राज्यातून हद्दपार केलं होतं मी याला! यानंच राष्ट्रद्रोह करून आपल्या शत्रूंना—"

स्त्री मधेच ओरडली,

"हाच वेडा तुम्हाला राजमुकुटाचा त्याग करायला सांगत होता. आपल्या शत्रूला सामील होऊन यानंच—"

त्या दोघांनी कवीचे दोन हात धरले. बालक कवीला सोडवायला गेले. त्याला त्यांनी त्वेषाने ढकलून दिले. कवीला ओढीत ओढीत त्यांनी प्रक्षुब्ध समुद्राच्या खोल पाण्यात ढकलून दिले!

∎

प्राजक्ताचे फूल

मी एकदम जागा झालो.

मला जाग आली, ती थंडी अंगाला झोंबू लागल्यामुळे नव्हे! पहारेकऱ्याने दिलेले तासाचे टोल ऐकूनही नव्हे!

छे! मोठी गोड जाग आली होती मला!

माझ्या कोठडीबाहेरच अंगणात पारिजातकाचे एक ठेंगणेठुसके झाड होते. रात्रभर आकाशातल्या चांदण्यांशी गुजगोष्टी करीत करीत ते फुलले होते.

होय! तुरुंगातसुद्धा पारिजातक फुलतो.

तो फुललेला पारिजातक मला हाका मारीत होता, आपली फुले वेचायला बोलावीत होता. त्याने सुगंधित केलेल्या प्रभातवायूच्या लहरींनी माझ्या मनात गाढ झोपी गेलेल्या बाळपणीच्या आठवणी जाग्या झाल्या होत्या.

माझी एक बालमैत्रीण होती. होय, कैद्यालाही बालमित्र असतात— बालमैत्रिणी असतात! ती चिमुरडी मैत्रीण मला फार फार आवडायची! खेड्यात आपल्या आजोळी आली होती ती! तिला प्राजक्ताची खूप खूप फुले वेचून द्यावीत, म्हणून मी पहाटे उठत असे. अंधारात न भिता बाहेर जात असे. आमच्या घराजवळचे पारिजातकाचे झाड मी गदगदा हलवीत असे. गणिताच्या तासाला उदाहरण चुकले, म्हणजे गुरुजी माझे दोन्ही खांदे धरून मला घुसळीत असत. अगदी तस्से मी त्या झाडाला करीत असे आणि मग, वादळी वाऱ्याने जांभळांचा जसा जमिनीवर टपटप पाऊस पडतो, तसा त्या प्राजक्ताच्या फुलांचा खाली सडा पडे. मी वेचलेली ती फुलेच फुले पाहून माझ्या बालमैत्रिणीच्या डोळ्यांत विलक्षण आनंद लकाकू लागे. पहाटे पूर्वेकडे शुक्र चमकतो ना? तसा!

होय! कैद्यालाही बालमित्र असतात— कैद्यानेही त्यांच्यावर प्रेम केलेले असते!

ती बालमैत्रीण आता एका मंत्र्याची पत्नी झाली आहे. याच शहरात ती राहत आहे. तिच्या बंगल्यावरूनच आम्ही कैदी रोज कामाला जात असतो. त्या बंगल्याच्या बागेत सकाळी ती दिसते— केव्हा फुले तोडताना, केव्हा आरामखुर्चीत बसून वर्तमानपत्र वाचताना! जांभळ्या रंगाचा सुंदर नाजूक, लोकरी कोट तिच्या अंगात

हसत बसलेला दिसतो. तिची केशभूषा मोठी मोहक वाटते. अगदी दुरूनसुद्धा!

कैद्यांच्या पायांतल्या बेड्या खळखळ वाजू लागल्या, म्हणजे ती मान वळवून, नाहीतर वर करून, रस्त्याकडे पाहते. कैद्यांच्या रांगेत तिला मी कधीच दिसलो नसेन काय?

असे कसे होईल? मग—

छे! इतक्या दुरून कैद्याच्या पोशाखात आपल्या बालमित्राला ती कशी ओळखू शकेल?

तिचा नवरा मंत्री आहे. मी त्याच्या विरुद्ध पक्षातला एक सैनिक— सत्याग्रह करून तुरुंगात आलेला एक मनुष्य— शेकडो बऱ्यावाईट कैद्यांपैकी एक कैदी! मी इथे आहे, हे तिला ठाऊक तरी आहे की नाही, दैव जाणे!

तिच्या बागेतही प्राजक्ताचे झाड आहे. परवाच पाहिले ते मी. ती स्वत:च ओणवून त्या प्राजक्ताची फुले वेचीत होती. ती वेचताना तिला माझी आठवण होत नसेल का?

लहानपणी एकदा आम्ही अशीच फुले वेचीत होतो. एकदम खूप वारा सुटला. धूळ उडू लागली. त्या धुळीचा एक कण तिच्या डोळ्यात गेला. ती रडू लागली. मग मी नाजूक बोटांनी तिचा डोळा उघडला. हळूच फुंकर मारली. तो कण एका क्षणात कुठल्या कुठे नाहीसा झाला! रडता रडता ही हसू लागली. माझे मस्तक आपल्या चिमुकल्या हातात घट्ट धरीत ती म्हणाली,

"कित्ती कित्ती चांगला आहेस रे तू!"

होय, चांगला मनुष्यसुद्धा तुरुंगात येऊ शकतो! कैद्याचा मांडचोळणा त्याला घालावा लागतो! हातांत खोरे घेऊन, पायांतल्या बेड्या वाजवीत, रस्त्यावरून त्याला कामाला जावे लागते!

'कित्ती कित्ती चांगला आहेस रे तू!' तिला तो प्रसंग आठवत असेल का? आता तिच्या डोळ्यांत जेव्हा धुळीचा कण जात असेल, तेव्हा—

तुरुंग जागा झाला. मिनिट-काट्याच्या तालावर कैदी नाचू लागले. हा हा म्हणता आम्ही सारे कामावर जायला तयार झालो.

तरीही तो फुललेला पारिजातक मधुर स्वराने पुन:पुन्हा हाका मारीत होता. आपली फुले वेचायला मला बोलावीत होता. वाऱ्याच्या लहरीलहरीबरोबर माझ्या मनात गाढ झोपी गेलेल्या बालपणीच्या आठवणी जाग्या करीत होता.

मला अगदी राहवेना. आमची तुरुंगाबाहेर पडायची वाट त्या झाडाजवळून जात होती. जाता जाता मी रांगेतून बाजूला सरकलो. झटकन वाकलो. झाडाखालची

पाच-दहा फुले मी वेचणार होतो. पण मी रांगेतून बाजूला गेलो आहे, हे पाहताच रक्षक संतापला. मोठ्याने ओरडला. माझ्या हाताला त्या पारिजातकाचे एकच फूल लागले. ते घेऊन रक्षकाच्या शिव्या खात खात मी पुन्हा रांगेत चालू लागलो. कैद्यांच्या पायांतल्या बेड्या रोजच्यासारख्या खळखळत होत्या. पण आज ती खळखळ मला झऱ्याच्या झुळझुळीसारखी मंजूळ वाटत होती.

माझ्या बालमैत्रिणीचा बंगला हळूहळू जवळ येऊ लागला. माझी छाती धडधडू लागली. आज ती बागेत असेल का? आपल्याला नीट दिसेल का? दिसली, तर—

अरे देवा! ती तर बंगल्याच्या फाटकातच उभी होती. कुणाची बरे वाट पाहत होती ती?

आपल्या हातातले प्राजक्ताचे फूल तिला देता आले, तर? त्या गोड बालपणातला एक सुवर्णक्षण पुन्हा जिवंत होईल. शुक्राचार्यांनी संजीवनीने जिवंत केलेल्या कचासारखा तो क्षण—

कैद्यांची रांग बंगल्यावरून जाऊ लागली. माझी मैत्रीण एखाद्या मंदिरातल्या देवतेच्या मूर्तीप्रमाणे आपल्या उद्यानाच्या प्रवेशद्वारात निश्चल उभी होती.

मी भान विसरलो. ते फूल देण्याकरिता मी रांगेतून बाजूला सरकलो. फाटकाकडे धावत जाऊ लागलो. रक्षक माझा पाठलाग करू लागला. त्याने मला गाठले. माझा हात घट्ट धरला. त्या झोंबाझोंबीत ते फूल माझ्या हातून खाली धुळीत पडले. इतक्यात तिची गाडी फाटकासमोर येऊ लागली. मी मागे सरकलो. ते फूल— मी तिला देणार होतो, ते प्राजक्ताचे फूल— त्या गाडीच्या चाकाखाली पार चुरगळून गेले.

ती गाडीत बसून निघून गेली. कैद्यांची रांग पुढे चालू लागली.

माझ्या या अपराधाबद्दल मला निराळ्या कोठडीत ठेवले आहे. त्यामुळे रोजच्यासारखी मला स्वस्थ झोप येत नाही!

होय, तुरुंगातसुद्धा माणसाला माणसांत राहावेसे वाटते. आज घटकेघटकेला माझी झोप मोडली, ती मी या कोठडीत एकटा आहे, या जाणिवेनेच.

पण आता मी जागा झालो, तो या मनाला टोचत राहणाऱ्या जाणिवेने नव्हे! थंडी अंगाला झोंबू लागल्यामुळे नव्हे! पहारेकऱ्याने दिलेले तासाचे टोले ऐकूनही नव्हे!

तो फुललेला पारिजातक मला हळूच— कुणालाही ऐकू जाणार नाही, अशा मृदू स्वरात— हाका मारीत आहे. आपली फुले वेचायला मला बोलावीत आहे. माझ्या मनात झोपी गेलेल्या बालपणीच्या आठवणी जाग्या करीत आहे.

'कित्ती, कित्ती चांगला आहेस रे तू!' हे गोड शब्द मला पुन:पुन्हा ऐकू येत आहेत.

मी जागा आहे की स्वप्नात आहे? का जीवन ही एक स्वप्नांची मालिका आहे?

■

www.ingramcontent.com/pod-product-compliance
Lightning Source LLC
Chambersburg PA
CBHW050356030726
47503CB00006B/1889
9788171616909